रंगढंग

'दिलीपराज प्रकाशन प्रा. लि. 'च्या नवीन पुस्तकांची यादी व माहिती हवी असल्यास आपला पत्ता, दूरध्वनी क्रमांक किंवा *Email* आमच्या *diliprajprakashan@yahoo.in* या *Email address* वर पाठवावा किंवा आमच्याशी दूरध्वनी क्रमांक फॅक्ससहित : ०२०-२४४८३९९५/२४४९५३१४ /२४४७१७२३ यावर संपर्क साधावा. आमच्या वेबसाईटला एकदा अवश्य भेट द्या.

Website: *www.diliprajprakashan.com*

रंगढंग

(कथासंग्रह)

ग. वा. बेहेरे

दिलीपराज प्रकाशन प्रा. लि.
२५१ क, शनिवार पेठ, पुणे - ४११ ०३०.

रंगढंग / Rangadhanga

प्रकाशक
राजीव दत्तात्रय बर्वे,
मॅनेजिंग डायरेक्टर,
दिलीपराज प्रकाशन प्रा. लि.,
२५१ क, शनिवार पेठ, पुणे - ४११ ०३०

© रवि बेहेरे

श्रीनिकेतन, ४०/२१,
भोंडे कॉलनी, पुणे ४११ ००४
Email : ravirajprakashan@gmail.com

प्रकाशन दिनांक : १५ सप्टेंबर २०१३

प्रकाशन क्रमांक : २०५६

ISBN : 978 - 93 - 82988 - 32 - 8

मुद्रक
Repro India Limited, Mumbai.

टाइपसेटिंग
मधुराज प्रिंटर्स ॲण्ड पब्लिकेशन्स प्रा. लि.
स. नं. २९/८-९, पारी कंपनीजवळ,
धायरी, पुणे - ४११ ०४१

मुद्रितशोधन
मिलिंद बोरकर, पुणे

मुखपृष्ठ
हेमंत देशपांडे

ती. नाना आणि मातोश्री आक्कांस
आदरपूर्वक समर्पण!

अनुक्रमणिका

पलंगाची कुरकुर

सुखी संसाराची गुरुकिल्ली म्हणजे काही ठरीव ठशाची एखादी योजनाबद्ध चोपडी मी तुम्हाला सांगणार नाही. जे माझ्या संसारात घडले तसलेच किंवा तशा प्रकारचे तुमच्याही संसारात काही घडत असेल नि केवळ अज्ञानाने तुम्ही दु:खाच्या सागरात तडफडून मरण पाहत असाल. माझ्याच परिस्थितींतल्या मैत्रिणींना ही कहाणी मनोज्ञ वाटेल, अशा भरवशाने मी सांगायला निघाले आहे. काय– तर आमच्या पलंगाची कुरकूर, आमच्या उशीवरची आसवे नि बिछान्यातले सुस्कारे–

मी प्रतापच्या प्रेमात कशी पडले, ते आता मला चांगले आठवते आहे. मी नुकत्याच सुरू झालेल्या खादी एम्पोरियममध्ये नोकरीला लागले होते. हौस म्हणून नव्हे, केवळ गरज म्हणून. आईला थोडी मदत म्हणून नि घरी रिकामे बसायचे ते का म्हणून. खादी एम्पोरियममध्ये काम करणाऱ्या सर्वांनाच खादी वापरावी लागते, हेही एक महत्त्वाचे कारण होते. छानछोकी, उंची वस्त्रप्रावरणांची मला तेवढीशी हौसही नव्हती नि त्यापायी खर्च करणे परवडणारेही नव्हते. नोकरी मिळाली, या आनंदात मी होते. काम समजावून घेत होते. किमती मनात ठसवीत होते. मला काम समजावून देणारे कार्यवाह दूर गेले. तेवढ्यात चार-दोन मुलींचा घोळका माझ्या स्टॉलवर आला. मी बावचळले. पण उसन्या धिटाईने त्यांना माल दाखवू लागले. दर नि माल यांची गल्लत व्हायला लागली. मदतीसाठी सहज माझी नजर इकडे-तिकडे गेली नि आश्चर्य म्हणजे, प्रताप त्या नजरेच्या हाकेला 'ओ' देऊन पुढे आला. आलेल्या चोखंदळ मुलींना पूर्णपणे समाधानकारक माल देऊन उत्तम विक्रेता कसा असतो याच्या काही खाणाखुणा त्याने दाखवल्या. 'प्राचीन वस्तू नि शिल्प' या खुद्द त्याच्याच स्टॉलवर कोणी फॉरिनर्स आल्यामुळे त्याला ताबडतोब तिकडे जावे लागले.

पुढे रोज दृष्टादृष्ट, थोडी बोलाचाल, बरोबर लंच, असे होता-होता मला काही तरी निराळेसे वाटू लागले. हळूहळू आमच्या प्रणयाला रंग चढू लागला

आणि आपण करतो त्यात वावगे काही असेल, असे मानण्याचे कारणही राहिले नाही.

आमच्या दादरच्या छोटेखानी ब्लॉकमध्ये मी नि आई दोघीच राहत असलो तरी दर रविवारी आमच्याकडे माझे दोघेही मेहुणे जेवायला येत– अगदी न चुकता. बराच जुना प्रघात होता. त्या बैठकीशिवाय आमचे कुटुंब परिपूर्ण होणार नव्हते. महत्त्वाचे असे सारे काही त्या बैठकीत ठरायचे आणि म्हणून एके दिवशी प्रतापला मी रविवारच्या जेवणाचे आमंत्रण दिले.

माझे मन भयाने थरकापत होते. प्रताप सर्वांना आवडेल का, साध्या खादी एम्पोरियममधला विक्रेता त्यांना आवडेल का; का सर्व जण त्याची नि माझी कुचेष्टा करतील? माझे दोन्ही मेहुणे चांगलेच श्रीमंत होते. थोरले सुंदरराव इन्शुअरन्स कंपनीत मोठ्या पगारावर ऑफिसर होते नि माईचे यजमान जगन्नाथपंत यांचा एक छोटा कारखाना होता.

या रविवारचे आमंत्रण प्रतापला का दिलंय, याची त्याला कल्पना होती. तशीच सुंदरराव-मंदाला नि जगन्नाथपंत-शांतालाही होती. ठरलेल्या वेळेपेक्षा थोडे अगोदरच ते आले. येताच जेवणघरात जातीने लक्ष दिले नि हसत थोडी मस्करीही केली माझी.

घड्याळात बाराचे ठोके वाजले नि वक्तशीरपणे प्रताप आला. तो एवढा सुंदर आहे याची जाणीव या घटकेपर्यंत मला नव्हती. कारण मी त्याच्याकडे कधी तिऱ्हाईताच्या दृष्टीतून पाहिलेच नव्हते. एखाद्या टीकाकाराच्या दृष्टिकोनातून मी जेव्हा प्रतापकडे पाहिले, तेव्हा माझ्या बहिणींपेक्षा मी अधिक भाग्यवान आहे, याची मला खात्री पटली. त्याच्या चेहऱ्यावरचा मर्दानीपणा एवढा फुलून दिसत होता की, मला वाटले, सर्वांच्या देखत त्याला मिठी मारावी नि गळ्याभोवती हात टाकून सर्वांना विचारावे, ''कसा आहे माझा प्रताप–''

प्रताप माझ्याबरोबर किती तरी बोलायचा. तो विनोदी नव्हता, हळवा होता. अनेक वेळा तो त्याच्या बालपणीच्या आठवणी सांगायच्या. पोरका पोर. ना आई, ना बाप. असेच भरकटत बिचाऱ्याचे आयुष्य गेले. शिकायची इच्छा मारावी लागली. मॅट्रिक होताच नोकरी पाहावी लागली. काका-मामांनी त्याच्या शिक्षणासाठी केलेला खर्च पै नि पै फेडावा लागला.

त्याच्या डोळ्यांत चट्कन आसवे येत. दुसऱ्याच्या दुःखाने तोच रडायला लागे. कधी उलटून बोलणे त्याला मुळी शक्यच नव्हते.

पण म्हणून तो बावळा नव्हता. चलाख होता. कष्टाने घडवलेली उत्कृष्ट

आरोग्यदायक प्रकृती नि तेवढाच सात्त्विक भाव यांमुळे तर तो मला फारच आवडला होता.

पण आता मात्र प्रताप फारसा बोलत नव्हता. सुंदरराव व जगन्नाथपंत यांच्या भडिमारात कुठे तरी आधाराला भूमी तो शोधत होता. मी अधून-मधून त्याच्या साह्याला जात होते आणि आईचा हात तर सदैव पुढेच होता.

"तुम्ही काय करता?"

"मी खादी एम्पोरियममध्ये सेल्समन आहे–"

"सेल्समन?"

"होय."

क्षणभर स्तब्धता. मग सुंदरराव थोड्या वेळाने घसा खाकरून पुन्हा जम मांडण्याच्या थाटात म्हणाले, "बाकी, तेही काही वाईट नाही. सेल्समनचे सेल्स मॅनेजर होणारेही अनेक आहेत. मीच नाही का साधा कारकून म्हणूनच सुरवात केली नि आता– आता मी डेव्हलपमेंट सेक्रेटरी आहे आमच्या कंपनीचा."

आणि ते खदखदून हसले. त्यांच्या त्या हास्याचा अर्थ मी ओळखला. प्रतापच्या गुणावगुणांची वजावट करून त्यांनी प्रतापला पसंत केले, असाच त्याचा अर्थ. स्वत:च्या पायावर पुढे येणाऱ्या माणसाला दारिद्र्याची भीती वाटत नाही.

प्रताप निघून गेल्यावर ताईने व माईने माझी खूप चेष्टा केली. त्या एवढेच म्हणाल्या, "भाग्यवान आहेस." रात्री आईच्या कुशीत शिरले, तेव्हा सद्‌गदित स्वरात आई एवढेच म्हणाली, "बेटा सुमन, तुझी निवड नि:संशय चांगली आहे. पण मला वाईट इतकंच वाटतंय की, इतके दिवस मी तुला फुलासारखी सांभाळली; आता तुला गरिबी म्हणजे काय, ते कळेल. त्याच्या डोळ्यांत मला मोठं व्हायची लक्षणं दिसली नाहीत."

ती आई नसती तर मला वाटते– मी कडाडले असते, संतापले असते. उलट मी तिला अनेक प्रकारे समजावून सांगितले की, मला मुळातच सिनेमा-नाटके-श्रीमंती कपडे-दागदागिने यांची ताई-माईएवढी कधीच आवड नव्हती. शाळेत असताना त्या नेहमीच 'फॅशन मॉडेल्स' समजल्या जायच्या. मला साधी राहणी– वाटल्यास जुनाट राहणी म्हणा– मनापासून आवडते. खूप फिरावे, चांगले वाचावे, समुद्राच्या वाळूत बरोबरीच्या मुला-मुलींसह गप्पा ठोकत बसावे... माझ्या सुखाच्या कल्पना या आहेत, आहेत तशाच राहतील.

आई म्हणाली होती, "तू अगदी तुझ्या वडिलांच्या वळणावर गेली

आहेस. काही असो, माझे तुला आशीर्वाद आहेत.''

मी दहा वर्षांची असताना बाबा वारले असल्यामुळे मला बाबांची फारशी आठवण नव्हती. आईचे नि बाबांचे फारसे रहस्य नव्हते. केवळ तिच्यासाठी पुणे सोडून त्यांना मुंबईला जावे लागले. अर्थात आम्हाला पोटभर खाता यावे, एवढी माया त्यांनी खचित ठेवली होती.

आमचे लग्न थाटात झाले. लग्नानंतर चार दिवस निवांतपणे कुठे तरी जावे, अशी आमची इच्छा होती. आईने त्या प्रवासाचा खर्च देण्याची इच्छा व्यक्त केली. प्रताप एकदम म्हणाला, ''नको आई, फारसा खर्च काही लागणार नाही. नेरळला माझ्या मित्राचे मोठे घर आहे, ते मोकळेच आहे. तिथेच जाऊ आम्ही.''

ते आठ दिवस स्वर्गसुखाचे होते. भोवती गडबड नव्हती, माणसे नव्हती. केव्हा केव्हा तर असे वाटायचे की, या विश्वात आम्ही फक्त दोघेच जण आहोत, आणि हे विश्व तरी केवढे सुंदर! हिरव्या गार गर्द झाडीने व्यापलेल्या डोंगरराजींच्या पायथ्याला असलेल्या चिमुकल्या गावात आम्ही दोघांनी राजा-राणीसारखे का राहू नये! हवेत गारठा विलक्षण असे, पण आम्हाला तो तरी का जाणवावा? आणि रात्री हवा कशी असते, हे मुळी आम्हाला कळलेच नाही. लांब-लांबवर शेतांतून डोंगराच्या उतारावरून हातात हात गुंफवून आम्ही भटकत होतो. आडोसा असला तर प्रताप आपल्या मिठीत मला ओढून घेई. उघड्या हवेत दवाने अंग भिजलेले असताना उतरत्या टेकडीवर आपल्या प्राणसख्याच्या मिठीत जाताना कुणाचंही भान हरपायलाच हवे. जगाला क्षुद्र लेखीत त्या घट्ट मिठीत विरून जावे, असे मला अनेकदा वाटे. चुंबनांच्या बरसातीत दमछाट होई. अंग चुरडले जाई, कुस्करले जाई. सुख-दुःखांची गल्लत होई.

त्या निवांत वनराजीत आम्ही दिवसांच्या रात्री केल्या नि रात्रीचे दिवस केले. जे-जे जसे हवे तसे आम्ही घेतले, दिले. स्त्रीच्या भाग्याचा परमोच्च बिंदू मला लाभला.

मधुचंद्राहून आम्ही परतलो ते परळला एका छोट्या खोलीवरच्या आमच्या बिऱ्हाडी. आई म्हणाली होती, ''तुझ्या वाट्याला गरिबी येईल.'' पण निदान पहिले दिवस तरी गरिबी म्हणजे काय, ते मला समजलेले नव्हते. ही खोली लहान आहे याचे वैगुण्य वाटणे तर राहोच, पण ह्या खोलीचा लहानपणा ही आमची सोयच झाली होती. जरा हात पुढे केला की, हवे तेव्हा सुख हाती यावे.

माझ्या बहिणी जेव्हा मला भेटायला येऊ लागल्या, तेव्हा माझ्या गरिबीची

मला जाणीव होऊ लागली. त्या हेतुपुरस्सर काहीच करत नव्हत्या. पण त्यांच्या प्रत्येक भेटीत माझ्या चिमुकल्या घराच्या भिंती कोसळत होत्या. त्यांची सहानुभूती मला किळसवाणी वाटू लागली आणि प्रतापजवळ धडाडी नाही, हे आईचे म्हणणे मला हळूहळू पटू लागले. पाच-सात वर्षे एकाच स्टॉलवर तेच ते काम करणाऱ्याला महत्त्वाकांक्षा नाही, हे दुसरे कोणी सांगायला कशाला पाहिजे?

एकदा ताई नि माईला मी जेवायला बोलवायचे ठरविले, तर त्यांनी काही तरी अडचण सांगितली. मी पुन:पुन्हा आग्रह केला, तेव्हा त्या म्हणाल्या, "सुमन, तू काटकसरीने राहायला हवेस." हे शब्द जळत-जळत माझ्या अंत:करणात गेले.

प्रताप जर थोडा शहाणा असता तर मला वाटते, त्याला अधिक पगार, बढती अवश्य मिळाली असती. त्याच्यात काही कमी नव्हते. कमी होती धडाडी. पण म्हणून हे असे कसे चालणार?

तेवढ्यात मला दिवस गेल्याचे माझ्या ध्यानात आले. तेव्हा मात्र आमच्या संसाराचे मूळचेच तुटीचे बजेट सपशेल कोसळणार, हे माझ्या ध्यानात आले आणि मला प्रतापला कधीही न आवडणारा विषय काढावा लागला. "प्रताप, कापडिया शेठजवळ तू पगारात वाढ मागायला हवीस हं आता–"

"ती का?"

"एकाच जागेवर सात वर्षे तू काम करतो आहेस. सर्वांत जास्त विक्री तुझी आहे. मग काय झाले पगारवाढ मागितली तर–"

त्याची चुळबूळ पाहून मी म्हणाले, "आपल्या घरात आता आणखी एक पाहुणा येणार आहे. त्याच्या स्वागतासाठी आणखी खर्च नाही का व्हायचा? मग विचारशील ना उद्या पगारवाढीबद्दल?"

अनेकदा तगादा केल्यावर प्रतापने भीत-भीत पगारात वाढ मागितली आणि अपेक्षेपेक्षा जास्तच नि तीही घासाघीस न करता शेठनी दिली.

बाळंतपणाचे दिवस जवळ येत चालले, आपल्या भाच्याचे– बाळाचे कपडे, प्रसूतीचा खर्च आपण करणार, असे माझ्या बहिणींनी सांगितले; तेव्हा क्षणभर मला बरे वाटले. पण त्यातला अर्थ माझ्या ध्यानी येताच संतापाखेरीज माझ्या अंत:करणात काही उरले नाही. प्रतापला मिळालेली पगारवाढ माझ्या नव्या औषध-पाण्यातच खर्च होऊ लागली होती. रात्री तो घरी येताच मी म्हणाले, "प्रताप, कापडिया शेठची अशीच इच्छा आहे का रे की, याच स्टॉलवर जन्मभर तू सडत राहावेस? त्यांच्याजवळ काही तरी जबाबदारीचे

काम मागून तर पाहा-"

या वेळेस त्याने अळंटळं केली नाही. दुसऱ्या दिवशी तो मला म्हणाला की, असिस्टंट मॅनेजरची एक जागा खाली होत आहे, ती मला द्यायचे शेठनी कबूल केले आहे.

यासारखी आनंदाची गोष्ट कोणती? मला वाटले, मनात क्वचित राग ठेवून मी कदाचित प्रतापला काही सुखे देऊ केली नसतील, तर त्याची भरपाई मी केलीच पाहिजे. मी हर्षभराने प्रतापला बिलगले. मी त्याच्याभोवती घट्ट मिठी घातली, पण प्रतापकडून त्याला जबाब आला नाही. मिठी परत मिळाली, पण त्यात ऊब नव्हती. त्याच्या मस्तकावरची एक शीर उडत होती; नि खुशीत यायच्या ऐवजी तो गंभीर झाला होता. मी आता स्वत:हून मस्ती करू शकत नव्हते, पुढाकार घेऊ शकत नव्हते. प्रतापने काही उत्सुकता दाखविली नाही. उघड्या-वाघड्या अंगोपांगांवरून हात फिरला नाही, का प्रेमाची बरसात घडली नाही.

दुसऱ्याच दिवशी माझ्या बहिणी घरी आल्या. नित्याप्रमाणे त्या माझ्यावर सहानुभूतीचा वर्षाव करू लागल्या; तेव्हा मला सांगताना अभिमान वाटला की, आज प्रताप मोठा होणार आहे. माझ्या इतर मेव्हण्यांच्या बरोबरीचा होणार.

आणि, प्रताप असिस्टंट सेल्स मॅनेजरच्या पदावर आरूढ झाला. पगाराच्या दिवशी एकदम शंभराच्या काही नोटा घरी आल्या, तेव्हा मी हर्षभरित झाले होते. माझे स्वप्न खरे होत चालले होते. मी माझ्या त्या अवस्थेतही नाचू लागले. मला वाटले की, प्रतापला अगदी निकट घ्यावे. पहिल्या रात्री ज्या तीव्रतेने जवळ आलो, त्याच तीव्रतेने पुन्हा जवळ यावे. प्रताप उदासीन होताच आणि मलाही माझ्या या अवस्थेत पुढाकार घेणे शक्य नव्हते.

मग शरावतीचा जन्म झाला. तिच्या बारशाच्या दिवशी मी प्रतापला म्हणाले, "कदाचित आणखी एखादी बढती तुला मिळणार म्हणून शरूचा जन्म झालाय. म्हणतात ना- पहिली बेटी, धनाची पेटी. तू सहजगत्या कापडियांना भेटून पाहा-"

तीच वेळ अखेरची की, 'बढतीची तू खटपट कर, असे मला सांगावे लागले. त्यानंतर त्याने काय किमया केली, कोण जाणे! एका मागोमाग भराभर यशाच्या पायऱ्यांवरून तो उड्या मारीत निघाला. आता सुंदरराव नि जयवंतराव यांच्या बैठकांत तोही भाग घेऊ लागला. एवढेच नव्हे, तर त्यांना चार गोष्टी शिकवू लागला.

आम्ही सायनला नुकत्याच बांधलेल्या गेलेल्या एका नव्या छोट्या ब्लॉकमध्ये जागा बदलली. आमच्या हुद्द्याला नि दर्जाला शोभेल असेच हे निवासस्थान होते. पण का कुणास ठाऊक, मी मात्र तेवढी सुखात नव्हते. त्या परळच्या छोट्याशा खोलीमध्ये आम्ही आमचे दोघे होतो. प्रताप हा त्या वेळेला जरी कुणी मोठा नव्हता, तरी त्या चिमुकल्या विश्वात तो माझ्या अवतीभोवती आहे, असे मला सदैव वाटायचे. आता तो नव्या नेमणुकीमुळे सदैव गडबडीत-रिपोर्टांच्या अभ्यासात-धांदलीत असे. रात्री त्याला उशीर होई. सुट्टी कधी घेता यायची नाही किंवा तो यायच्या आधी मला झोप लागे. तो दमून आलेला असला तर शरावतीचे सारे आटपून मी त्याच्याजवळ जायच्या आधीच तो झोपी जायचा. आमच्या छोट्या खोलीमध्ये धड पलंग म्हणता येणार नाही, धड बाक म्हणता येणार नाही असा जो पलंग होता; तो नव्या जागेत अडगळीत जमा झाला होता. पण तो छोटा पलंग नसल्यामुळे म्हणा किंवा काही म्हणा, प्रतापच्या शरीराची सोबत मला दुरावत चालली. आमच्या मीलनाच्या अनेक रात्री आणि दिवससुद्धा त्या चिमुकल्या पलंगावर गेले होते. आमच्या दोघांच्या भाराने तो कुरकुरत असे; पण तरीही आम्ही तिकडे लक्ष देत नव्हतो. त्याच्या दृष्टीने आम्ही दोघे असलो तरी आम्ही एकच होतो– एकच होत होतो.

तो पलंग दुरावला. ती ऊब दुरावली. ते सुख हरपले. ती कुरकुरही कानांवर येईनाशी झाली.

शरावतीच्या जन्मामुळे मी गबाळी, जाडजूड, सौंदर्यशून्य तर झाले नसेन आणि म्हणून तर मी प्रतापला आवडत नसेन? मी शाम्पू लावून स्नान केले. देखणी साडी नेसले. वक्षभागांचा डौल पुन्हा साधण्यासाठी नव्या ब्रेसियर्स घातल्या, नवे सेंट्स वापरले. नव्या सॅन्डल्स घातल्या नि एक दिवस शरावतीला आईच्या घरी ठेवून सरळ एम्पोरियममध्ये गेले. संध्याकाळचे सहा वाजले होते. एका छोट्या केबिनमध्ये – ज्या केबिनमध्ये मला एकदा नोकरीच्या मुलाखतीसाठी जावे लागले होते– तेथे मला पाहून प्रताप आश्चर्यचकित झाला. समोर बसलेल्या काही इसमांचे काम पुरे करून त्यांना त्याने वाटेला लावले नि मला विचारले, "इकडे– आता?"

"हं, आले तुला भेटायला. म्हटले, बरेच दिवस झाले– आपण बाहेर जेवलो नाही, कुठे चांगल्या पिक्चरला गेलो नाही. तुला आश्चर्यचकित करावे. पुन्हा एकदा एम्पोरियममधल्या पहिल्या भेटीची उजळणी घ्यावी."

प्रताप माझ्याकडे विस्मित नजरेने पाहत होता. माझ्या रूपाचा गंध ग्रहण

करीत होता. सौंदर्याने सुखावला होता. त्याने माझा हात हातात घेतला नि घट्ट दाबत तो घोगऱ्या स्वरात म्हणाला, ''माझे काम आटोपलेच आहे. आपण निघू या.''

आणि त्या संध्याकाळची पिसे हवेत उडू लागली. मला वाटले, माझी हरपलेली सुखे पुन्हा माझ्याकडे वळली. माझे प्रतापबरोबर चालणेसुद्धा सुखाचे होते. आम्ही पिक्चरला गेलो, खेटून बसलो. चित्रपटांतल्या उन्मादक प्रेमाने धुंद झालो. प्रतापचे सरावलेले हात हळूहळू माझ्या बाहुगोलाकडे वळू लागले. गालांवर गाल घासले गेले.

माझ्या कपड्यांचे, सुगंधाचे सार्थक झाले. मग आम्ही काही तरी जेवलो-बोललो. तरंगत घरी केव्हा जातो असे झाले होते. आम्ही टॅक्सी दादरला आईच्या घराशी थांबवली. झोपलेल्या शरावतीला घेतली नि सायनला घरी परतलो.

दार उघडून शरावतीला पाळण्यात ठेवण्याइतकाही धीर प्रतापला झाला नाही. मला तरी कुठे होत होता? पुन्हा माझे कौमार्य मला जणू गवसले होते. पुन्हा नर मादीला चुचकारणार होता. खोटी शरम, अकारण लज्जा आता उद्‌भवली होती.

मी एकदम त्या जबरदस्त मिठीत गुदमरले. गालांचा चावा घेतला गेला. ओठांवर ओठ मुडपले आणि जर मधे बफर्स नसते, तर माझ्या छातीचे चूर्ण होऊन गेले असते. नकळत प्रतापच्या पौरुषाने मला घेरले आणि एका विशिष्ट नशेत मी धुंद होऊ लागले.

या साऱ्या वैभवाची– पौरुषाची मी एकमेव मालकीण होते. मला ते पुरेपूर मिळत नव्हते. मला वाटते, मला पूर्वी हवी होती त्याहीपेक्षा प्रतापच्या या पौरुषाची अधिक गरज होती. एकदा त्या ऊर्मीने माझ्या देहाला चव दाखविली होती. माझा देह आता सरावला होता. एक विशिष्ट कालचक्र फिरले की, शरीर बंड करायला लागे.

मी अगदी रसरसून आले होते. बाळंतपणानंतर सुखावलेल्या शरीरग्रंथी आता अनावरून पाझरल्या होत्या. त्या मिठीला मीही मोठ्या आवेशाने जबाब दिला.

पण फुग्याला अकस्मात भोक पडावे नि तो निर्जीव व्हावा, तसे घडले. ताठ्याने डुलणारा महावृक्ष एकदम जमीनदोस्त व्हावा, असे झाले.

प्रतापची मिठी सैल झाली. त्याच्या डोळ्यांतला पौरुषाचा अंगार विझून

गेला. माझ्या भोवतालची रग हलकी झाली आणि बघता-बघता प्रताप दूर झाला.

माझ्या शरीराला ते कबूल नव्हते. उसळत्या तारुण्याला म्हणे, आवर हवा. धगधगत्या धगीला म्हणे, फुंकर हवी.

मी प्रतापवर तुटून पडले. प्रथम बिलगले, मग लटकले– मग चिकटून बसले. त्याच्या सर्वांगाला स्पर्शू लागले; पण चेतनाहीन लाकडी ओंडक्याला स्पर्शाची काय जाण? प्रतापच्या लोहमय शरीरयंत्राचा स्क्रूही हलला नाही.

काय होत होते, ते मी समजू शकले नाही. पण प्रतापला मी फुलवू शकले नाही. सांगताना अनेकदा शरमेने मान खाली जावी अशा सर्व प्रकारांनी मी त्याच्याकडून सुख मिळविण्याचा यत्न केला.

त्यानंतर प्रतापकडून कधीच पुढाकार घेतला गेला नाही. मी मात्र पुन: पुन्हा यत्न केले, लज्जास्पद यत्न केले, पण मी त्या सुखाला कधीच पात्र ठरले नाही. प्रताप निर्विकार चेहऱ्याने पुतळ्याप्रमाणे स्तब्ध राही. मी थकून-गळून केव्हा तरी झोपी जाई.

मग मला अकस्मात शंका आली की, प्रतापचा अन्य स्त्रियांशी संबंध असला पाहिजे आणि पुरुषधर्माची सारी सुखे त्या स्त्रियांना दिल्यामुळे तो त्यापासून मला वंचित करीत असला पाहिजे. दिवसेंदिवस हा माझा समज बळावत चालला. खरेदीच्या निमित्ताने तो गावोगाव जात असे. मोठमोठे व्यापारी अशा तऱ्हेची प्रलोभने दाखवून आपला माल अशा सेल्स मॅनेजरकडून उठवतात, अशा अनेक कथा मी ऐकल्या होत्या. सिंधी व्यापारी, पंजाबी दलाल यांच्या व्यापारात त्यांची विक्रीची चतुराई जशी महत्त्वाची, तशीच ही प्रलोभनेही महत्त्वाची.

ह्या शंकेने मी अधिकाधिक व्याकुळ झाले. केवळ माझ्यामुळे प्रतापच्या आयुष्याचे सोने झाले, अशी माझी समजूत. माझ्या टोचणीमुळे साध्या सेल्समनचा तो सेल्स मॅनेजर झाला; पण त्या पदावर आरूढ होताच माझ्याकडे दुर्लक्ष करून सर्वसामान्य बाजारी स्त्रियांच्या वाटेकडे तो निघाला.

माझ्यात काय कमी आहे? बाळंतपणानंतर माझ्या आरोग्यात आणि देहाला निराळेपण आले आहे. लोक आता माझ्याकडे मुद्दाम बघतात, मनात हुरहुरतात. माझ्या तारुण्याने घेतलेले हे रूप त्यांना चकित करते आहे, यात शंका नाही. माझ्या रूपाची मीच काय स्तुती करावी? मला माझ्या अपुऱ्या वक्षांची पूर्वी रुखरुख असे. आता शरावतीसाठी त्यांनी कुंभरूप धारण केले आहे. शरावतीने त्यांना आकार दिला– रूप दिले आहे, अर्थ दिला आहे.

पण उपयोग काय या साऱ्या सौंदर्याचा नि आरोग्याचा? हवे आहेत कुणाला हे वक्ष? जिथून पूर्वी कधी हात सरकत नव्हता, तिथे तो आता ठरत नव्हता. पूर्वी त्या छोट्या खोलीत मला उघडी-वाघडी पाहण्याचा एकही मोका प्रतापने दवडला नाही. मी आंघोळ करताना एकदा तरी तो दार उघडायला लावी. कपडे बदलताना थोडा वेळ तरी पहिल्या वस्त्रांचा मला पूर्ण त्याग करावा लागे. त्याची खुशी होईल तेव्हा मग दुसऱ्या साडीची घडी मोडली जाई नि ब्लाऊज बदलायला तर कधी कधी तास लागे.

असेच दिवस चालले होते. रात्री अतृप्तीने जळावे, दिवसा विरहाने जळावे. अनेक दिवसांनी कलकत्त्याच्या सफरीहून एकदा प्रताप आला. मला वाटले, आता तरी केवळ बदल म्हणून माझी त्याला आवश्यकता उत्पन्न होईल. मी जेवण-खाण घाईघाईने आटोपले, शरावतीला निजवली आणि मोठ्या आशेने शय्यागृहात शिरले. प्रताप घोरत होता. मी संतापले. त्याच्या अंगावरचे कपडे मी ओढून काढले नि माझेही काढून टाकले आणि प्रतापला घट्ट मिठी मारली.

प्रताप माझ्याकडे बघत होता. माझे रौद्र स्वरूप त्याला नवे होते. त्याने मला जवळ घ्यायचा प्रयत्न केला. त्यात जीव नव्हता. तो म्हणाला, "आज नको सुमा, मी दमलो आहे!"

"मग केव्हा? किती महिने झाले, माहीत आहे?"

"तरीपण आज नको–"

"का? माझा तुमच्यावर हक्क नाही? तुमची बाहेर सोय होत असेल हो, पण मी काय करू?"

"माफ कर सुमा, माफ कर. मी–"

"त्या हलकट बायकांना जवळ करता, तेव्हा तुम्ही दमलेले नसता– तेव्हा तुम्हाला विसावा नको असतो."

"नाही सुमा, तुझ्याशिवाय कोणाही स्त्रीला मी स्पर्श केलेला नाही."

"काय?"

"होय सुमा, खरे तेच सांगतो. शरावती शपथ!"

"मग... मग मी तुम्हाला नकोशी का झाले प्रताप? माझं काही चुकलंय का? सांग-सांग."

"नाही. तुझे काही चुकले नाही– नाही."

"मग माझ्यावर रोष का तुझा सांग?"

"नाही सुमा, मला सांगायला लाज वाटते. मला अधिक लाजवू नकोस.''

"सांग, सांग प्रताप मला– माझ्यापासून चोरून नको ठेवूस!''

"सुमा, जगाला एक वेळ कळले तरी चालेल– तुलाच, फक्त तुलाच ते कळायला नको आहे.''

प्रताप रडायला लागला. माझ्या अंत:करणात उद्भवलेली कणव एकदम नष्ट झाली. प्रतापचे रडणे मला तरी नाटकी गोष्ट वाटली. मी ओरडले, "पुरे झाले नाटक. रडायला काय झालंय? पुरुषासारखा पुरुष...''

प्रतापने डोळे वर केले. तो कळवळला नि एकसुरी विचित्र आवाजात म्हणाला, "नाही गं, नाही सुमा– पुरुष राहिलो नाही मी.''

"म्हणजे?''

"होय.''

"म्हणजे काय? असे अर्धवट सांगू नकोस रे– मला एकदा काय ते कळू दे रे!''

"मी आता पुरुष राहिलो नाही सुमा. काय झालंय, तेच मला कळत नाही. पण गेले कित्येक दिवस हे घडतंय. माझी वासना मरत चाललीय; मरून गेलीय. मला तू हवीशी वाटतेस. तुझा भरदार देहभार मिठीत घ्यावासा वाटतो. वाटते की, तुला अनावृत करावी नि तृप्त करावी. आपल्या देहाच्या मीलनावेळी पूर्वी वेडसर व्हायचीस, तशी वेडी करावी तुला. एखाद्या प्रचंड यंत्राच्या आवाजाने धुंदी चढावी तशी तुला चढे– तो वेडसरपणा, ती धुंदी कशी माझ्या पौरुषाचे कौतुक करी. तुझ्या मानाने मी केवढा धिप्पाड. पण तू–तू मला पुरी पडत होतीस. आता काय झालंय, कसं झालंय; ठाऊक नाही. झालंय खरं. एक वेळ मी बाहेरख्याली असतो आणि त्यासाठी तुझी निर्भर्त्सना ऐकावी लागली असती तरी खेद नव्हता. पण... पण पुरुषार्थ गेल्यावर काय नि कोणत्या तोंडाने सांगू तुला?''

"पण का? का असे झाले?''

"मनुष्य या गोष्टी कशा सांगू शकणार?''

"नाही, नाही. असे काही तरी भलतेच होणार नाही. तुझ्या सामर्थ्याचा मी अनुभव घेतला आहे. हजारांत एखादा पुरुष तुझ्यासारखा असणार आणि काही कारण नसता तू मला सांगतो आहेस की, तू आता पुरुष उरला नाहीस? छी:–''

"सुमा, सत्याकडे पाठ कशाला फिरवायची? एकदा नव्हे, पाच-पन्नास

वेळा तू माझ्या शरीराला बिलगलीस, माझ्या शरीरावर जबरदस्ती केलीस. पण तुझ्या लोभनीय उघड्या-वाघड्या देहामुळेसुद्धा माझ्या देहातला अणु-रेणू फुलला नाही.''

''पण याला काही उपाय नाही?''

''नाही.''

''म्हणजे– म्हणजे–'' त्याच्या त्या वाक्याचा सरळ अर्थसुद्धा मानायला माझे मन तयार नव्हते. पण पाणी जमिनीत नकळत झिरपावे तसाच तो अर्थ माझ्या मनात शिरून गेला.

''तू डॉक्टरांना का दाखवीत नाहीस? मी करू का परेरांना फोन?''

''काही उपयोग नाही. त्यांनी मला तपासलंय.''

''मग काय म्हणाले ते?''

''काही उपयोग नाही म्हणाले. हे असंच चालणार. ते एकच नव्हे, तर दहा डॉक्टर असेच म्हणाले.''

''प्रताप! अरे, हे तुला सांगवते तरी कसे? माझ्या अंत:करणाचे तुकडे होताहेत, पण निदान तरी काय केले डॉक्टरांनी?''

''ते मला त्यांनी सांगितलं नाही.'' ओठ दाबून घेत प्रताप म्हणाला. त्याचा अर्थ मी ओळखला, कारण त्याला सांगायचे नव्हते.

प्रताप कोपऱ्यात खाली मान घालून रडत होता. माझा पहिला आवेश ओसरताच– राग ओसरताच– माझी मला शरम वाटली. केवळ शरीरभोगाचे केवढे रौद्रमय स्वरूप मी त्याला दाखवले! वासनेच्या आहारी जाऊन मी केवढी घसरले! प्रताप माझा नवरा होता, शरावतीचा बाप होता. माझा सखा होता. त्याच्यावर रागावून मी करणार काय? त्याचा अपराध काय? त्याला या सुखापासून वंचित झाल्यामुळे केवढा मन:स्ताप सोसावा लागत असेल... आपल्या पत्नीला या गोष्टी खुलासेवार सांगताना त्याला केवढे शरमिंदे व्हायला झाले असेल?

त्याचा काळवंडलेला चेहरा मी आता कोणत्या तोंडाने पाहू? मी माझ्या बायकोच्या कर्तव्याला जागले का आईच्या–

मी प्रतापजवळ गेले आणि त्याला घट्ट मिठी मारली. अनुतापाशिवाय दुसरे काहीही आता माझ्या अंत:करणात उरले नव्हते. ''प्रताप, मला क्षमा कर. मी चुकले.''

''नाही. सुमन तू चुकली नाहीस; तूच बरोबर आहेस. तुला वाटतो

तेवढा हा प्रहार सोपा नाही. तू तो सहन करू शकणार नाहीस.''

ते खरे होते. पुरुष नसलेल्या पुरुषाची पत्नी म्हणून राहायचे तरी कसे? पलंगावर शेजारी झोपणारी व्यक्ती धड पुरुष नाही, की जिच्या मिठीतून सुखाची बरसात व्हावी; की धड स्त्रीही नाही, की जिच्या सहजीवनात व्यथेच्या व्रणांना फुंकर मिळावी.

कठीण होते, खरेच कठीण होते. आता कुणासाठी आंघोळ करून अर्धवस्त्राने घरात वावरायचे? तंग काचोळ्या घालायच्या अन् पारदर्शक वस्त्रे वापरायची? सुगंध चोपडायचे? न्हाऊन येताना मोहरणारा देह, फुलणारा देह कशासाठी शृंगारायचा? मुका मिळणार म्हणून सर्वांआधी सारे आटपून बसायचे. घरात पुरुष नाही, त्या घरात राहायचे कसे?

मी अविवाहित किंवा विधवा असते, तर पुरुषाभावाचे दु:ख मी विसरू शकले असते. वाणी, माळी, नोकर, मास्तर यांसारखे घरात दर दिवशी येणारे पुरुष आहेत. निसर्गाचा खेळ ते मुक्तपणे करू शकतात. माझे लग्न झाले आहे, माझा समर्थ नवरा अस्तित्वात आहे; यामुळे ते पौरुषाला संयम घालून अदबीने वागणार, खालच्या मानेने वागणार आणि मी मात्र या हलक्या, मामुली, सामान्य पुरुषांकडे बुभुक्षित नजरेने पाहणार. हलवायाच्या घरच्या माशेळ्या मिठाईवर नजर टाकावी, तशी. का, तर ते पुरुष आहेत! त्यांच्या बायकांना आपण किती भाग्यवान आहोत याची जाणीव तरी असेल काय?

कामतृप्ती हा विवाहाचा केवळ एक भाग आहे, असे तुम्ही म्हणणार. खरे आहे. सामान्य परिस्थितीत ते खरेही आहे. पण कामतृप्ती जेव्हा अशक्य असेल, तेव्हा हा एक सामान्य भागच वैवाहिक जीवन खाऊन टाकतो. जीवनाकडे पाहण्याची सारीच दृष्टी काम विकृत करून टाकतो. साधे जीवनसुद्धा बिघडवून टाकतो.

आणि केवळ ती क्षुल्लक बाब मानणेही हास्यास्पद आहे. हे जीवन पत्करायचे, तर तक्रार न करताच पत्करायला हवे होते. म्हणजे प्रताप बाहेर आला की, सामोरे जायला हवे. क्वचित मिठीत शिरायला हवे. गाल पुढे करावयास हवा. कधी जबाबही द्यावयास हवा. अंथरुणावर शेजारी-शेजारी झोपावयास हवे. त्याच्या करमणुकीसाठी त्याला आपल्या देहाशी खेळू दिले पाहिजे आणि वासनेचा जो गदारोळ उठेल त्यात तृप्तीची अपेक्षा न ठेवता, चिडीची भावना न उठू देता– उठून जाता कामा नये, थंड राहिले पाहिजे.

मी प्रतापचे दु:ख जाणायला हवे होते, हा कविविचार झाला. मी जाणत

होते, पण माझे शरीर जाणू शकत नव्हते. त्याचा अनेकदा अपमान होई. तो गिळून टाकी. मी त्याने अधिकच चिडे. तो निघून जाई. मी मग पश्चात्तापाने पोळून जाई आणि त्याच्या गळ्यात गळा घालून रडरड रडत असे.

आयुष्य असेच सरकत होते, रोज-रोज कठीण. प्रतापमध्ये काही सुधारणा नव्हती. उलट, सुधारणा होणे अशक्य असल्यामुळे तो मनाने माझ्या अधिक जवळ यायला पाहत होता. प्रतापच्या शरीरेच्छा काही मेलेल्या नव्हत्या, उलट त्या अधिकच प्रबळ होत होत्या. म्हातारपणी वासना जशी विकृतीचे रूप घेते, तशा. मनाचा वेग शरीराला पेलेनासा झाला, म्हणजे तसे होते. त्याने माझ्या इच्छा तृप्त करण्यासाठी निकराचे प्रयत्न करावेत आणि ते असफल झाले की, कण्हत रात्र काढावी.

तो प्रसंग मी टाळायला हवा होता. शरावतीला कसलीशी कणकण आली होती. कामावरून येताच मी प्रतापला डॉक्टरला बोलवण्यास सांगितले. तो म्हणाला, ''वेडी आहेस का तू सुमा? थंडी-वाऱ्याचा ताप आहे. होईल तो बरा उद्या. त्यात घाबरायचं काय?''

''घाबरायचं काय?'' मी चिडून व तिरस्काराने म्हणाले, ''आणि या आजारात शरावतीचे काही बरे-वाईट झाले, तर दुसरे मूल देण्याची ताकद आहे का तुमच्यात?''

प्रतापने खाली मान घातली व तो निघून गेला.

संध्याकाळी जेवणानंतर मी झाकपाक करून आले, तेव्हा खुर्चीवर बसून प्रताप माझीच वाट पाहत असावा.

मी पुरती बसायच्याही आधी तो म्हणाला, ''सुमा, आपण आता घटस्फोट घेतलेला बरा. आपण अशा तऱ्हेने तिरस्कार करीत जीवन जगण्यापेक्षा घटस्फोट अनेक पटींनी बरा.''

''घटस्फोट?'' मला वाटले, माझा श्वास कोंडलाच. वास्तविक, हा विचार माझ्या मनात अनेकदा आला असेल; पण प्रतापच्या तोंडून तो विचार ऐकताच मला तो असह्य झाला. भयप्रद वाटला. अशा तऱ्हेने आम्ही तरी किती काळ एकत्र जगणार होतो? पण तरीही 'घटस्फोट' हा मराठी भाषेतला सर्वांत गलिच्छ शब्द.

मी काहीच उत्तर देत नाही, असे पाहून तो म्हणाला, ''मी तुझ्यावर रागवावे, असे खरे म्हणजे काहीच नाही. तू तरी किती सहन करायचंस? मलाही मर्यादा आहे. म्हणून वेळच्या वेळीच आपण हा निर्णय घ्यावा.''

“आणि शरावती– तिचे काय? बापाशिवाय तिला येईल जगता?”

“नवऱ्याशिवाय बायको जगू शकते, तर बापाशिवाय मुलालाही जगायला शिकले पाहिजे. आणि सुमा, तूसुद्धा अशी एकटी राहणार नाहीस. शरावतीलासुद्धा–”

या त्याच्या उद्‌गारांनी मला भरून आले. त्याच्या डोळ्यांत पाणी होते आणि माझ्या हृदयात अश्रू होते. त्याच्या दृष्टीने कोणते भवितव्य पुढे होते? मी चट्‌कन पुढे झाले आणि त्याला बिलगले. त्याच्या स्कंधावर मस्तक विसावले आणि त्याच्या ओठांवर ओठ घासत म्हणाले, “या जन्मात तरी मी तुझ्यापासून दूर होणार नाही. माझ्यावाचून– शरावतीवाचून तू काय करशील?”

“कुणास ठाऊक!”

एकमेकांच्या मिठीत आम्ही किती तरी वेळ होतो. त्याच्या छातीचा तो मर्दानी स्पर्श माझ्या स्तनांना सुखवीत होता. हेही सुख काही कमी नव्हते.

प्रत्येक वेळेला वासनेचा महापूर वाहिलाच पाहिजे का? देहाच्या सर्वच नाही तरी अधिकांश भागाला तरी सुख होतंय ना? मग मी उरलेल्या सुखाचा त्याग का न करावा?

या भावनांच्या आवेशाच्या लाटेत प्रताप रंगत चालला. त्याच्या मिठीतला आवेश वाढला. ओठांची हालचाल रंगली. मला वाटले, मृत स्नायूंना संजीवनी मिळाली. हरपलेले श्रेय गवसले.

पण नाही. वासनेच्या खेळाचा शेवट तृप्तीत होऊ शकला नाही. तो घृणास्पद प्रसंग निराशेत, यातनांत आणि तिरस्कारात संपला.

दिवस जात होते. अधिक उदासीनता, अधिक यातना. मनाला स्वस्थता लाभेना. झोप कमी झाली. डॉक्टरांनी झोपेच्या गोळ्या दिल्या. प्रथम-प्रथम एखाद्या गोळीने झोप येई, मग त्यांचे प्रमाण वाढत चालले आणि मग जेव्हा मी त्या गोळ्यांच्या अधीन व्हायला लागले, तेव्हा डॉक्टरांनी त्या गोळ्या देण्याचे नाकारले.

मग त्या गोळ्या मिळविण्यासाठी एका डॉक्टर मागोमाग दुसरा डॉक्टर.

अशा एका रात्री एका वेळेस जास्त गोळ्या घेतल्या गेल्या आणि वेळीच ध्यानात आले, म्हणून प्रतापने धावाधाव करून हॉस्पिटलमध्ये नेऊन मला वाचवले. मग आम्ही घरी आलो. घरी येताच प्रताप दिसला. तो दुखावलेला होता. तो एवढेच म्हणाला, “सुमन, हा आत्महत्येचा प्रयत्न झाला आणि यापुढे आपण एकत्र राहिलो तर असे प्रसंग वारंवार येतील, अशी मला भीती वाटते.”

"नव्हते रे, मी आत्महत्या करीत नव्हते. मी आत्महत्या कशी करीन?"

"थांब–" मोठ्या करड्या स्वरात तो म्हणाला, "मला स्पष्टीकरणे नकोत. मी हे घर सोडून जायचं ठरवलंय. इथल्या सर्व गोष्टी, माझी सर्व शिल्लक, शेअर सर्टिफिकेट्स, हे सारे मी तुला देतो आहे. चार-दोन वर्षे तरी तुला काळजीचे कारण नाही. तोपर्यंत शरावतीची काही तरी व्यवस्था करता येईल–"

"म्हणजे, तू मला सोडून जाणार कायमचा?"

"होय, कायमचा. आणि सोडून जाणार, तेही यापेक्षा अधिक कटुता येऊ नये म्हणून– समजलीस. माझे स्थिरस्थावर होताच मी तुला पत्ता पाठवून देईन. घटस्फोटाची नोटीस तू तिथे पाठव."

पाठामोरा होऊन खरोखरीच तो दिसेनासा झाला.

त्याच्या विरहाचा पहिला तडाखा जरबदस्त होता. मी आता एकटी होते. शरावती आता पोरकी होती. माझा जोडीदार मला सोडून गेला होता. पण थोड्या अवधीत ह्या विरहाच्या प्रहाराचे दुःख ओसरू लागले. आईला किंवा अन्य कुणालाही मी खरे काय ते सांगू शकत नव्हते. पण आपल्याला आता स्वतंत्रपणे राहायचं, या दृष्टीने मी हात-पाय हलवू लागले.

एक दिवस प्रतापचे मला पुण्याहून पत्र आले. त्यात त्याने आपला पत्ता दिला होता. घटस्फोट कोणत्या पद्धतीने घ्यावा, याविषयी सूचना दिल्या होत्या. मी लगोलग आमच्या कुटुंबाचे एक वयस्क वकील भांबुरकर यांना घटस्फोटाचा दावा करावयास सांगितले. अलीकडे ते फारसे काम करीत नसत. त्यांनी आपल्या वकील मुलाला– जयंताला बोलावून माझी केस चालवण्यास सांगितले. त्या केसच्या निमित्ताने माझी नि जयंतची गाठ वारंवार पडू लागली. इच्छा नसली तरी अन्य विषयांवर त्याच्याशी बोलावे लागू लागले. कोर्टातील कामे काही वेळेवर होतात, असे नाही. त्या मधल्या वेळात एखाद्या उपाहारगृहात ते नेऊ लागले नि केवळ वकील यापेक्षा ते अधिक निकट येण्याचा यत्न करू लागले.

मीही एक हिंदू स्त्री– विवाहित स्त्री– तरुण स्त्री. वैवाहिक सुखाला वंचित झालेली, नवऱ्यापासून विभक्त होऊ इच्छिणारी; तरीसुद्धा परपुरुषाच्या सलगीत मला जरा अवघडल्यासारखेच वाटत होते. पण आपण तरुण आहोत, आकर्षक आहोत; आपलाही अजून अनुनय होऊ शकतो, या भावनेने मी मोहरू लागले होते. झाडाखालचा पाचोळा विसरला जाऊन मोहोराचे तुरे दिसू लागताच जीविताला रंग येऊ लागला. मनाच्या इच्छेविरुद्ध शरीर त्याला साथ देऊ

लागले. उबदार कोचावर तरुण स्त्री-पुरुषांच्या हास्यकल्लोळांत, सिगारेटच्या खुशबूत, तरुण पुरुषांच्या सान्निध्यात पेय घेताना, विनंती ऐकताना माझ्या मनाला विरंगुळा सापडला तर त्यात अनीती होती का?

मी जयंतला उत्तेजन कधीच दिले नाही. माझी खात्री आहे की, मी नजरेत स्निग्धता आणण्याचा अवकाश होता की तो उमदा, तरणाबांड, नव्या उमेदीचा, प्रतिष्ठित पुरुष माझा झाला असता आणि माझ्या आयुष्यातला काळोख संपून पुन्हा नव्या सुखद संसाराच्या वाटचालीला मी लागले असते.

जयंत हा एक आकर्षण तरुण. तोंडात पाईप ठेवून तो बोबडे बोले, तेव्हा कुणाही स्त्रीला त्या पाइपाचा मत्सर वाटला असता. त्याचा चुकून होणारा स्पर्श जर एवढा गोड होता; तर त्या सुखासीन, कोवळ्या, लाडक्या देहाची ऊब किती चांगली असेल! पण कितीही चांगला असला तरी तो परपुरुष होता. इच्छा असो वा नसो माझ्या लाडक्या प्रतापची सत्ता तो असो वा नसो– कधीच संपत नव्हती. पण जयंत नि प्रतापची तुलना करण्यात अर्थ नव्हता. प्रतापला मी तरीही विसरू शकत नव्हते, यातच प्रतापचा मोठेपणा होता. ज्या-ज्या वेळेस माझ्या मनात मोहाचा झेंडा उभा राही, तेव्हा प्रतापच्या राकट शरीराच्या अनंत स्पर्शांच्या केवळ आठवणी मला त्यातून वाचवीत होत्या.

आणि शरावती– तिनेही प्रतापची आठवण जागी ठेवली होती. जेवताना, झोपताना, फिरताना मला ती विचारी, "पप्पा कुठे आहेत– पप्पा केव्हा येणार?" तिला केव्हा तरी हे सर्व कळायला हवे होते; पण ते सांगावे कसे, हा मला प्रश्न पडला. मला अकस्मात सुचले की, हा प्रश्न सोडविण्याची मला एकटीलाच का अडचण पडावी? प्रतापनेच का तिला काय सांगायचे ते सांगू नये? तिच्या प्रेमात आम्ही दोघेही सारखेच गुंतलेले होतो ना?

मी एकदम प्रतापला बोलावून घ्यायचे ठरवले आणि तारकचेरीत गेले. क्षणभर तार लिहिताना मी घोटाळले– समजा, तो कुठे नोकरी करीत असेल किंवा धंद्यात असेल आणि त्याला येता आले नाही, तर?

मला तरी तसा काय उद्योग आहे? त्यापेक्षा मीच पुण्याला गेले तर? मला कुठून सामर्थ्य आले, कुणास ठाऊक. कुणालाही न विचारता मी एकदम कपडे भरले नि स्टेशन गाठले.

शरावती खुशीत होती. साऱ्या प्रवासभर ती अनंत प्रश्न विचारीत होती. त्यांतले अनेक प्रतापबद्दल होते. मलाही प्रवासाचा हा एक अभूतपूर्व आनंद वाटत होता. मी फारसा प्रवास केलेला नव्हता. मुंबईच्या हवेतून जसजशी मी

थंड, प्रसन्न नि मोकळ्या हवेत जाऊ लागले; तसतसे प्रतापच्या भेटीचे भय नि दुःख विरत जाऊन मला अगदी पिकनिकला निघाल्यासारखे वाटू लागले.

मी मला मिळालेल्या पत्त्यावर रिक्षा नेली, ती एका छोटेखानी दुकानाशी पोहोचली. रेडिओ, ग्रामोफोन्स, किरकोळ भेट द्यावयाच्या वस्तू– जुन्या कलाकुसरीच्या वस्तू अशा तऱ्हेच्या हरहुन्नरी जिनसांचे ते छोटे दुकान असावे. दुकान मोठे भपकेबाज नव्हते; पण चांगल्या वस्तीत होते आणि मी दुकानाशी पोहोचले, तेव्हा एक-दोन गिऱ्हाईकेही बाहेर येत होती. त्यांना पोचवण्यासाठी दुकानातून आणखी कोणी तरी आले–

आणि, ते आणखी दुसरे कोणी नसून प्रताप होता. कारण त्याला पाहताच शरावती आनंदाने ओरडली, "पप्पा! आई, ते बघ पप्पा!"

होय, तेच शरावतीचे पप्पा होते. ते सुमनचे पती नव्हते; पण शरावतीचे पप्पा मात्र राहणारच होते. वासनेच्या भोवऱ्यात भिरभिरत गेलेल्या काही सुंदर क्षणांना रत्नरूप लाभले होते, ते शरावतीच्या रूपाने. आसक्तीला लाजविणारी ती अस्मिता होती.

शरावती चट्‌कन जाऊन प्रतापला बिलगली.

बाप-लेकीला प्रेमाचे भरते आले होते.

पण मला माहीत होते की, जवळपास ती दोघे कायमची दुरावणार आहेत. मी काय बोलावे, काय नाही– या विचारात होते. तेवढ्यात प्रताप पुढे आला. हसला. "इकडे कशी आलीस सुमा–"

"यायला नको होतं मी?"

"छे, छे! तसा माझ्या म्हणण्याचा अर्थ मुळीच नाही. प्रवास कसा झाला? शरीने त्रास दिला–"

"नाही हो पप्पा, मुळीच नाही!" त्याच्या पायांशी घुटमळत शरावती बोलत होती, फिरत होती.

"शरावती सारखी तुमची आठवण काढते, पप्पा का येत नाहीत असे विचारते. तिला काय सांगायचे, ते कळेना. विचार केला, तिला तुम्हांला भेटू द्यावे– तुम्हीच सांगा तिला!"

"हं–" जड आवाजात प्रताप म्हणाला. क्षणभरात त्याने तोल सावरला नि तो म्हणाला, "काही हरकत नाही. मीच सांगेन तिला. पण आपण असे करू, कुठे तरी छानदार हॉटेलमध्ये जाऊ. तिथे उत्तमसे जेवण घेऊ. शरूला आइस्क्रीम देऊ– काय बेटा?'

"पण पप्पा, मला कोन नको– ग्लास भरून... काय गं ते आई? पीच-पीच मेला... मेलबा– पीच मेलबा पाहिजे!"

"बरं– बरं, देऊ हं तुला. मी दुकान बंद करतो. तोपर्यंत तुम्ही आतल्या खोलीत थांबा. तिथेच राहतो मी. रस्ता बाहेरून आहे. जा रे बाळू, बाईंना खोली उघडून दे!" हे अर्थात नोकराला उद्देशून होते.

एका जुनाट वाड्यातल्या दुकानापाठीमागच्या लांबट पार्टिशनने विभागलेल्या दुहेरी अशा त्या खोलीत प्रताप राहत होता. त्यातल्या त्यात ती खोली बाजूची होती. खोलीत पसरलेल्या पुस्तका-मासिकांवरून तो इथे कसा वेळ घालवीत असेल याची कल्पना आली आणि हा पलंग–

आम्ही पूर्वी वापरीत असलेला आणि अलीकडे अडगळीत पडलेला पलंग प्रतापने इथे आणला होता. किंबहुना, त्या पलंगाखेरीज आमच्या जुन्या संसारातील कोणतीच गोष्ट इथे दिसत नव्हती.

पण हा पलंग इथे होता, म्हणजे आमचा खास संसारच इथे होता.

तेवढ्यात प्रताप आला आणि आम्ही बाहेर पडलो.

पुणेसुद्धा आता सुधारायला लागलेय. संध्याकाळच्या या अपुऱ्या प्रकाशात मला नीटसे जरी दिसले नाही तरी रस्ते माणसांनी वसंतात फुललेल्या राणीप्रमाणे फुलले होते. रंगले होते, सुगंधित झाले होते. रिक्षात बसून आम्ही एका कॅम्पमधल्या शांत उपाहारगृहात आलो आणि एका कोपऱ्यात स्थानापन्न झालो.

मला वाटते, हे पुण्यातले सर्वांत चांगले रेस्टॉरन्ट असावे. कारण सुंदर संगीत, नवी इमारत, परीटघडीचे कपडे घातलेले वेटर्स, चांगले उंची कपडे घातलेली गिऱ्हाइके.

आम्ही काही तरी सर्वसामान्य विषयांवर बोलत, शरावतीची चेष्टा करीत आधी थोडेसे जेवण मग आइस्क्रीम घेतले. शरावतीला काही तरी सांगायला हवे होते. ते कसे सांगावे, हाच प्रश्न होता. ज्यांचे आई-बाप घटस्फोटित आहेत, अशा दुर्दैवी मुलांत शरावती जाऊन पडणार होती. शरावतीला सत्य सांगणे किती कठीण आहे याची कल्पना हॉटेलमध्ये हे रेंगाळत चाललेले संभाषण देत होते.

वेळ भराभर गेला. अगदी रेस्टॉरन्ट बंद व्हायची वेळ आली. जेवणाने सुस्तावून नि प्रवासामुळे श्रमून शरावतीचे डोळे जड व्हायला लागलेले दिसत होते. तिच्या मानाने तिला चांगलेच जागरण झाले होते. तिला उचलून घेत आम्ही दोघे हॉटेलच्या बाहेर आलो आणि रिक्षात बसलो. रिक्षात बसताच तर

ती चांगलीच झोपली.

"शेवटी तिला सांगायचं राहिलंय!"

"आपण घरी जाऊ. तिथे बघू जागी झाली तर– मग मी तुम्हाला स्टेशनवर पोचवीन!"

प्रतापच्या खोलीवर आम्ही आलो. तेव्हा तर शरावती चांगली गाढ झोपली होती. तेव्हा तिला घेऊन प्रतापने पार्टिशनपलीकडच्या बिछान्यावर ठेवली.

"कॉफी घेणार?"

वास्तविक कितीही जेवण झाले तरी गप्पा मारीत कॉफी प्यायला मला आवडत असे, हे अद्यापि प्रतापच्या ध्यानी होते एकूण–

स्टोव्ह पेटवून कॉफी परकोटेलर त्याने स्टोव्हवर ठेवला आणि कप मांडून घेतले अन् तो किंचित रेलून उभा राहिला.

हे त्याचे कॉफी तयार होईतो रेलून राहणेसुद्धा जुनेच-पुराणे होते. अनंत आठवणी मनात गोळा झाल्या. मीलनाच्या पहिल्या रात्रीसुद्धा वास्तविक थकलेल्या, दमलेल्या याच हातांनी मला कॉफी करून दिली होती. माझ्या सुख-दुःखाची प्रताप ही केवळ छायाच होती. मला जे आवडले, ते त्याने आवडून घेतले होते. वास्तविक त्याला चहा आवडायचा; पण आमची ओळख झाल्याबरोबर माझ्या आवडीप्रमाणे त्याने आपली आवड बदलून टाकली. अनेक रात्री याच हातांनी केलेल्या मधुर कॉफीने पुनश्च उत्तेजित होऊन आम्ही अनंत सुखांची पुनरावृत्ती केली होती.

कॉफी तयार होताच त्याने कपात मला जशी पाहिजे तशी ती तयार केली आणि पलंगावर तो माझ्या शेजारी येऊन बसला.

"कशी झालीय?"

"सुंदर... सुंदर!"

सुंदर या शब्दाच्या भिंगऱ्या माझ्या मस्तकात फिरू लागल्या. त्या शब्दाबरोबर माझ्या डोळ्यांतून अश्रूच वाहू लागले. काय होतंय, तेच कळेना. आमच्या वैवाहिक जीवनाची इतिश्री करणारी ही शेवटची कॉफी.

अश्रू मला आवरेनात आणि ते पुसण्यासाठी मला कॉफीचा कप खाली ठेवावा लागला. प्रतापने एक हात माझ्या खांद्यावरून पलीकडे टाकला नि हलक्या हाताने त्याने माझे अश्रू पुसले. मला किंचित पुढे ओढून त्याने मला कॉफी घ्यायला लावली आणि कॉफी संपली, तरीही तो मला तसाच बिलगून राहिला.

काही तरी विचारायचे म्हणून मी विचारले, ''पुणं आवडलंय ना तुला–''

''फारच–''

''वेळ जातो चांगला?''

त्याने माझ्याकडे रोखून पाहिले. त्याच्या नजरेत पुन्हा ती चमक दिसली. तो काही तरी बोलायचा यत्न करू लागला. तेव्हा एक निराळाच घोगरेपणा त्याच्या उच्चारांत आला. त्याच्या हाताची मिठी घट्ट झाली नि माझ्या ओठांवर प्रथम त्याचे ओठ आले नि मग त्याने आपल्या चुंबनाने, मिठीने मला गुदमरवून टाकले.

हे सारेच किती लयबद्ध सुखावह घडले. हे सुख माझ्या अंत:करणात मावेना. काचोळी काचू लागली. माझी ती लकब प्रतापच्या अजून ध्यानी होती. आपल्या मिठीतून दूर न होऊ देता मला बद्ध ठेवले.

गिरक्या घेत-घेत माझ्या यौवनाचे पाखरू बेबंद वर निघाले, पंख झेपावून आंतरिक ओढीने.

एकीकडे मला कळत होते की, याची परिणती दु:खात, निराशेत आहे. दुसरीकडे शरीर बंड करीत होते की, हातचे सुख सोडू नकोस.

पण हे सारे वेडगळ वाटणे तापलेल्या रक्ताला मंजूर नव्हते. भुकेल्या देहाला ते कबूल नव्हते. या अशा सुखाला असे सोडावे तरी कसे?

हळूहळू काय घडणार, ते मला कळू लागले आणि पुढे काय घडलं, ते मला मुळी कळलंच नाही.

वासनेला एवढा सुगंध असतो, हे मी कधी अनुभवले नव्हते. वासनेच्या अंगी एवढे सौंदर्य असते, हेही मला कधी उमगले नव्हते. अगदी पहिल्या वेळेला जेव्हा हे सुख प्रतापच्या पौरुषाने मला अर्पण केले, तेव्हासुद्धा त्या सुखाचे सामर्थ्य मला जाणवले नव्हते. प्रवाह गिरिकंदरांत जेव्हा उगवतो, तेव्हा तो जाणवत नाही; पण जेव्हा डोळे दिपवून टाकणारा खळखळाट करीत त्याचा रौद्रस्वरूपी नद बनतो, तेव्हाच त्याचे सामर्थ्य जाणवते.

तृप्तीची एक असीम नशा माझ्यावर नि मला वाटते प्रतापवरही पसरली होती. काही तरी दुर्मीळ, अप्राप्य असे मिळाले होते. एका असामान्य सुखाने चकित होऊन आम्ही– निदान मी तरी वेडसर झाले होते.

मी खाली पाहिले, हे प्रतापच्या ध्यानी आले. त्याच्या चेहऱ्यावरचे ते नेहमीचे सात्त्विक हसू परत आले होते. हरवले, ते सापडले होते.

प्रताप उठला. माझ्या अंगावर त्याने पांघरूण घातले, नेहमीसारखे. आणि पुनश्च कॉफी करण्यासाठी तो गेलेला मी पाहिला. माझे डोळे अजून

अर्धवट मिटलेलेच होते.

गरमागरम कॉफीच्या सुगंधित वाफेने मी जागी झाले. तशाच अवस्थेत मी कॉफी घेतली. एवढ्यात शरावतीची चुळबूळ ऐकू आली. प्रताप म्हणाला, ''ती जर जागी झाली असेल, तर तिला इकडे आणतो. तू आटप, तिला मी सारे काही समजावून सांगतो.''

''काय!'' मी चमकून म्हणाले.

''काय म्हणजे काय... तू जे सांगायचे म्हणतेस- तेच आपल्या विभक्त राहण्याबद्दल!''

''काय? विभक्त? आणि ते का? आता नाही मी तुम्हाला सोडून राहणार! आता कशासाठी?''

माझ्या शब्दांतील आतुरता, क्षुब्धता प्रतापच्या ध्यानी आली असली पाहिजे. तो हसला. औपचारिकपणे हसला. तो म्हणाला, ''सुमन, वेड्यासारखे करू नकोस. तुझ्या मनात काय चालले आहे, हे मी ओळखतो. पण तुझी निराशा करायचे माझ्या जिवावर येतंय. तुला वाटतंय की, माझे पौरुष मला परत मिळालंय. आता जे मी तुला देऊ शकलो, ते मी तुला नेहमीच देऊ शकेन, असे नाही; निदान तुझ्याबरोबर परत मुंबईला आलो, तर नाहीच नाही. इथे आहे या स्थितीतच मी बरा. छोटेसे दुकान- मी मूळचा सेल्समन आहे आणि मला वाटते, बरा सेल्समन आहे. तेव्हा या छोट्या गावात- छोट्या दुकानात मी सुखात आहे. कुणी तरी मोठे व्हायची मला इच्छा नाही.''

''पण का?''

''इथे आल्यामुळे मला खरोखरीच मोकळे-मोकळे वाटले. स्पर्धा नाही, चढाओढ नाही, खोटा रुबाब नाही. आपला डौल दाखविण्यासाठी श्रीमंती कपडे नाहीत. साधे आयुष्य- वाटल्यास बिन दगदगीचे म्हण!''

''पण... पण त्यामुळेच तुला हरवलेले मिळाले की काय?''

''वाटल्यास तसे म्हण. मी जेव्हा स्पेशालिस्टकडे गेलो; तेव्हा त्यांनी तपासणीनंतर माझ्यात शारीरिक काहीही विकृती नाही, असे सांगितले. मग मानसोपचारतज्ज्ञाकडे मला त्यांनी नेले आणि माझा व्यवसाय, पूर्वपीठिका, आणि एकंदर वकूब यांचा त्यांनी अदमास घेऊन सांगितले की- हे चढाओढीचे, प्रवासाचे, दगदगीचे आयुष्य माझ्यासाठी नाही. त्यामुळे सर्वच स्नायूंवर अकारण ताण पडला आहे, आणि वाटेल ते करून मी मुंबई सोडावी. ही नोकरी सोडावी- अगदी कायमची. आपोआप- अगदी आपोआप- आजच्यासारखी

माझी वासना जागी होईल. खटाऱ्याने मर्सिडीझ बेंझच्या ट्रकशी कॉम्पिटिशन करण्याप्रमाणे माझे आयुष्य होते.''

''पण मग लगोलग तुम्ही मला का नाही सांगितलेत?''

''काही उपयोग झाला नसता. तुला खरेच वाटले नसते. आणि समजा, डॉक्टरांच्या सांगण्याप्रमाणे नोकरी सोडून किंवा मुंबई सोडूनही माझ्यात सुधारणा झाली नसती, तर?''

''प्रताप- प्रताप!''

''होय सुमन, हे असले आयुष्य माझ्यासाठी तू काय म्हणून पत्करावेस?''

''वेडा आहेस- अगदी वेडा आहेस! तू मोठा व्हावास, कर्तबगार व्हावास, असे मला वाटले; तेव्हा त्याचा तुझ्यावर असला काही परिणाम होईल, अशी मला कल्पना होती का?''

''पण नवरा हा रेडिमेड कपड्याप्रमाणे जसा मिळेल तसा पत्करावा लागतो. तो काही बेतून घेता येत नाही-''

''मी चुकले-''

''नाही सुमन, तू चुकली नाहीस. सुखाची व्याख्या तुला समजली नाही, एवढेच. माणसाने मोठे व्हायची इच्छा धरावी, श्रीमंत व्हावे हे खरे; पण बेडूक जर हत्ती व्हायला लागला, तर काय होईल? तुम्हा बायकांना दुसऱ्याच्या श्रीमंतीमुळे, वैभवामुळे जवळचे सुख काय हे कळत नाही आणि दुसऱ्यांच्या सुखाच्या तुलनेने तुम्ही सदैव दु:खी राहता-''

''प्रताप, मला नको ताईचे नि माईचे सुख. या छोट्या खोलीत आपण सुखाचा संसार करू! मग तर झालं?''

आणि मग त्या चिमुकल्या घरात कुबेराची संपत्ती नि विश्वकर्म्याची चतुराई आली. पाण्याला पुन:पुन्हा उधाण आले. अग्नी पेटला होता आणि तो पेटलेलाच राहणार होता.

- ० - ० - ० -

पावसाळी हवा

आजची हवा बदललेली होती. थंडगार वारे घोंगावत होते. पावसाचे शिंतोडे आल्यासारखे वाटत, पण पाऊस मात्र उतरत नव्हता. आकाश अंधारले होते. पानांची सळसळ वाढली होती. धुळीचे लोट आकाशात वाहवत होते. अंग शिरशिरत होते हवा पावसाळी होती.

पाऊस केव्हा पडेल याची खात्री नव्हती, आणि म्हणून मन मागे रेंगाळत होते. ऑफिसला जायची वेळ आली तरी कामे उरकत नव्हती. आपोआप मंदाई आली होती. सुस्तावा अंगी शिरला होता. चापून जेवावे, असे वाटत होते. साईच्या दह्याने भात माखला होता. सुनीलने नि राजनने मागमागून घास खाल्ले होते. मात्र 'मंडळी' रागारागाने आम्हा सर्वांकडे पाहत होती.

राधिकेचा राग अकारण नव्हता. मी सुखात होतो, हे तिला पाहवत नव्हते. मुले माझ्याशी लाडिकपणा करतात, हेही तिला मंजूर नव्हते. मी रेंगाळत जेवत होतो आणि ऑफिसच्या वेळेकडे लक्ष ठेवीत नव्हतो, हे तिला आवडणारे नव्हते. रोज आम्ही १०.४५ च्या तीन नंबरच्या बसला उभे राहून आपापली ऑफिसे गाठत होतो. मुले मॉडर्न हायस्कूलमध्ये जात होती. आज ती बस चुकणार होती. राधिका ओरडली,

"लवकर आटपा रे..."

राधिकेने नि मुलांनी जेवणे आटोपली आणि कपडे करून ती जवळपास तयारही झाली होती. त्या वेळेस मी ताटातला साईचा ओशटपणा बोटांनी निपटीत होतो.

"बस चुकणार वाटते!" –हलक्या आवाजातले स्वगत.

मी काही बोललो नाही. उत्तरण्याजोगे काही त्यात नव्हते.

"बरं का राजू, सुनील– आज तुम्ही तिघेच जायचे हं. मी रजा घेतलीय..." मी पुटपुटलो.

"का?" निरर्थक प्रश्न! लगोलग सारवासारव... "साधे सांगायला काय

झाले होते, कुणास ठाऊक. चला रे...'' राधिका रागावून बोलते, तेव्हा तिचा आवाज कापतो. मग तिच्या रागाच्या भयापेक्षा त्याचे हसूच येते.

मुलांना काय– तयार केलेले डबे, दप्तरे घेऊन मुले आईमागोमाग निघाली. एक तक्रारखोर चीत्कार तपकिरी पदरामागोमाग गेला. दारांनी रागदर्शक कर्णकटू आवाज केला. त्या धक्क्याने भिंतीचे पोपडे पडले.

घर आता रिकामे होते. चैतन्य निघून गेले होते नि मी एकटा उरलो होतो.

खरे पाहता, मी जेव्हा ऑफिसला दांडी मारायची ठरवली, तेव्हाच राधिकेचा राग घालवावयाचा नि तिला पण ऑफिसला दांडी मारायला लावायचे, असे ठरवले होते. पण प्रत्यक्षात मात्र दुरावा अधिकच तणावला गेला. भांडण अधिकच चावरे झाले.

राधिकेला रागावायचे कारण नव्हते असे मुळीच नाही. पण तेवढे रागावणे मात्र काही बरोबर नव्हते. माहेराहून आल्यापासून गेले आठ दिवस तिने माझ्याशी असहकार पुकारला होता. अंगाला हात लावू दिला नव्हता.

दोन मुले झाली म्हणून मी किंवा राधिका म्हातारे झालो नव्हतो. उलटपक्षी सर्व सुखाची चव मिळवण्याजोगे स्वास्थ्य, अनुभव नि सराई आता लाभलेली आहे. वय तर तरुणच आहे, पण रगही अद्यापि ओसरलेली नाही. अशा वेळी रसरसलेल्या फुलाचा गंध घ्यायला प्रतिबंध असावा, हे केवढे दुर्भाग्य!

ज्याला स्त्रीसुखाचा अनुभवच नाही, त्याला लालसा असते ती सर्वस्वी कुतूहलाची. ती लालसा परिश्रमपूर्वक थोपवता येते. पण ज्याला आम्रफळाची चव कळलेली आहे, तो आम्रफळे झाडावर लटकलेली असताना गप्प बसावा कसा? राधिकेसारख्या संसारातल्या जोडीदाराबरोबर तर हा अबोला, हा प्रतिबंध टिकवणे सर्वथा अशक्य आहे.

राधिकेची संगत तिच्या सौंदर्याइतकीच सुखावह आहे. ती घर जागते ठेवते आणि मलाही जागृत ठेवते. तिने अनेकदा तृप्तीचे हुंकार दिले नि मी मात्र अतृप्तित निथळतो आहे. यात तिची कुचराई नाही किंवा माझेही अपौरुषेय कर्तृत्व नाही. तिच्या स्वभावात, सौंदर्यात नि अंगविक्षेपांतच अशी काही चतुराई नि नवलाई आहे की, एवढ्या सहवासानंतरही तिचा कंटाळा येऊ नये.

आजच्या हवेने मला अधिकच वेडे बनवले आहे. पाऊस नकळत झिरपतो आहे. त्याचा थेंब पडत नाही, पण तरीही हवेत पाऊस दूध-साखरेसारखा मिसळला आहे. अंगाला थंडावा भासतो आहे. उबेची मागणी करतो आहे आणि ऊब तुमच्यावर रुष्ट झाली आहे.

राग रास्त आहे. आठ-पंधरा दिवसांच्या बायकोच्या माहेरपणात मी घराचे जंगल करून टाकले होते. ऑफिसातल्या टोळभैरवांचा रमीचा अड्डा जमवला होता आणि सर्वांत कडी म्हणजे, पावसात भिजून आलेल्या ऑफिसातल्या मिस अडवानीला बदलायला बायकोची साडी दिली होती. बायकोची साडी, आणि त्या गावभवानीला?

अर्थात गावभवानी हे नाव बायकोने दिलेले आहे, हे चतुरांनी यापूर्वीच ओळखले असेल. मिस अडवानी आमच्या ऑफिसातले एकुलते एक पाखरू. त्याला घरी न्यायची संधी सारे जण शोधत होते.

तिला एकटीला घरी आणायचे धाडस मला निभवण्यासारखे नव्हते. तेव्हा रमीचा हा मोका साधून मी मिस अडवानीला घरी आणले होते. पावसात भिजलेल्या तिच्या लावण्यावर डोळे ठरत नसले तरी न्युमोनियाने तिला मारण्यापेक्षा बायकोची साडी देण्याचा धोका पत्करावा लागला.

राधिकेला घरी केलेला गोंधळ, रमीचा अड्डा, वस्तूंची नासधूस– सारे काही मंजूर होते. पण स्वत:च्या बायकोची साडी एखाद्या हलक्या दर्जाच्या बाईला नेसायला देणे–

अरेरे–

अर्थात बाईचा दर्जा पुरुष तिच्या सौंदर्यावर ठरवीत असतो नि बाई तिच्या पुरुषलभ्य सुकरतेवर दर्जा ठरविते. सहजगत्या पुरुषाला लाभणाऱ्या स्त्रीचा दर्जा तिच्या मते खालचा–

अडवानीची सहजलभ्य वस्तूत तिने गणना केली असल्यामुळे तिला घरी येऊ देणे, साडी देणे (आणि कदाचित ती साडी नेसत असताना पाहणे) एवढे गंभीर अपराध माझ्या माथी आले होते.

शिक्षा अर्थात कडक असावी, हे स्वाभाविक होते. अगोदर माहेरपणात तिचा स्पर्शविरह भोगावा लागलाच होता; आता तिच्या त्या सत्याग्रहामुळे तिच्या जवळ असूनसुद्धा दुरावलेला– अशी स्थिती आलेली होती.

या शिक्षेने मी मात्र टेकीला आलो होतो. कुठल्याच स्त्रीला गटवण्याची लायकी, पात्रता नि संधी मला मिळणार नव्हती. लग्नच झाले होते– म्हणूनच मिळणारी बायको हेच काय ते आमचे स्त्रीविश्व.

हेच विश्व आता रुसलेले होते. ताण असह्य होता. काय करावे, ते सुचत नव्हते. अपराध मान्य होता; कबूल करवत नव्हते. मार्ग काढायलाच हवा होता. प्रत्येक रात्र शत्रुवत् झाली होती आणि ही हवा?

तिनं तर वैरच मांडले होते.

खरे म्हणजे, या वेळपावेतो चांगला ओरपलेला दही-भात अंगावर आला होता, पण झोप चाळवत होती. बायकोच्या स्पर्शाने सुखावलेल्या पातळाचे पांघरूण टोचत होते. राधिकेची आठवण सारे काही व्यापून टाकत होती.

राधिकेच्या पुष्टतेचा अकारण स्पर्श माझ्या अंगाला जाणवे नि मग त्या मृगजळाने फसल्याचा शिणवटा येई–

आता जर राधिका आली, तर वाटेल ती माघार घ्यायला देह आसुसला होता.

तेवढ्यात कडी वाजली.

मी दार लावलेच नव्हते. मी ओरडलो– "दार उघडे आहे, या."

कांकणाचा आवाज ऐकताच चमकून मी अंगावरचे पातळ पांघरूण फेकून दिले नि अंथरुणावर उठून बसलो.

दार उघडले–

राधिका आत आली. राग तिच्या नाकावर बसला होता. पायातल्या वहाणा फर्रकन फिस्कारल्या गेल्या.

राधिकेच्या दर्शनानेच माझ्या कामाग्नीचा उपशम झाला होता. अर्थात, तिचे एकांतातले सान्निध्यच एवढे सुखावह होते, तर तिची संगत...

त्या केवळ कल्पनेनेसुद्धा मनाला तृप्ती वाटली. वासनेचा खेळ एवढा चमत्कारिक का असावा की स्वाभिमान, हट्ट, राग, संताप, चीड हे सारे गळून जावे? त्यातली निरर्थकता जाणवावी? तीच स्त्री– जिची संगत घडावी म्हणून देहाने बंड करावे–

राधिकेची घरातली हालचाल जाणवू लागली. दार बंद झाले होते. नवराच पाहणारा होता आणि म्हणून निष्काळजीपणाने ती कपडे बदलत होती. सुळसुळीत साडी तारेवर फिस्कारली गेली. 'ब्रा'चे हूक सोडविण्याचा प्रयत्न चालू झाला. राधिका सुंदर आहे, हे मला पुन्हा पुन्हा पटते आणि वाटते चट्कन पुढे व्हावे, डोळ्यांत अजीजी आणावी, पोटिमाच्या नितळ पोटपट्टीवर हात ठेवावा, राधिकेला खूश करावे, तिचा राग सोडवण्याची खटपट करावी... ब्रा सोडवायला मदत करावी आणि मग–

–पण हे घडले नाही. पदराआड मुकी असणारी उभार दुनिया माझ्या स्पर्शाची वाट पाहत तशीच खडी राहिली.

राधिकेने खाली चटई टाकली नि ती पडून राहिली.

एक-एक क्षण खरे म्हणजे वर्षाचा होता. अंत:करणातून क्षमा मागावयाची

होती. ती व्यक्त करण्याइतपत धिटाई मात्र देहातून प्रतीत होत नव्हती.

वरच्या विरविरीत पातळांतून राधिकेचा गुबगुबीतपणा मला चिडवत होता. राधिका चळवळत पाय दुमडून जेव्हा अंग आखडून घेत होती, तेव्हा नितंबांची वक्रता नि गोलाई अगदी उघडी पडली. त्यामुळे मात्र सारा संयम गळून पडला.

आवाज साफ करत मी म्हणालो, तरी आवाजाने दगा दिलाच. आवाज बाहेर आला नाही; पण काही तरी मी बोललो आहे, हे तिला कळले असावे. कारण एक झोका घेऊन राधिकेचा देह हिंदकळला नि माझ्याकडे वळत ती म्हणाली, ''काही म्हणालात?''

माझे तिच्याकडे लक्ष गेले. नि म्हणायचे नव्हते ते म्हटले गेले, ''नाही, मी नाही काही म्हणालो.''

''तुम्ही कशाला म्हणाल!''

''असे काही नाही...''

''मग मला येऊन अर्धा तास झाला; साधा एक औपचारिक शब्दसुद्धा बोलला नाहीत. पुरुष ना तुम्ही! कशाला माघार घ्याल? तुमचे नेहमीच बरोबर असते. आम्ही तुमच्या दासी आहोत!''

आवाज रडवेला होत होता. रडू डोळ्यांत जमा होत होते. आणि...

राधिकेचा मृदू सुगंधित देह हातात होता. विसरलेले स्पर्श पुन्हा ओळख पटवीत होते. भुकेल्या माणसाला पहिल्या काही घासांची चवसुद्धा कळत नाही, तसेच या घटकेला घडले होते.

राधिकेलासुद्धा मी हवा असलोच पाहिजे. आम्ही काय जगावेगळे अप्रूप नव्हतो. पण आमचे वय सारी अप्रूपता आमच्यात आणून ओतत होते; निदान राधिकेत ओतत होते. अंगाने चांगली भरलेली, गोरीपान जरी नाही तरी निमगोरी अशी कामातुर स्त्री पुरुषार्थाला केवढे आव्हान देत असेल!

''रागावलात–''

तिच्या या अजीजीने मी चकित झालो, कारण चूक माझी होती. मी माघार घ्यायला हवी होती, त्याऐवजी रडवेली ती झाली होती, क्षमा मागीत होती.

''माझी चूक झाली! हेतुपूर्वक नाही– पण तरीही चूक झाली. मन एखादे वेळी ओढाळ बनते. तरीसुद्धा मी काही हलकट नाही, डँबीस नाही– वाटेच्या नटमोगरीवर लुब्ध व्हायला नि वाहवत जायला! तू काय उणे ठेवले आहेस, म्हणून मी असे करीन राधा?''

''खरे म्हणता तुम्ही?''

"अगदी खरे!" अर्धमुक्त उरोजांना कवळीत, कुस्करीत, तिच्या कानांत गुणगुणत मी म्हणालो. या क्षणी साऱ्या सौंदर्यांनी राधाकार धारण केला होता.

राधिका तर अंतर्बाह्य सुखावली होती. डोळ्यांतून, तोंडातून, स्पर्शातून कामोद्गार बाहेर पडत होते आणि ऐहिकतेला अद्भुत रूपात नेणारी तन्मयता आता आम्हाला व्यापत होती.

पावसाळी हवेतली शिरशिरी वाढली होती, पण त्या उबदार सान्निध्यामुळे त्याची तमा उरली नव्हता. अंगावरची लव एकमेकांत घुसत होती आणि आपोआपच यौवन उसळून उठत होते. राधिकेच्या ओशट ओठांवरच्या लालसर फुलावर माझ्या ओठाचे फुलपाखरू भिरभिरत होते आणि जमेल तेव्हा मध लुटत होते.

बाहेर पावसाचा शिडकावा झाल्यासारखा वाटला. कारण एक धुंद सुगंध खिडकीतून सुसाट आत घुसला. त्या गंधात नराला आव्हान होते. तो गंध घेऊन रानगवा सारा जनानखाना संतोषित करू शकतो.

सारा मामला जमला होता. ज्यासाठी आठ-पंधरा दिवसांची तळमळ थांबणे क्षम्य होते, असा रंग भरला होता. वस्त्रांची फिकीर नव्हती—

तेवढ्यात दार वाजले— एकदा-दोनदा.

राधिकेच्या डोळ्यांत रसभंग जमा झाला होता. केवळ दोघांच्याच दुनियेत अगदी घरंदाज, विनयशील स्त्रीसुद्धा पुरुषाइतकी रंगत गाठत असते. आताचा हा व्यत्यय अगदी विलक्षण होता. नाइलाज होता. गृहस्थधर्म आड येत होता. बाहेर कोण असेल, ते कळण्याजोगे नव्हते आणि कोणीही आले तरी त्याला सामोरे जाणे भाग होते. साऱ्या शरीराच्या ग्रंथींना-स्नायूंना आता आवर घालणे भाग होते.

दार उघडण्यापूर्वी राधा आतल्या खोलीत गेली. तिच्या वस्त्रांचा आवर थोडासा दिरंगाईचा होता. ती आत जाताच मी दार उघडले नि थक्कच झालो—

राजू आणि सुनील आपले नवे रेनकोट घालून उभे होते.

"आता घरी कसे आलात?"

"जोशी सर वारले— मग सुट्टी!"

"बरे आजच वारले." मी पुटपुटलो.

"काय म्हणालात?"

"काही नाही— काही नाही. अगं राधा, कोण आले आहेत— बघ बरे पाहुणे...?"

राधा आता सावरली होती. मघाची राधा गोकुळातली होती, आताची

राऊळातली होती. तिचा चेहरा बदलला होता. त्वचेचा रंगसुद्धा अधिक सावळा झाला होता.

"हे रे काय आता! आता कसे तुम्ही?"

"त्यांचे मास्तर वारले! अगदी दिवस साधून वारले."

राधेच्या डोळ्यांत मिस्किलपणा आला, रसभंगाचे शल्य ती विसरली होती. ती म्हणाली, "वा! एखादे मनुष्य बिचारे मेले तर त्यांचे दुःख करायचे, का आपलेच तुणतुणे लावायचे?"

"केवढे जमून आले होते... पण हा लेकाचा मास्तर मेला! शाळेला सुट्टी मिळाली नि कार्टी घरी आली. गेली सुट्टी फुकट." मुले दूर झाली आहेत, हे पाहून मी म्हणालो.

राधिकेच्या डोळ्यांत एकदम नापसंती दिसली– "शी:! असे नका हं काही बोलू. आताची वेळ चुकली म्हणजे जगबूड झाली की काय! मी आहे– रात्र आहे. आपल्या मुलांचे कौतुक करायचे, का असे धुसफुसायचे–?"

राधिका माझ्याजवळ आली. थोड्या लाडिकपणाने डोळ्यांत एक गोड आर्जवीपणा आणून हलकेच म्हणाली, "रात्री नक्की खूश करीन, पण आता अगदी हसायचे नि बरेच दिवस मुलांना घेऊन पिकनिकला गेलो नाही ते कुठे तरी घेऊन जायचे, प्लीज–"

माझा राग वेडेपणाचा होता. पण राधेचा स्वरातली मृदुता नि तेवढाच लाडकावा यामुळे बराच राग धुऊन गेला नि त्यातल्या त्यात जास्तीत जास्त वात्सल्ययुक्त आवाजात पाषाण लेकवर जाण्याचा बेत मी जाहीर केला.

उत्साहाने ओथंबलेली मुले, राधिकेचा उत्सुक स्पर्श, पावसाळी हवा नि रोमांच उठवणारा गारा वारा... रेनकोट्स, नवे पावसाळी बूट यांनी मुले वेडावली होती, हवे ते प्रश्न विचारीत होती. राधिकेच्या स्पर्शाने चेतवलेल्या माझ्या तोंडून गोळाबेरीज उत्तरे जात होती.

बसमधून उतरून बागेतून आम्ही पाषाण लेकच्या बांधावर आलो, तेव्हा पावसाळी हवेचे पावसात रूपांतर झाले नि आम्ही सर्व चिंब झालो. पहिल्या पावसाच्या उन्मादक सुगंधाने सारी दुनिया मोहरून गेली, धुंद झाली. मुले पावसात गिरक्या घेत होती, नाचत होती नि आमच्यापासून पाहता-पाहता दूर गेली. एका झाडाच्या आडोशाला उभे राहता-राहता राधिकेने तोंडावरचे पाणी पुसून टाकले नि ती माझ्याकडे पाहून हसू लागली.

"हसायला काय झालं?"

"काही नाही–"

"खोटं नको बोलूस. तू छद्मीपणाने हसते आहेस–"

"मी? नाही बाई–"

मी रागाने तिला गालाला चांगला चरचरीत चिमटा घेतला, तेव्हा रागवायच्या ऐवजी ती आणखीनच हसू लागली.

"ए, आता मात्र फार झालं हं–"

चिमटलेल्या गालावरून हात चोळीत ती म्हणाली, "एका माणसाची मघा केवढी फजिती झाली."

"आणि तुझी– तुझी नाही का झाली–"

"नाही बाई!"

"ठीक आहे."

"इश्श! रागावू नका गडे. या इथे पावसात राग येतो कसा मेला!"

"तुझं काय जातंय–"

"का, मी मनुष्य नाही वाटते? मला काही हवे-नको वाटत नाही? तुमच्याएवढा मघाशी माझासुद्धा विरस झाला होता. पण खरं सांगू? विरस होण्यातली मजा तृप्तीत नाही. आपल्या साऱ्या ग्रंथींना असे अधांतरी सोडून दिल्यामुळे आपणसुद्धा हवेत तरंगल्यासारखे वाटते. तुम्हाला नाही वाटत?"

कोसळणाऱ्या जलधारांत न्हाऊन निघत असताना राधिकेने मला चक्क ओढून घेतले नि माझे चुंबन घेतले. काळेशार उघडे आकाश, उघडी सृष्टी, दूरवर वावरणारी माणसे यांविषयीचा सारा संकोच दूर झाला होता. त्या पावसाळी हवेत मृगापाठीमागे मृगी फिरू लागली, मोरामागे लांडोर धावू लागली. तिचे निराळ्याच आवाजाचे एवढेच शब्द कानी उरले– "छान-फार छान– मघापेक्षा किती तरी छान!"

-०-०-०-

यक्षप्रश्न

"अगदी न घाबरता सारे काही सांगा."

मी स्टेथास्कोपशी चाळा करीत म्हणालो.

"पण मी मुळीच घाबरले नाही डॉक्टर."

समोरच्या मुलीने सहजगत्या उत्तर दिले. त्या तिच्या उत्तरावर मला एकदम काही बोलायला सुचले नाही. मला मिळालेल्या त्या धक्क्याला मी लपविण्याचा यत्न केला. पण त्या चाणाक्ष पोरीने– वाटल्यास बाईने म्हणा– तो ओळखला होता. ती आवाज सौम्य करीत आणि आवाजातली खर साफ करीत म्हणाली, "डॉक्टर, तुम्हीच सांगा, यात घाबरायसारखे आहेच काय? स्त्री अन् पुरुष एकत्र येतात– तेव्हा मूल हे व्हायचंच. आटापिटा केला तर ते व्हायचं लांबतं, एवढंच. रसोत्पत्तीच्या वेळी फ्रेंचलेटर्स किंवा पेसरी वापरण्यातली व्यवहारी रसिकता दाखविली, तर कदाचित टाळता येईल मूल होणे. पण खरे सांगू? इच्छा असूनही मला ते जमले नाही. अमुक वेळेस आपल्याला एकत्र यायचं, या कल्पनेने साधनसामग्री तयार करून पुरुषाची वाट पाह्यची, यासारखी घाणेरडी गोष्ट मी कोणतीच मानत नाही. बरे, एकत्र येण्याइतकी मनाची स्थिती होते, तेव्हा शय्येवरून उठून ती साधने वापरण्याइतकी मी अरसिक होऊ शकले नाही. काहीही असो; मला दिवस गेले आहेत आणि त्यातून मला सुटका व्हायला हवी आहे. मला गंगूबाईनी तुमची शिफारस केली, म्हणून मी पहिल्यांदा तुमच्याकडे आले. मला मोकळी करा लवकर."

मी क्षीणपणाने हसलो. मी काही अगदी हरिश्चंद्र नाही. असल्या सुटका करायचे प्रसंग माझ्यावर अनेकदा आलेले आहेत. जेव्हा जेव्हा मला ह्या सुटकेतून काही तरी भले झालेले दिसणार असेल, तेव्हा कायदा नि नीती झुगारून मी खुशाल हे काम केले आहे. पण अशा कामासाठी येणारे पेशंट एकटे नसतात. इतके बोलभांड नसतात. त्यांच्या नजरेत अजीजी असते– अगतिकता असते. त्यांनी काही बोलण्यापूर्वी सारे काही समजलेले असते. कुणी फसलेल्या असतात,

कुणी फसवलेल्या असतात. स्त्रीत्वाचे विकल स्वरूप धारण करणाऱ्या स्त्रियांना सोडवणे जेव्हा महत्त्वाचे वाटे, तेव्हाच मी असले कर्म केलेले होते. समोरचा मामला अजब होता. आपल्या तोंडाने आपले पाप एवढ्या आडदांडपणे सांगणारी ही महाराष्ट्रीय मुलगी मला थक्क करून गेली होती.

उंचनींच, रूपाने अगदी सामान्य, सावळी, करारी अशी ही मुलगी अगदी टाकाऊ नव्हती; तशीच लक्ष वेधण्याइतपत बरीही नव्हती. दात पुढे आलेला होता. केस अपरे होते. ओठांवर लव होती आणि मानेच्या खाली एक काळा डाग होता. हे सारे असले तरी नीटसपणे पांढरेशुभ्र कपडे पेहरणारी ही मुलगी बोलू लागली की, तिच्या धारदार लयबद्ध आवाजाने मात्र खोलीतले सारे काही फिके पडावे, असे आगळे आवाजदार व्यक्तिमत्त्व तिला होते. तिला वर-खाली न्याहाळत मी म्हणालो,

"तुमचे नाव?"

उत्तर जरा गोंधळले.. "मंदाकिनी गोडबोले."

"ब्राह्मण– कोकणस्थ?"

"अॅबॉर्शनच्या दृष्टीने ब्राह्मण-मराठ्यांत काही फरक असतो काय?"

मी चमकून सावरलो नि म्हणालो, "जातीमुळे फरक पडतो, असे नाही. पडतो तो पाऊल वाकडे पडण्याच्या संधीत–"

"माझे पाऊल वाकडे पडलेले नाही."

"मग तुम्ही विवाहित आहात–"

"नाही."

"विवाहाशिवाय तुम्ही आई होऊ पाहता आणि तरीही तुमचे पाऊल घसरले आहे, असे तुम्हाला वाटत नाही?"

"मुळीच नाही. आपण घसरगुंडीचा खेळ खेळतो तेव्हा जेव्हा घसरतो त्यात आणि नकळत केळीच्या सालीवरून घसरण्यात फरक आहे, असे नाही वाटत?"

"म्हणजे असे काही होईल याची तुम्हाला कल्पना होती."

"अर्थात!"

"आणि तरी हे घडू दिलंत तुम्ही?"

"मघाशीच सांगितले. जेव्हा मी अन् मोती एकत्र आलो–"

"मोती कोण–"

"माणूसच आहे. माझा मित्र आहे. सांगू दे मला. काय सांगत होते बरं मी? जेव्हा मी अन् मोती एकत्र आलो, तेव्हा संततिप्रतिबंधक साधने वापरायचे

विसरूनच गेले मी–''

"म्हणजे त्यापूर्वी वापरत होतात.''

"होय ना, म्हणूनच हा प्रसंग एवढ्या उशिरा आला.''

"म्हणजे, यापूर्वी तुमचा पुरुषांशी संबंध आला होता?''

मंदा हसली. विकटपणे हसली. तिची मान अकारण खाली आली. "डॉक्टर, हे सांगितलेच पाहिजे का?''

"सांगितलेत तर बरे! मी एवढेच सांगतो की, हे सारे सर्वथा गुप्त राहील.''

"ठीक आहे! डॉक्टर–'' चेहऱ्यावरून रुमाल पुसला गेला, आवाज मृदू झाला, "माझे वय काय असेल डॉक्टर?''

"पंचवीस.''

"नाही डॉक्टर, पस्तीस-पस्तीस! योग्य वेळेला लग्न झाले असते ना, तर या वेळेला माझ्या मुलीचे लग्न झाले असते डॉक्टर. माझं रूप तुम्ही पाहताच आहात. लग्न झाले नाही. म्हणजे, कुणी खटपटच केली नाही. शिवाय नोकरी लागली लगेच रेशनिंगमध्ये. मग काय, एवढ्या कमावत्या मुलीच्या लग्नाची कुणाला घाई? घरचे दारिद्र्य. माझा पगार म्हणजे पर्वणीच झाली. मुलीचे लग्न करायचे असते, अशी मुळी कल्पनाच विसरली गेली. लग्नाचे कुणी नातेवाइकांनी बोलणे काढले की वडील हसून म्हणायचे, 'जमवील तिचे ती.' या माझ्या रूपावरसुद्धा एक बिजवर कारकून फिदा झाला नि लग्न करायला तयार झाला. मी वडिलांना सांगितले. मला वाटले, बिनहुंड्याचे लग्न, तेव्हा आई-वडील खूश होतील. पण त्यांच्या चेहऱ्यावर आनंद दिसला नाही. रात्री त्यांचे हलक्या आवाजातले बोलणे ऐकून माझी खात्री पटली की, माझे लग्न व्हायला नकोय त्यांना. पुढे मीही नाद सोडून दिला. लग्नाचा नाद सोडून दिला तरी दुसऱ्या कुणाच्या लग्नाला गेले, ओळखीच्यांपैकी कुणाचे लग्न झाले, नव्या जोडप्यांचा शृंगार पाहिला, सिनेमांतले प्रेमप्रसंग पाहिले, कादंबरीतली प्रणयवर्णने वाचली, मराठी मासिकांतल्या कामकथा वाचल्या की; शरीरात काही तरी ढवळतंय, असं वाटू लागे. कुठल्या तरी पुरुषावर बलात्कार... हसलात डॉक्टर? बलात्कार काय पुरुषच करतात? अहो, बाईसुद्धा करू शकेल. पण काही जमत नव्हते. मनावरचा ताण असह्य व्हायचा, अशा वेळेला शास्त्रीबुवा भेटले.''

"कोण शास्त्रीबुवा?''

"आमचे हेडक्लार्क. पन्नास वर्षांचे वय. चार-दोन मुलांचा संसार. खरे सांगू? त्या बथ्थड म्हाताऱ्याला मी स्पर्श कसा करू दिला, कोण जाणे! पण

तोल गेलेल्या अवस्थेत त्याने दाखवलेल्या सहानुभूतीने मी विरघळले. त्याच्या सांत्वनाने माझा मानसिक आजार बरा होऊ लागला. त्याचा स्पर्श बरा वाटला. रोमांच फुलले नाहीत, तरीसुद्धा सुख वाटायचे. त्याच्या दाढी-मिशा, ओंगळपणा बोचला नाही. शिवाय ऑफिसातल्या रुक्ष कामकाजात त्याच्या सहानुभूतीने जरा स्वास्थ्य मिळायचे. आम्ही एकत्र कसे आलो, देव जाणे! ऑफिसात जास्त काम करायच्या निमित्ताने अंधारलेल्या संध्याकाळी, आलो खरे. खरे नाते, स्त्री नि पुरुष, वय, धर्म, रंग या साऱ्या मामुली गोष्टी. मला पुरुषस्पर्श हवा होता. माझ्या मामुली रूपाचे अप्रूप वाटावे, एवढे शास्त्रीबुवा वयस्क होते.

"त्या तारुण्याच्या तृप्तीने अंतरंगांत सर्व सर्व फरक घडून गेले.

"शास्त्रीबुवा बदलून गेले. तेव्हा सभ्यपणाच्या बुरख्याखाली, शालीन खालमानेनं ती आग मी थंड केली. स्त्रीला काही करावेच लागत नाही; केवळ स्त्रीत्व पुरते. रंग-रूपाचा विचार करणारे व या शहाणपणाचा विचार करणारे पुरुष या दुनियेत थोडे. माझ्या स्त्रीपणावरही लुब्ध होणारे जागोजाग पसरले होते व माझ्या टप्प्यात येत, पुढाकार घेत, संधी साधत; तेव्हा तृप्तीचे हुंकार उठून जात.

"मला कळत का नव्हते की, हे सारे भ्रमर एकाच वेडाने झपाटून माझ्याकडे येत. नावीन्य संपले की, पुन्हा परतत नव्हते. कारण माझ्याजवळ लगटून राहावे, असे काही नव्हते. सारी अवहेलना मी चार-दोन वासनातृप्तीच्या क्षणांत बुडवू पाहत होते. पण ती फिरफिरून वर येत होती.

"खरे सांगायचे, तर एखाद्या मामुली माणसाचा दहा-पाच मुलांचा संसार करणे, हेसुद्धा मी त्या क्षणी सुखावह मानले असते.

"पण...

"दिवस लोटावे लागत होते. दारिद्र्यातल्या कदान्नात; कपडे, घर, करमणूक, यातल्या अतीव काटकसरीत. सुखाचा होश फक्त एकदा-एकदाच मिळे. कुतूहलामुळे म्हणा किंवा वासना आंधळी असते म्हणा, एखादे वेळी असे काही जमून येऊन मनमुराद शरीरसुख मिळे; तेव्हा–

"अशाच एका दिवशी मोती माझ्याकडे आकृष्ट झाला. आमच्या ऑफिसात नुकताच आलेला तो एक सिंधी निर्वासित. वय असेल वीस-पंचवीस. तो सांगतो तीस म्हणून. का, तर माझ्यापेक्षा फार कमी वय भासू नाही, म्हणून.

"कोवळा चेहरा आहे. सडपातळ अंगलट आहे. भोळा भाव आहे. ज्या वेळेस तो प्रथम ऑफिसात आला, तेव्हा मी नि तो दोराच्या दोन टोकांना होतो. साम्य म्हणून कसलेच नव्हते. ही दोन टोके अशीच लोंबकळायच्या ऐवजी

जवळ आली. एवढेच कशाला, त्या दोराची गाठ बनली.''

क्षणभर समोरच्या त्या स्त्रीच्या डोळ्यांत आसक्तीचे पाणी तरळू लागले. चेहऱ्यावरचा प्रौढ भाव लोपला. जेव्हा पुरुषाच्या स्पर्शासाठी स्त्री व्याकुळते, तेव्हाचे सौंदर्य नि लाडकावा अवतीर्ण झाला. चंद्रप्रकाशाने दगडाला सौंदर्य येते, तसेच त्या स्मृतींनी तिच्या कुरूपतेला सुंदर केले.

''मोती एकाकी होता. फाळणीने त्याचे सारे हिरावून घेतले होते– समृद्धी नि सारी नात्याची माणसे. माझ्यात त्याने काय पाहिले, कुणास ठाऊक. पण तो जो ऑफिसात आला, त्याच क्षणापासून माझ्या निकट आला. चांगल्या, देखण्या, श्रीमंत, कोवळ्या अन् त्याच्या जातीपातीच्या मुलींमधून त्याला मी का बरे आवडले असेन? आसरा घ्यायला माझी सावली त्याने का शोधली?

''मला वाटले, अन्य पुरुषांप्रमाणे हाही कोवळा तरुण केवळ शरीर-कुतूहलामुळे तर जवळजवळ सरकत नसेल? मी फारशी दखल घेतली नाही, तरी त्याच्या डोळ्यांतल्या एकाकीपणाने मला अशी दुराव्याची वागणूक त्याला देववेना.

''आमच्या मैत्रीला तडे जाण्यासारखे नव्हते. फक्त त्यांच्या बेबंद आकर्षणाला आवरायचे, कसे हा प्रश्न होता. कुठल्याही तरुण बाईला खरे पाहता, हे अभिमानाचे वाटायला हवे. आपल्यापेक्षा तरुण, देखणा, इमानदार तरुण आपल्या नादी लागला– हा वास्तविक केवढा आनंदाचा भाग! मला कधी नव्हे ते आनंदाचे, कौतुकाचे क्षण मिळाले होते. नवे होश मला खाऊन टाकत होते. मला नवे अवयव फुटले होते. मी सुंदर तर नाही, असेसुद्धा मला कधी कधी वाटायला लागले होते. जागेपणी झोप यावी, आणि झोपेतून जाग यावी असा आयुष्यातला तो काळ होता.

''माझी सारी दुनिया बदलली. कधी नव्हे ते स्त्रीत्वाचे कौतुक, रूपाचे कौतुक, गुणांचे कौतुक झाले. स्त्रीला बुद्धीच्या कौतुकाची गरज नसते; पण तिच्या देहाचे कौतुक तिला खरे सुखावते आणि तिच्यात नवे सौंदर्य निर्माण करते. खरे सांगू? सारं वेडगळ होतं, पण सुंदर होतं. किंबहुना, वेडं होतं म्हणूनच सुंदर होतं. थोड्याच दिवसांत मोती दूर निघून जाईल, इतर सर्वांप्रमाणेच; म्हणून मीही वाहायला नको होतं, झपाटायला नको होतं– पण खरे सांगू? आयुष्यात प्रथम मिळालेल्या कौतुकाने मीही पेटून गेले.

''कदाचित याहीमुळे असेल, कदाचित प्रकृतीनेच मोती निराळा असेल; मोती दूर गेला नाही. उलट, दिवसांमागोमाग तो अधिकाधिक माझ्या सुखासाठी धडपडू लागला. माझ्या आवडी जपू लागला. हळूहळू त्याच्या प्रेमाला थोडा बोज आला, नि एक दिवस त्याने मला लग्न केव्हा करायचे, ते विचारले.''

"बरं, मग?"

"डॉक्टर, स्त्री-पुरुष संबंधाला वयाचे महत्त्व नसेल. साठ वर्षांचा पुरुष १५ वर्षांच्या कोवळ्या मुलीशी शरीरसंबंध करतो आणि ५० वर्षांच्या रंगरोपण केलेल्या थेरड्या वेश्येकडे वीस वर्षांचे कोवळे गिऱ्हाईक आले, तर समजण्यासारखे आहे. समाजाला नि त्या व्यक्तीला त्यात वावगे वाटणार नाही. वयाचा संबंध तिथं नसतो. शरीराच्या एका सुखाच्या किमतीचा सवाल असतो. तारुण्य विकत घेतले जाते. थोडी वाजवीपेक्षा जास्त किंमत देऊन, पण लग्न, तेही खुशीने– तेही काही अडचणींत सापडून नव्हे. मोतीसारख्या सुजाण मुलाने आपल्यापेक्षा १५ वर्षांनी मोठ्या स्त्रीला लग्नाची मागणी घातली तरी काही वावगे वाटू नये?"

"मुळीच वाटू नये."

"होय. तुम्हीही अखेर एक पुरुष आहात. त्या दृष्टीने उपभोग्य वस्तू नाकारणे नामर्दपणाचे असेल. स्त्रीची दृष्टी निराळी असते. सुखास्वाद घेताना-सुद्धा ती जोडीदाराच्या सुखात सुख मानते. मोतीच्या मनातील लग्नाच्या विचाराने मला धक्काच बसला. मी तो विचार उडवून लावला. त्याच्याकडे दुर्लक्ष केले. पण तो बदलला नाही आणि मलाही त्याचा सहवास सोडवेना.

"लग्न! स्त्रीच्या– निदान माझ्यासारख्या स्त्रीच्या– आयुष्यात केवढा भाग्याचा प्रसंग! तरीही हे लग्न मला नको होतं. मोतीवर माझं मन बसलं होतं. मोती सुखी व्हायला हवा होता. मी त्याला सुखी केलंय. स्त्रीला देता येतील, ती-ती सर्व सुखे पुढाकार घेऊन मी त्याला दिलीत. पण लग्नाचा त्याचा हा हट्ट मी पुरवू शकणार नाही, डॉक्टर."

"तो का?"

"माझ्यापेक्षा पंधरा वर्षांनी तो लहान आहे. वैद्यकशास्त्राला हे लग्न कदाचित मंजूर असेल... पण डॉक्टर, हे वय रंगरोपणात– कपड्यालत्त्यांत मी किती काळ लपवू शकेन? मोतीचं आजचं प्रेम माझ्या वाढत्या वयाबरोबर ओसरू लागेल."

"हे सारे खरे, पण मी या बाबतीत काय करू म्हणता?"

"काय सांगू? मला दिवस गेले आहेत, हे जेव्हा माझ्या ध्यानात आले; तेव्हा मी हर्षाने नाचले डॉक्टर. स्त्रीला हवे होते, ते मिळाले. पुरुषाची गरज संपली. माझ्या रक्तामांसावर वाढणाऱ्या एका चिमण्या जिवाला वाढवायचं, या माझ्या कल्पनेला पंख फुटले. मी ठरविले की, त्या मुलाला मोठे करायचे. तो मोतीसारखा गोरापान नि सुंदर असेल– त्याच्या डोळ्यांत पाहत राहायचे. त्याचे

लाडकोड पुरवायचे. डॉक्टर, लोकांशी मला काय करायचं? लोक मला बदचालीची म्हणतील, पापी म्हणतील. मला काय त्याची पर्वा? आजवर तरी मला त्यांनी कुठे बरे म्हटलंय? मी त्या मुलाला वाढवणार होते. मला ते मूल हवंय डॉक्टर– त्याच्या आठवणीनेसुद्धा माझ्या स्तनांत काही तरी चलनवलन होतंय!''

''मग माझ्याकडे का आलात तुम्ही हे समजत नाही.''

''मला हे मूल हवंय डॉक्टर. पण मोतीला मात्र मला दिवस गेले आहेत, हे कळायला नकोय. मी आजवर लग्न नाकारले, पण आता... आता हे कळलं ना तर मोती लग्नाचा ध्यास घेऊन बसेल डॉक्टर.''

''मग काय बिघडले...? करून टाका लग्न... तुम्हाला मूल मिळेल, मोतीला तुम्ही मिळाल!''

''माझ्या मुलासारख्या मोतीला मी लग्नाच्या गळात कशी अडकवू डॉक्टर? मला आता कळलंय, मोती मला एवढा का आवडला; मी त्याला निकट का येऊ दिले! मी त्याच्यावर प्रेम केलंय. माझ्यातले सारे मातृत्व त्याच्यामुळे जागे झाले. डॉक्टर, मला मोती हवाय... माझ्यासारख्या वयातीत मुलीमुळे तो लग्नाच्या सापळ्यात अडकायला नकोय डॉक्टर. मी करू तरी काय? मोतीला सुख द्यायचे आणि त्याच्या आयुष्याचे वाटोळे करायचे नसेल, तर कितीही हवा असला तरी त्याचा अंश मला ठेवता यायचा नाही डॉक्टर. मला वाचवा... त्याचे एखाद्या गोऱ्यागोमट्या मुलीबरोबर मी लग्न करून देणार आहे, जमले तर... आणि डॉक्टर, तेवढ्यासाठी मला सामर्थ्य हवंय. त्याचा अंश उदरात वाढवून कसे करणार हे मी? डॉक्टर, त्यांच्या अंकुराला पोटात ठेवून त्याच्याशी रक्तामांसाचे नाते जोडण्यापेक्षा तो अंकुर नष्ट करून जे नाते जडेल, ते हवंय मला... मला मोकळी करा डॉक्टर.''

माझ्या हातावर पाण्याने डबडबलेले डोळे टेकवीत ती अबला स्त्रीचे सामर्थ्य दाखवीत होती आणि आपल्या पुरुषार्थाची मी कीव करीत होतो.

-०-०-०-

धर्म

ताडदेवच्या नाक्यावरून गाडीने सफाईदार वळण घेतले आणि एका आलिशान नव्या इमारतीच्या समोरून ती निघाली असता, कामत ड्रायव्हरला म्हणाला, "ठैरो." कर्ऽकच्ऽऽ आवाज करीत गाडी थांबली. कामत बाहेर पडला. अदबीने उभा राहिला. पाकीट काढून मी टॅक्सीचे बिल दिलं. मोड खिशात घातली आणि कामतकडे पाहिले. कामत माझ्या पाकिटाचा आकार अजमावीत होता. त्याची नजर मी पकडताच तो लाचारीने हसला.

वास्तविक, हा मामला मला नवा नव्हता. दलाल ही एक स्वतंत्र जात आहे आणि सराईताला ती बरोबर टिपता येते. कामतची-माझी गाठ पडली, तेव्हा त्याच्याशी बोलण्यात वेळ न दवडता मी सरळ सांगितले, "कामत, वर्णने नकोत. प्रत्यक्ष माल पाहीन, मग दाम ठरवीन. माल थोडा कमी प्रतीचा चालेल, पण जागा चांगली हवी. इथे का आलो, हे ड्रायव्हरला किंवा पाहणाऱ्याला कळता कामा नये–" कामत नुसता हसला होता.

ठरलेल्या वेळी कामत फाउंटनच्या कोपऱ्यावर उभा राहिला आणि ड्रायव्हरला C.C.I. वर गाडी न्यायला सांगून मी टॅक्सी पकडली. टॅक्सी पकडतानासुद्धा मला कोणी पाहू नये, अशी माझी इच्छा होती. कारण चार-पाच गाड्या असणाऱ्या माझ्यासारख्या माणसाने टॅक्सीत बसणेसुद्धा विचित्र दिसते. टॅक्सी कामतपाशी थांबली होती आणि त्याच टॅक्सीने आम्ही ताडदेवच्या रस्त्याला लागलो होतो.

स्त्रीसौख्याच्या ज्याच्या-त्याच्या कल्पना वेगवेगळ्या असतात. अर्थात माझ्याही आहेत. एकाच स्त्रीशी इमानेइतबारे संसार करणे शक्य आहे. पण गरज, शक्यता, ऐपत या साऱ्या गोष्टी स्वाधीन असणाऱ्यांना सुरतसुखाचा मार्ग अवेळीच कळतो आणि इमानेइतबारे संसार करण्यापूर्वीच बाई आयुष्यात येऊन जाते. एकदा या सुखाची चव घेतल्यावर संसारातल्या सपक दूध-भातावर पोट भरणे अशक्य होते. माझेही तसेच झाले आहे. इमानदार नि सांसारिक जे

असतील या जगात त्यांना माझे अक्षरश: शतश: प्रणाम! आमचे मात्र स्त्रीवाचून भागत नाही. एक नियम मात्र मी कसोशीने पाळतो. सहसा त्याच बाईकडे पुन:पुन्हा मी जात नाही. अपवाद आहेत. आठवणींत राहण्याजोगे आहेत. पण थोडे आहेत. दर वेळेस नव्या भूमीच्या शोधात आम्ही निघतो आणि चुकून पुन्हा त्याच खाडीत आमची बोट लागते– पण क्वचितच.

दर वेळेला नवी बाई– तीही चविष्ट, दर्जेदार म्हणजे वाटते तेवढे सोपे काम नाही महाराज! आजपावतो थोड्या-थोडक्या नाही, पण सुमारे तीनशे ठिकाणे मी नजरेत घातली आहेत. मुंबईतल्या सर्व निवडक ठिकाणी आमची पायधूळ झटकली आहे; पण पुन:पुन्हा त्या बंदराला लागायचे नाही, असे ठरविणाऱ्या नाविकाला नवनवे बंदर शोधलेच पाहिजे.

स्त्रीसुखाच्या बाबतीत लोक घोळ फार घालतात. आपल्याला अगोदर उद्योगधंद्यामुळे वेळ नाही. मिळतो, तो वेळही मोजका. ऑफिसच्याच वेळेत फार तर उतरती संध्याकाळ. एरवी सर्व लोकांच्या नजरेआड राहणे कठीण असते. त्यामुळे सुरतसुखाच्या कल्पनासुद्धा स्टेशनवरच्या जेवणासारख्या बनवाव्या लागल्या आहेत. इराण्याच्या हॉटेलातून एखादा चहाचा कप मारून यावे, तेवढ्याच कालमर्यादेत स्त्रीसुखाची प्राप्ती करून घ्यावी लागते.

असली आमच्यासारखी वेळ न घेणारी कामसू माणसे असल्या बायकांना पसंत असतात. काय घडलंय, हे कळायच्या आत भरपूर पैसे गाठी पडतात आणि वेळेची खराबी होत नाही. तेव्हा कोणती धंदेवाली बाई खूश होणार नाही?

लोक म्हणतील– सुरतसुखाची मजा अशी कुणी लुटते का? कोवळ्या लुसलुशीत अंगावर रेंगाळायचे सोडून गुलाबाचा त्याग क्षणार्धात करणारा वेडाच समजला पाहिजे. म्हणा पाहिजे तर वेडा. पण खरे सांगायचे तर, फालतू वेळ आम्हाला मानवत नाही. पौरुष कमी झालेल्या पुरुषांनी करावेत हे बाष्कळ खेळ, खेळाच्या उठावासाठी! पण आम्ही येतो अन् कामाला लागतो. अजून तरी तयारीची आम्हाला गरज लागलेली नाही. काही गायक केवळ आवाज लावायला निम्मी बैठक फुका घालवतात. आमच्यासारखे, पहिला 'सा' लावतील तो सुरेख रेखीव आणि सरळ. स्वर कमावलेला आहे. ते काही येरा-गबाळ्याचे काम नाही.

स्त्रीसुखाची गंमत तर हीच आहे. वायफळ पूर्वतयारीपायी माणसे गारद होतात. क्षणाच्या खेळाला घटका लावतात. मग त्यातच मनाने अडकून पडतात.

आमचे तसे नाही. एवढ्या स्त्रियांशी संग केला, पण मन अडकले नाही. पुन:पुन्हा गाठ घ्यावीशी वाटली नाही. नव्या रंगाची, नव्या आकारमानाची, नव्या उभारीची नवी बाई पाहिली की, मागच्या बायांची चित्रे पुसट होत जातात.

इंद्रियसुखाला कमी लेखणारे भित्रे असतात, असे मी म्हणणार नाही; पण सुख हीच जर मुळात सापेक्ष वस्तू असेल, तर मग सुख कशातही मानता येईल. इंद्रियसुखातही मानले, तर काय बिघडले? स्त्रीपासून लाभणाऱ्या इंद्रियसुखाला मूर्ख लोक क्षणिक, हीन का मानतात? कोणते सुख चिरंतन आहे? जगात चिरंतन आहेच काय? सुखाने चिरंतन असावे, हा वेडा हट्टच कशास्तव? सुखाने सदोदित नवनवे रूप घ्यावे, हेच निसर्गाला धरून नाही काय? आकाशातले ढग किती वेगवेगळे आकार धारण करतात, वेगवेगळे रंग धारण करतात! स्त्रीने तुमच्या सुखासाठी नाना रूपे, नाना रंग धारण केले; तर काय बिघडले?

स्त्रीपासून मिळणारे सुख कमी प्रतीचे कसे? त्या वेळी मन आनंदाने भरून येते की नाही? अंगातला अणु-रेणू फुलून निघतो की नाही? ह्या सुखाच्या क्षणी आपण यातना, दु:ख सारे विसरून समाधीत जातो की नाही? आपल्या देहाचे वजन हलके भासते आणि सारे चलनवलन वायुगतिरूप भासते. या अद्भुत संगसुखाला का निंदिले जाते, हे मला कळलेले नाही. स्त्रीसंगात मला अनावर सुख वाटते. पाच-दहा मिनिटांच्या त्या कोलाहलात मी खूप-खूप उंच जातो, आणि रतिसुखानंतर मला एक नशा चढते. थकव्याऐवजी; झाल्या कृत्याबाबत खेद, किळस, तिरस्कार वाटण्याऐवजी मला नेहमीच अभिमान वाटतो. नुकत्याच भेटलेल्या आणि लवकरच भेटणाऱ्या स्त्रियांची तुलना होऊन जाते. त्यांच्या जघनाचा परीघ ध्यानी येतो. त्यांच्या ओठांची लाली उलगडते आणि समुद्राची खोली, लाटांचे चलनवलन नि खळखळाट जसा नाविकाला वेगवेगळ्या स्थळांची याद ठेवून जातो; तशीच प्रत्येक संगाची याद मागे उरते.

टॅक्सीतून उतरताना ओढ एकच होती– स्त्रीची. दुसरे-तिसरे काही नको होते. एखाद्या स्त्रीकडे जायचे म्हणजे मन कसे रसरसायला लागते. दारू बनत असलेले द्रव उकळल्यासारखे दिसते, पण स्पर्शाला मात्र थंड असते. काममदिरेचे उलटे आहे. स्पर्शाने गात्रे गरम होतात, पण उकळी मात्र फुटत नाही. द्रव नुसताच पेटत राहतो, उकळीची वाट पाहत.

ताज्या रक्ताला चटावलेल्या वाघाचा हिंस्रपणा आता माझ्यात संचारला आहे. भक्ष्य दिसल्यावर पंजे रोखून ताजे रक्त चोखताना त्याची जी चपळाई

आहे, तीच मी दाखवणार आहे.

लिफ्ट वर जात होती– मीसुद्धा. कामत हलकेच थांबला. हिरव्या दरवाज्याला फट उगवली आणि काही तरी पुटपुटणे तेवढे ऐकू आले. मग दार उघडले आणि आम्ही आत शिरलो.

दिवाणखान्यात शिरताच चट्‌कन ध्यानी आले की, आपण योग्य त्याच जागी आलो. मंगेशीच्या देवळाचे एक नखचित्र ठसठशीतपणे टांगले होते. त्याखाली शिरडीच्या साईबाबांची प्रतिमा होती. उदबत्तीचा धूर त्या तसबिरीपर्यंत खालून वर येत होता. एका कोपऱ्यात एका प्रौढ खानदानी माणसाचा फोटो होता. बहुश: ज्या स्त्रीशी संग होणार, तिचा हा निर्माता असावा– अर्थात, असावा एवढेच. खात्री देणे शक्य नव्हते. अशा घरात दिसणारी प्रौढा बहुश: त्या रूपगर्वितेची आई असते. हे एवढेच नाते सत्य.

पडदा हलला आणि एक प्रौढ स्त्रीचे मुख चमकून गेले. अस्सल गोवेकरणीची नजर धडकून गिऱ्हाइकाचा मगदूर जोखून गेली. पुरुषजातीचा अर्क रक्तात भिनून तयार झालेली ती नजर अगदी बोलकी होती. हा रिवाज होता. खरे पाहता, तिचीच गाठ आधी पडायची; पण सुधारलेल्या जमान्यात अलीकडच्या नायकिणींनासुद्धा हा फाजील व्यवहारीपणा रुचत नाही.

कोपऱ्यातल्या तबला-पेटीवरून, तंबोऱ्यावरून, चमचम करणाऱ्या पानदानावरून दृष्टी टाकून होण्यापूर्वी एक नवे अस्तित्व जाणवले. पडदा दुभंगला आणि लावण्य बाहेर आले.

गोवेकरणीचा साज काही निराळा असतो. त्या छचोर वाटत नाहीत. कारण त्यांच्या डोळ्यांत एक लाघवी, आर्जवी गोडवा असतो; एक कलापूर्ण ढंग निरखता येतो.

समोरची येणारी ही रसरशीत मधाळ पोरगी पाहिल्यावर दाबून धरलेली कामना फारच वेगाने उसळली. देहविक्रीचे दुकान असले, म्हणून काय झाले? दुकानदाराने शोकेसमधून विक्रीचा माल काढेपर्यंत थांबावेच लागते. तिच्या तलम वस्त्रांआड, तिच्या हेतुपूर्वक पेहरलेल्या कलत्या पदरातल्या गोऱ्यापान मखमालीवर आघातासाठी बोटे शिवशिवली.

उंचनिंच, धवलवर्णीय, सुबक पोषाख, केसांची नाजूक ठेवण, त्यावर अबोलीची वेणी, मेंदीला कृतकृत्य केलेली पावले, ओसंडणारी हास्यगंगा, गालावरची खळी, तिरकी तयार नजर आणि हे सारे आपल्यासाठीच आहे, असे आर्जवीपणाने सुचविणारी थोडी कलती मान– होता, गोव्याचा माणकूर आंबा

तयार होता. अगदी आजच खाण्यासाठी.

हवी ती वस्तू मिळाली की, माणसाचे मन अधीर झाले, तर नवल काय! अनेकदा प्रसंग येऊनही बाईबरोबर संगाची किंमत करताना मी थोडा अडखळतो. गात्रे अधीरली होती आणि दम धरवत नव्हता. निघण्याचे कारण नव्हते. कामत घरच्याप्रमाणे बाईशेजारी बसला होता. बाईशी काहीसे कुजबुजून तो नुसते मजकडे पाहून हसला आणि आत निघून गेला.

ओठांवरून हात फिरवून मी आसन बदलले आणि बोलण्याचा प्रयत्न केला. अर्थात बाहेर काहीच ऐकू आले नसावे. पण या प्रकाराचा समोरच्या सुंदरीला अनुभव असावा.

"काय घेणार?"

लाडकावा गुलकंदात मुरवावा आणि त्यातून आवाज काढावा, एवढा मंजुळ आवाज कानी आला.

"आताच चहा घेतला."

"तुम्ही घेतलाच असेल हो– पण इथे आल्यावर काही तरी घेतलेच पाहिजे. चालत असेल तर–"

"नाही, मी दारू कधीच घेत नाही."

"मग चहा, कॉफी, सरबत–"

"चहाच सांगा."

"बाबले, चहा आण लवकर." आणि माझ्याकडे पाहून ती उगीचच हसली.

समोरच्या या कचोरीकडे नुसते बघत बसणे निव्वळ मूर्खपणाचे नव्हे, तर वेडगळपणाचे होते. मी हलकेच उठलो. तिच्याजवळ जाऊन म्हणालो, "मला लवकर जायचंय."

"किती लवकर? चहा तर होऊ दे."

"तेवढासुद्धा वेळ नाही."

"अं- ऽऽ हं ऽऽ -" एका भिंगरी हास्यात तिने संमती दिली आणि ती उठली. माझा हात हाती घेऊन ती म्हणाली, "चलावं आत."

एका दरवाज्यातून आणखी एका दरवाजात आम्ही गेलो आणि उघडलेल्या खोलीत प्रवेश करताच गणिकामंदिरात आल्याची खात्री पटली. एक दुहेरी बिछाना वाट पाहत होता. खोलीची सजावट मस्त होती.

पलंगापाशी येण्यापूर्वीच त्या तन्वंगीला मी उचलली आणि तिचा चीत्कार

ऐकू येईतो मी घट्ट आवळली. केवळ सरावलेला देह म्हणून ती मिठी सहन करू शकली.

"किती घाई?"

"आवडते म्हणतात तुम्हाला."

"काहीतरीच! कपडे तरी काढते–"

"नको, मुळीच वेळ नाही."

"घोड्यावर बसून आलात जणू!"

"नाही, बसेन म्हणतो–"

पुन्हा एकदा गरगरणारे हास्य आणि मग आवरावे असे काय उरले? आणि बघता-बघता तिच्या कपड्यांचे ओझे दूर केले आणि मेजवानीवर ताव मारण्यापूर्वी पक्वान्नांची थाळी नीट निरखावी तशी तिला निरखली.

थोडीथोडकी नाहीत; निदान दहा-पंधरा वर्षे ती या धंद्यात असली पाहिजे. कोवळ्या समजल्या या जाणाऱ्या देहाने अनेक बलदंड देहांची शेज केली असली पाहिजे. पण अनाघ्रात म्हणावा असा ताजेपणा या सोनकांतीत होता. अंगावरची कोवळी लव एवढी मोहक होती की, नजर ठरत नव्हती.

अकस्मात दार वाजले, उघडलेदेखील आणि मघाशी डोकावून गेलेली प्रौढा आत चमकली. संगातल्या व्यत्ययाने माझा राग एवढा अनावर झाला की, काय करावे हेच मला सुचेना. त्या नग्न सुंदरीच्या नग्नतेची तिला शरम नव्हती. वस्त्रे न आवरता तशाच अवस्थेत ती म्हणाली, "काय झालं आई?"

"उठ, कपडे घाल पाहू आधी–"

"अजून झाले नाही–"

"म्हणून तर म्हणते, आधी कपडे घाल. माफ करा शेठ, पोरीला बसता यायचे नाही तुमच्यापाशी. चला बाहेर."

"पण का?"

"सांगते, सांगते शेठ– बाहेर चला. रागावू नका." माझा हात धरून जवळपास तिने मला बाहेरच काढले.

असा प्रसंग माझ्या आयुष्यात घडला नव्हता. भरल्या ताटावरून ओढून काढलेल्या माणसाला भूक आवरणे शक्य होईल; पण संगासाठी आतुर झालेल्या आणि संगतृप्तीच्या क्षणापाशी पोहोचलेल्या पुरुषाला परत फिरविणे शक्य नाही. ती चीड-संताप-राग मनात धरून मी बाहेर येण्यापूर्वी ती बाई म्हणाली, "क्षमा करा, धर्माविरुद्ध गोष्ट झाली असती. एका घरातल्या एकाच पुरुषाला ही

माडी मोकळी असते.''

"म्हणजे?''

"तुमचे भाऊ येतात गुलाबकडे!''

"काय? दादा–''

"होय, दादासाहेब साखरदांडे.''

"माझं नाव कळलं तुम्हाला?''

"सांगावे लागत नाही. वर्षानुवर्षे केवळ पुरुषाच्या देहाशिवाय कशाचाच अभ्यास आम्ही करत नाही. पुरुषाचे बीज कळले नाही, तर व्यर्थच आम्ही गणिका.''

स्त्रीचे पुरुषाविषयीचे हे अफाट ज्ञान पाहून थक्क होणे, एवढेच माझ्या हाती होते. हाती आलेली लक्ष्मी सोडून देणाऱ्या अव्यवहारी धर्मातली महती मोजावी, का कोणाचीही शेज होणाऱ्या या स्त्रीयंत्राची कीव करावी– हा वेडा प्रश्न अस्वस्थ करून जातो आहे.

- ०-०-०-

वंचना

मनुष्य अनेक वेळा काही चमत्कारिक प्रसंगांत सापडतो. जे-जे टाळायचे त्याने ठरवलेले असते, तेच त्याच्या मागे लागते आणि मग त्या चक्रव्यूहातून सुटका व्हायच्याऐवजी तो त्यात अधिकच गुंतत जातो. पमा गोखलेचे असे झाले होते.

पमा गोखले हे बाईचे नाव नसून बुवाचे नाव आहे. बुवाचे म्हणजे पुरुषाचे– कारण बुवा म्हणताच नजरेसमोर येणारा पंचेचाळीस वर्षांचा, भाळी बुक्का, गळ्यात तुळशीची माळ, सोलापूरचे आठवारी पंचेवजा धोतर, मद्रास चेकचा मळकट कोट, अर्धशुभ्र मिशांचे बुरूज बाळगणारा बत्थड इसम. पण पमा गोखले याच्या अगदी उलट होता. त्याचे वय तीस-बत्तीस सहज असावे. पण चण लहान, चेहरा नाजूक, बोलणे लाडिक, कपडे ऐटबाज, सदा उत्साही, बडबड यांमुळे तो ऐन पंचविशीत असल्यासारखा दिसे आणि कोणालाही आवडे. रूप बेताचे, पण बडबडीमुळे लक्ष वेधून घेणारी त्याची मूर्ती सर्वांच्या ध्यानात येई.

सर्वांच्या म्हणजे, स्त्रीजनांच्याही. लग्नायोग्य मुलींना तो उमेदवार तरुण दिसे. लग्न लांबलेल्या आणि केव्हा तरी जमेल अशा हताश-निराश मुलींना तो एक आशेची जागा वाटे– आणि लग्नात अडकलेल्यांना चुकचुकण्याजोगी वस्तू वाटे. सुंदर रूप हा काही आकर्षणाचा विषय नसतो असे नव्हे; उंच-धिप्पाड शरीरयष्टी, आक्रमक व्यक्तिमत्त्व आणि तुलाही जिंकीन असा रुबाब अनेक स्त्रियांना घायाळ करतो; पण हे झाले असामान्य मुलींबाबत. कारण ही रुबाबदार जबाबदारी पेलण्याइतकी आपल्याही जवळ हिंमत आहे, याची त्यांना जाणीव असते. चांगली वस्तू कुणाला नको असते? अशी बला गळ्यात अडकवून घ्यायची आणि जन्मभर इमान राखील अशा तऱ्हेने ताब्यात ठेवायची कला साऱ्यांनाच जमण्याजोगी नसते. मोहर गळलेल्या आम्रवृक्षावर कोकिळ कशाला गाणे म्हणणार, हे त्यांना कळत असते.

आणि म्हणून, 'पमा'सारख्या जरा चटकदार पण पल्ल्यातल्या मुलांना रसिक स्त्रिया पत्करायला तयार असतात.

पण 'पमा' कुठे तयार होता?

तरुण, सुशिक्षित, माना वेळावणाऱ्या, ऑफिसातल्या शोभेच्या वस्तूवत् भासणाऱ्या या चळवळ्या मुलींचा तर त्याने धसकाच घेतलेला होता. संसाराला निरुपयोगी ठरल्यामुळे ऑफिसात आलेल्या किंवा ऑफिसात आल्यामुळे संसाराला निरुपयोगी झालेल्या या चरबट घोडनवऱ्या मुलींकडे त्याने कटाक्षाने डोळेदेखील फिरवले नव्हते. ज्या स्त्रीला ऑफिसातसुद्धा अर्धा तास एका जागेवर बसता येत नाही, ती सात जन्म कसली कपाळाची सोबत करणार! टॉयलेट प्रकरणात ज्या मुलींचा ऑफिसातला निम्म्याहून अधिक वेळ खर्ची पडतो, ती घरातला स्वयंपाक नि घरकाम केव्हा करणार? ऑफिसातल्या अनेक पुरुष सहकाऱ्यांशी लागट नि लघळपणे बोलल्यावर नवऱ्यांशी बोलायला गोड शब्द कुठून शिल्लक राहणार?

या मुलींचा ऑफिसातला नट्टापट्टा पाहून तर पमा अधिकच बावरून जायचा. त्यांचे विभ्रम, उघडे बाहू, लोंबती कर्णभूषणे, पोटिमा, पोलकी, अर्धपारदर्शक वस्त्रे, ओष्ठशलाकाविभूषित किरमिजी पडलेले ओठ, घोड्याची (किंवा गाढवाची) केसांची शेपटी हे सारे पाहिल्यावर पमाची खात्री झाली की, एखाद्या दुकानाला सजवावे अशी ही सजावट कशासाठी? कोण नि काय विकतेय इथे?

कपड्यांची गरज अंग झाकण्यासाठी असते, असे त्याने वाचले होते. पण आता निरनिराळ्या शोधांमुळे कपड्यांचे काही दुसरेही उपयोग नजरेला आले होते. वस्त्र घालूनही न घातलेसे वाटावे, वस्तू झाकलेली वाटूनही तिचा पुष्टावा किंवा झळाळी ध्यानी यावी, सारे काही संयमात ठेवलेले वाटावे पण जग मात्र घायाळ व्हावे, बंधनाची जाणीव असावी पण सर्व काही बंधनातीत असावे– असाच मामला घडत होता. स्त्रीच्या ओठांची मूळची लाली काय वाईट असते? गालांवर तारुण्य उभे असावे, केसांची वाऱ्याने चवरी धरावी, शुभ्र दातांच्या हंसपऱ्यांनी रांग करावी, स्वच्छ, निकोप व पुष्ट देहाची आग जाणवावी– असे हे खरे सौंदर्य. उलट तेलकट-डांबरी अशा या कावेसारख्या, वेळी-अवेळी दुसऱ्यांच्याही ओठांवरून फिरलेल्या तांबड्या मेणचट ओष्ठशलाकांनी ओठ रंगवणाऱ्याला आंब्याचा शेंदरी रंग आणि शेंदूर, पक्व नारिंगाचा रस नि गेरूचा रंग यांतील फरक कसा कळावा? गालांवर कसल्या तरी धुळींचा रंग चढविणाऱ्यांनी हंसालासुद्धा पावडरने मढवलेले असणार.

पण हे सारे जीर्ण विचार समस्त स्त्रीजनांना कळणार कसे? कारण पमा त्या रुळलेल्या वाटेला कधी गेला नाही, जाणारही नव्हता.

या त्याच्या सनातनी विचारांचा पत्ता लागूनसुद्धा त्याच्यावर मुलींचे लक्ष होते. खरे म्हणजे, त्याने पत्करलेच असते तर अगदी खोपा घालायला, इरकली नऊवारी नेसायला, पायांत वेढणी, नाकात नथ, हातात वाकी, कमरेला पट्टा घालायलासुद्धा त्यांपैकी काही तयार होत्या. आवडत्या माणसासाठी त्यांपैकी निम्म्या मुलींनी आपली दुनिया बदलून टाकली असती; कारण त्या तरी करत होत्या ती सौंदर्यसाधना ही कुणी तरी आपल्या वाटेला जावे, म्हणूनच ना? लक्ष आकर्षून घ्यायला पाटी लावावी लागते. 'या बागेतील फुलांना हाताळण्याची मुभा आहे', अशी पाटी वाचूनही त्या बागेत पमा शिरू इच्छित नव्हता.

आणि, आता तर या कार्यालयातून तो दुसऱ्या पुण्याच्या शाखेत बदली होऊन जाणार होता.

थोडे सुस्कारे– थोडे हुंकार आणि एक-दोन हुंदके निघाले असावेत.

गप्पांची बैठक मोडली, म्हणून तरुण सहकाऱ्यांना वाईट वाटले. वयस्क कामचुकारांना काम चुकविण्याचे निमित्त न उरल्यामुळे खेद वाटला. ऑफिसर्सनासुद्धा चुकल्या-चुकल्यासारखे वाटले आणि स्त्रीवर्गात तर हाहाकार उडाला.

तसे पाहिले तर चार-दोन वाक्ये, नाइलाजास्तव हास्य, कधी कामानिमित्त शेजारी उभे राहून क्षणभर संभाषण, याव्यतिरिक्त स्त्रीजनांशी त्याचा संबंध आला नव्हता. आलाही नसता. वाईट वाटायला तसे कारण नव्हते; पण वाईट वाटले, एवढे खरे.

पमाच्या निरोपार्थ एक पार्टी देण्यात आली. स्त्रीजनांनीही त्याला हातभार लावला. उत्साहाने-द्रव्यबळाने-उपस्थितीने नि कष्टाने आणि कधीही नव्हे ती पार्टी गाजली. कारण माणिक वागळेने त्या दिवशी गाणे म्हटले.

माणिक ही एक खालमुंडी मुलगी. जवळजवळ बोलताच न येणारी, म्हणजे न बोलू इच्छिणारी. थोराड. सतेज, बरीच देखणी, कामात डोके खुपसून बसणारी, काम करताना चष्मा वापरणारी, केसांची एक लोंबती गाठ बांधणारी. कपडे टापटिपीचे पण विरक्तपणा दाखविणारे, सदा पांढरे शुभ्र नेसणारी– डोळ्यांत थोडा रडवेपणा, हसू तर दुर्मिळच.

ती गायली– थोडाफार आग्रह होताच गायली. चांगली गायली आणि ती आर्तता बऱ्याच जणांना जाणवली– पमालासुद्धा जाणवली.

समुद्रकाठच्या त्या हॉटेलात तो मेळावा रंगला. त्यात कधी नव्हे ती मने

थोडी-थोडी मोकळी झाली. पण समुदाय होता म्हणून मने तशी बोलली नाहीत. उपचारार्थ भाषणे झाली. खाद्यपेये पुढे आली. गप्पा झाल्या. इच्छा नसूनसुद्धा पमाला वनिता समाजातच बसावे लागले. निरर्थक प्रश्नांत तोंड खुपसावे लागले, आणि लाडिकपणा आग्रह अगदी हसतमुखाने पत्करावे लागले.

–आणि माणिक वागळे तर फारच खेळीमेळीने वागली.

सगळ्यांनाच आश्चर्य वाटले, कारण तिला कुणी हसताना पाहिले नव्हते.

पार्टी संपताच आपल्याला पोहोचवायला घरी यायची तिने विनंती केली. त्यामुळे तर पमा भेदरलाच. रात्र झाली होती. त्याच बाजूला जायचे असताना नाही म्हणता येत नव्हते. नको तो प्रसंग येणार होता– चक्रव्यूह रचला जात होता. सर्वांच्या समोर एका मुलीबरोबर– तेही माणिकसारख्या मुलीबरोबर– जायचे दिव्य करायला पमाला फार कष्ट पडले. अन्य कोणी त्या बाजूला येण्यासारखे आहे किंवा काय, हे त्याने शोधले; पण कोणी येण्याजोगे नव्हते.

पमा आणि माणिक निघाली. ही नेहमीची माणिक– असे कुणी सांगितले असते, तर कुणालाच खरे वाटले नसते. एखाद्या अधिराज्याच्या राणीप्रमाणे ताठ मानेने ती चालली होती–

आणि त्या तिच्या रुबाबामुळे पमा अधिकच बावरला होता. ज्या मुलीला स्वरयंत्र आहे किंवा नाही याचा प्रश्न आजवर सर्वांना पडला होता, ती मुलगी रेकॉर्डप्रमाणे बोलत काय सुटली आहे, हेच त्याला समजेना.

"तुमच्या घरी कोण कोण आहे?" या वाक्यापर्यंत जेव्हा संभाषण आले, तेव्हा बसमध्ये पमा सावरून बसला. परिस्थितीच्या गांभीर्याची त्याला एकदम कल्पना आली. प्रवास तर बराच घडला होता नि मुक्काम आवाक्यात आल्याप्रमाणे माणिक बोलत होती. माणिक भले चांगलीही असेल, पण आपल्याला ज्या गावाला जायचे नाही, त्या गावाकडे जाणाऱ्या वाटेवर जायचं कशाला? त्यापेक्षा आपले लग्न झाले आहे, असे सांगितले म्हणजे झाले.

आणि पमाला एकदम उजेड दिसू लागला. एका चमत्कारिक प्रश्नाची उकल झाली, सुटका झाली. तो उदास मुद्रा करून म्हणाला– "घरी होय! आई आणि मिसेस आहे... आणि–"

'मिसेस आहेत' याच दोन शब्दांनी बसच्या दुसऱ्या मजल्यावर बसलेली माणिक मनाने पहिल्या मजल्यावर आली होती.

आवंढा गिळत, अगदी चमत्कारिक आवाजात ती म्हणाली, "म्हणजे, तुमचे लग्न झाले?"

“हो. का, अहो मुलेसुद्धा आहेत दोन!”

“काय? मुले...”

“हो– म्हणजे लग्न झाले की मुले होणे कठीण नाही–” माणिकशी त्याच्या झालेल्या ओळखीच्या मानाने हा विनोद थोडा जास्तच होता, पण आवश्यकही होता. तिच्या स्वरातले आश्चर्य, व्यथा, वैफल्य हे सारे विसरायसाठी हे सारे हवेच होते आणि एकदम ती हसली नि म्हणाली–

“खरे आहे.”

“तुमचेसुद्धा लग्न झाले की पाहा– माझे म्हणणे खरे ठरेल.”

“काही सांगता येत नाही. कारण...”

“कारण?”

“लग्न व्हायचे असते, तर यापूर्वीच नसते का झाले?”

“म्हणजे– समाजसेवा, करिअर, लग्न न करण्याचे व्रत, स्त्रियांची उन्नती, यांमुळे तुमचे लग्न अडले नाही म्हणता?”

‘...ऽऽऽ?”

“मग लग्न न व्हावे, अशा काय तुम्ही काळ्याबेंद्र्या आहात का कुरूप आहात, का अर्धवट आहात? का नाही झाले तुमचे लग्न?”

“नाही झाले, इतकेच. प्रथम लहान होते म्हणून, मग सांगून आलेली स्थळे माझ्या अपेक्षेएवढी चांगली नाहीत म्हणून मीच डौलाने नाकारली. पुढे वाढत चालले तरी मला वाटत होते की, मी आहे तशीच नि तेवढीच आहे. त्यामुळे हलके-हलके अनेकांना मी अव्हेरून टाकले. वडील वारल्यावर मला कुणी स्थळेच सुचवीना झाले. तो लग्नाचा मार्गच बंद झाला म्हणा ना! आणि मग वर्षे तशीच गेली. आता तर काय...”

“तुम्ही का नाही जमवलेत?”

“ते तुम्हाला नाही कळायचे!”

“का?”

“अहो, माझ्याबद्दलच्या ऐकीव वदंतांनी माझ्या वाटेला कुणी जात नव्हते. आणि दुसरे असे की, लग्न जमवायचे म्हणजे रस्त्यात भेटलेल्या पहिल्या मुलाला अडवून हार का घालायचा? आधी ओळख झाली पाहिजे, माणूस पसंत पडले पाहिजे, मग संधी मिळाली पाहिजे आणि थोडी अक्कल-थोडे नशीब असले पाहिजे.”

“हो, तेही काही खोटे नाही.”

"आणि प्रयत्नच केला नाही, असेही नाही हं गोखले. अकाऊंटमधले प्रधान– त्यांनी माझी ओळख करून घेतली. एक-दोनदा त्यांनी लंचलाही नेले, मग सिनेमाला बोलावले. मी खुशीत होते. कसे का असेना; म्हटले जमले– अगदीच काही असे नाही. पण कुठचे काय! एके दिवशी त्यांची बायको ऑफिसमध्ये आली, तेव्हा मला कळले की, प्रधान विवाहित होते आणि माझ्याशी त्यांचा स्नेह ही आपली त्यांची करमणूक होती. मी मात्र एकदम कोसळले–"

"पण त्याला तरी काय कल्पना की, तुम्ही त्याच्याकडे लग्नाच्या दृष्टीने पाहत आहात–"

"पण आपले लग्न झालेले आहे, हे त्यांच्या बोलण्या-वागण्यात कधी कळलेच नाही; उलट लग्न झालेल्या माणसाच्या मानाने त्यांचे वागणे गैरच मानले पाहिजे. हाताला हात, अंगाला अंग लावायचा त्यांचा अगदी हेतुपूर्वक यत्न दिसायचा. बरं, बायको काही वाईट नाही. अप्सरेसारखी सुंदर आहे. बी.ए. झालेली आहे– चांगली आहे. माझ्याशी बोलली. मला तरी आवडली. अशा माणसांना स्त्रियांची मैत्री हवी कशासाठी, गोखले?"

"तुम्हाला वाटते, पण कदाचित त्याचे वैवाहिक आयुष्य सुखाचे नसेल... हसतमुखाने संसाराचा गाडा ढकलताना त्याला वेदनाच होत नसतील, असे थोडेच आहे. अशा वेळी स्नेहाची एखादी झुळूकसुद्धा त्याने मिळवू नये, हा अन्याय नाही का?"

"अहो, पण मग माझ्यासारख्या मुलीने वागायचे कसे? समजा..."

"समजलो. तुम्हाला काय म्हणायचे, ते समजलो. सुसंस्कृत-समजदार व सत्प्रवृत्त माणसे जर रानटीपणाने वागायला लागली, तर काय करणार? या बाबतीत एवढेच म्हणता येईल की, स्नेह काय कुणीही करावा. मैत्री ही फार सुंदर गोष्ट आहे. आपल्या जबाबदारीचा विसरू पडू न देता स्नेह करायला विवाह काही आड येऊ नये–"

"तुम्ही विवाहित आहात. तुमची-माझी ओळख झाली. आपण हिंडू फिरू लागलो तर तुम्ही कसे वागाल?"

"ते कसे मी आज सांगू, प्रसंग आल्याशिवाय मी तरी माझी खात्री कशी देऊ?"

"समजा, प्रसंग आला–"

"मी तयार आहे–"

"पण तुम्ही तर निघालात पुण्याला."

"म्हणून काय झाले? पोस्ट खाते आहे. पुणे-मुंबई अंतर काही फार नाही. कंपनीच्या कामासाठी मला वारंवार यावे लागले. स्नेह काय, रोज भेटले तरच थोडाच बनतो-"

"खरेच- खरेच तुम्ही माझे मित्र व्हा, मित्र."

तिने डोळे मिटले. बसमध्ये फारसा प्रकाश नव्हता. पण त्या प्रकाशात ती उजळून निघाली होती. तिच्याकडे निरखून पाहण्याचा पमाचा हा पहिलाच प्रसंग. इतर मुलींपेक्षा ती त्याला एकदम निराळीच वाटली. तिला आपण लग्न झाले असे सांगून दूर लोटायला निघालो, तर उलट त्याचमुळे ही चिकटली.

पमा पुन्हा फेरविचार करू लागला. इतर मुली वाईट असतील, पण ही पोरगी चांगली धिटुकली असली तरीही अगोचर नाही. आणि, ही एवढी सुंदर मुलगी दुर्लक्षिणारे लोक मूर्खच असले पाहिजेत. म्हणजे आपणच मूर्ख ठरलो, कारण एवढ्या आपुलकीने, धीटपणे आपल्या परिचयाला पुढे हात करणाऱ्या या मुलीला आपण फसवायला निघालो.

तिच्या मुखाकडे पाहताना तिच्या अपऱ्या नाकाकडे, किंचित सैल बांधलेल्या नि लोंबणाऱ्या कुंतल पुंजाकडे, तांबूस गव्हाळी वर्णाकडे, किंचित थोराड यष्टीकडे आणि पसरट चेहऱ्याकडे त्याने फिरफिरून दृष्टी फिरवली. अगदी अपूर्व नसली तरी तिची गणना सुंदर मुलींत केल्यावाचून त्याला राहवेना. एका विलक्षण निरोगी-सौंदर्याचा ती एक नमुनाच होती.

आणि हे पाहता-पाहता तिच्या मिटलेल्या डोळ्यांमुळे धीर येऊन त्याने मान वळवून खाली दृष्टी टाकली. तिच्या पुष्ट देहयष्टीप्रमाणेच तिचे सर्वांगही चांगले पोसलेले, तरीही प्रमाणबद्ध होते. चापूनचोपून नेसलेल्या तिच्या वस्त्रांतून ते ओसंडत होते. पदराआड नि ब्लाऊजआड आपले नवउभार तारुण्य लपविण्याचा तिच्या विनयशील संकोची स्वभावाने केलेला यत्न निसर्गाने पार हाणून पाडला होता.

पमाने यापूर्वी कधी स्त्रीकडे इतके निरखून पाहिलेच नव्हते. इतक्या निकट तो कधी बसलाच नव्हता. त्याने कधी तरुण स्त्रीच्या अंगाचा सुवास घेतलाच नव्हता. बसच्या हालचालीबरोबर जेव्हा त्या पुष्ट बाहूंना त्याचा हात घासून जाई, तेव्हा चकमकीतून अग्नी का पैदा होतो, हे त्याला कळून चुकले.

बस थांबताच त्याला उतरावे लागले. जोडीजोडीने तिच्या घरापर्यंत जावे लागले. तिथे पोहोचताच वर तिच्या घरी जावे लागले. तिच्या आईच्या आग्रहाखातर

नको असतानाही सुमधुर कॉफी घ्यावीच लागली. गप्पांत रंगून जावे लागले आणि अनाहूतपणे जांभई आली, तेव्हा उठावे लागले.

चांदण्या रात्री– उत्तर रात्री पहिल्या-वहिल्या नवनव्या गोष्टीतून, नव्या संगतीतून– मैत्रीमधून, बोचऱ्या वाऱ्यात, एकट्या रस्त्यात उठून निघून जायचे.

पण जावे लागले. तोंडात कॉफीची मधुर चव रेंगाळत होती. डोळ्यांत पुष्ट देहाची वलये रेंगाळत होती आणि मनाच्या कोपऱ्यात अद्‌भुत मैत्रीच्या रसायनाने एक कायाकल्प घडवला होता.

मग ती मैत्री नको म्हटले, तरी वाढू लागली. कलत्या उन्हासारखी, शीतल तशीच सुखकारक.

पमाचे सारे आयुष्य एकटेपणात आणि स्त्रीच्या विचारापासून मुक्त होत आता ते आयुष्य बदलले. माणिकचा स्नेह आला तो पाणलोटाप्रमाणे घोंघावत. माणिकमुळे कोसळणाऱ्या या सुखवर्षावात तो अंग चोरून वळचणीला उभा राहिला होता. कारण त्याला हे सारे नवे होते. अनाकलनीय होते. मुंबईस जावे लागे, तेव्हा भेट होई. तेव्हा शक्य तेवढा वेळ ती त्याच्या संगतीत काढी. नाना तऱ्हेच्या विषयांवर संभाषण रंगत जाई. माणिक पमाला खर्च करू देत नसे. ती स्वत: करी– अभिमानाने करी.

हे सारे ठीक होते, पण पमा दिवसेंदिवस पेटत चालला होता. आगीजवळ बसून म्हणे वितळू नको, चांदण्यात बसून वेडावू नको, पाण्यात पडून म्हणे ओलावू नको– हे शक्य कसे व्हावे? माणिकसारख्या रसिक, सुंदर आणि मनोहर मुलीचा मनमोकळा सहवास नुसता चेतवीत होता.

विवाहित आहे, ही भूमिका पत्करल्यामुळे शक्यता असून, इच्छा असून गाभुळलेल्या चिंचेकडे नुसते पाहण्याचे नशिबात आले होते. आवळ्याचे झाड लटकलेले होते, पण आवळे अस्पर्श होते. संयमाचा हा बंधारा मोडायच्या अवस्थेप्रत आला होता. संध्याकाळच्या गुलाबी छटा माणिकच्या डोळ्यांत भिनल्या की सारी इंद्रधनुष्ये निकामी होत. मंद-मंद झुळकांनी हिवाळ्यात उत्तर रात्री जेव्हा माणिकचे अंग शिरशिरे... तेव्हा ते कवेत लपेटून घेण्यासाठी बाहू नुसते बंड करीत... पण अरेरे! ही सारी सुखे दिसून मिळवायाची नाहीत; हाताशी असून हाती यायची नाहीत.

आपण विवाहित पुरुषाशी स्नेह जोडतो आहोत, या गोष्टीची जबाबदारी माणिकवर होती. मग निसर्गाचा चमत्कार सुरू झाल्यावर ती जबाबदारी विसरत चालली. विवाहित पुरुषाने इमान पाळले पाहिजे, अशी इच्छा तिने धरली होती.

पमाने अगदी स्पर्शसुद्धा केला नव्हता, अंतर गमावले नव्हते. आता ही इच्छा आपण धरली कशाला, या दुःखात माणिक येऊन पडली होती.

पहिल्या खोट्याला दुसरे खोटे सहज सुचते. विवाहित म्हटल्यावर इतर सारी पथ्ये पमाने खुलासेवार सांगितली. मुलांचे गुणगान आले. बायकोबद्दलची नापसंती तर क्रमप्राप्तच झाली. ती आपले मन ओळखू शकत नाही, ती आपल्या योग्य कशी नाही आणि मन मारून हा संसार हसतमुखाने आपण कसा ढकलीत आहोत– याची करुणरसपूर्ण कहाणी आपल्यामुळेच आपोआप बनलेली आहे, हे थोड्याच अवधीत पमाच्या ध्यानात आले.

मग स्नेहाला नवी पालवी आली. सहानुभूतीचे गुच्छ जागोजाग फुलू लागले. स्नेहात वात्सल्य शिरले. सुख-दुःखांत भागीदारी आली.

तापलेल्या धरित्रीला पावसाचे चार शिंतोडे हवे असतात. ते पडताच बी रुजते.

माणिकच्या सहानुभूतीत अश्रू मिसळताच तिथे प्रेमाचा शिरकाव केव्हा झाला, हे तिचे तिलाच कळले नाही.

आपण एका विवाहितावर प्रेम करत आहोत, हे ध्यानात येताच प्रथम ती दचकली. पण त्यातलेही आश्चर्य, भीती आणि अपवित्रता गळत गेली. नकळत– शेकोटीतल्या उबेप्रमाणे.

राहिली फक्त बेबंद, अनावर ओढ. त्या प्रेमांकुरांनी हळूहळू तिच्यावर ताबा मिळवला. तिला कळत होते की, हे चूक आहे नि कळूनही तिला सारेच अनावर झाले.

आपणच केलेल्या– मानलेल्या– मर्यादा हळूहळू धडाधड कोसळू लागल्या.

होय, पमा विवाहित होता; पण दुःखी असावा. नव्हे, होता. पण काय म्हणून असे दुःखात पिचत राहावे त्याने? अजागळ, वेंधळ्या, सामान्य रूपाच्या, असमंजस बायकोच्या पाशात धुमसत-रेंगाळत-सडत पडावे?

'पमा' तिच्या लेखी आदर्श तरुण होता– सर्वांच्या लेखी या अवस्थेत आदर्श तरुण असतात. माणसाच्या रुची बागेतल्या झाडांप्रमाणे असतात. त्या हव्या त्या आकाराच्या कापून ठाकठीक केलेल्या असतात. प्रत्येक प्रेयसी– मग ती अगदी नव्हाळी षोडषवर्षा असो किंवा चांगली मुरलेली, फुललेली किंवा वाळलेली प्रौढा असो.

पमाच्या ठिकाणी तिला सर्व सौंदर्याचा साक्षात्कार दिसत होता. त्याच्या दुःखावर ती सहानुभूतीची फुंकर घालणार होती आणि एकदा सहानुभूतीचा

वर्षाव करायला निघालेल्या स्त्रीची मन:स्थिती सांगणे परमेश्वरालासुद्धा शक्य नाही. शब्दांचा तट फुटला आणि स्पर्शाच्या लाटा किनारा झोडपून काढू लागल्या. स्पर्शा-स्पर्शांचे भेद जुने होताच मग देहाची ओढ सुरू झाली. निसर्गाशी संयमाने युद्ध घेतले– पूर्वसंस्कार, समंजसपणा, भय आणि सद्विचार या साऱ्यांना पुरून उरणारी ती असीम आसक्ती माणिकची वैरीण बनू लागली.

...आणि एक दिवस सायंकाळी सावलीत-झुडपाआड, फुलांच्या सान्निध्यात माणिकने पहिले चुंबन दिले व घेतले.

मग मात्र आवरणारे कोणीच उरले नाही. तीच नव्हे, तर पमाही वाहत गेला. काय झाले, ते मुळी कळलेच नाही.

शरीरांना एक व्हायला फक्त कडीबंद खोली हवी असते किंवा अंधारी रात्र.

तेवढ्यापुरतेच संपते, तर मग नाना तऱ्हेची दु:खे झालीच नसती.

पमा पुण्याला निघून गेला.

–आणि माणिक जळत राहिली.

आपले चुकले, या भ्रमात– आपण विटाळलो, या पश्चात्तापात– एका दुसऱ्या स्त्रीच्या हक्कावर आपण अतिक्रमण केले, या अपराधाच्या जाणिवेत.

दुसऱ्या बाजूने तिला ते पुन:पुन्हा हवे होते. ती उकळी पुन:पुन्हा हवी होती.

त्यावर उपाय नव्हता.

एकदा घडले ते केवळ धुंदीने–

पुन्हा न घडण्यासाठी.

विवाहितावर प्रेम करून शेवटी काय होणार? ह्या चोरट्या व्यभिचारावर आपण संतुष्ट कशा राहणार आणि ते पाप पुन:पुन्हा कसे करणार?

हा मार्ग चुकला; निदान पुन्हा नाही. पण हा विवेक दररोज रात्री गळून पडतो, सकाळ झाली की नव्या अभिनिवेशाने तेच ते पुन्हा घडते.

अखेरीस असह्य होऊन, मान खाली घालून केवळ अभिसारासाठी, सवत बनण्यासाठी, भीक मागून मिळवण्यासाठी, कधी कुणी दिले नाही ते दान प्राप्त करून घेण्यासाठी, बुद्धीने शहाणी पण वेडाने झपाटलेली माणिक पुण्याच्या दिशेने निघाली. नाइलाजाने, शरमेने खाली मान घालून.

प्रत्येक पाऊल घोटाळत होते. प्रत्येक क्षण वेडावत होता. कशासाठी आपण चाललो आहोत? अगदी वेडीविद्री मूर्ख स्त्रीसुद्धा आपला नवरा कुणाला

देणार नाही– अगदी आपल्याला पुरून उरण्याजोगा असला तरी.

मग आपण काय मागणार?

वेळ पडली तर कमीपणा घेऊन का होईना, पण आपलं कपाळ पवित्र केले पाहिजे आणि त्यात कमीपणा तरी काय?

दुसरीच्या सौभाग्यावर आपण दरोडाच घातला आहे;

मग कमीपणा घेऊन जर भिक्षा मागितली, तर बिघडले काय?

आणि जर का आपल्याला या जीवनाला अर्थ यायला हवा, तर ह्या पातकाला पवित्र केलेच पाहिजे.

पुणे येताच धीर धरून, कृतनिश्चयाने माणिक गाडीतून उतरली. छोटेखानी बॅग हातात घेऊन ती सरळ दृष्टीने टांगेवाल्याच्या, हमालाच्या विनंत्या धुडकावत चालू लागली आणि रिक्षा स्टँडवर पोहोचली.

तिच्या मनातले थैमान दुसऱ्याला कळण्याजोगे नव्हते. पमालासुद्धा कधी कळले नव्हते. पमाच्या हृदयाला त्रास होईल, असे ती काही करणार नव्हती. त्याला आपल्या दुःखात ती ओढणार नव्हती. करणार होती ते अकस्मात, एकट्याने. जर ते जमले असते, तर मग दोघीही एकदम पमापुढे उभ्या राहणार होत्या. नि म्हणणार होत्या– आम्ही दोघी तुला सुखी करू.

पण रिक्षात बसताच तिचे अवसान गळायला लागले.

कारण ती करायला निघाली ते काम इतके सोपे नव्हते. त्यात अपमान, अवहेलना हाती येण्याजोगी होती.

रिक्षा सांगितल्या पत्त्यावर आली. अंधारात चाललेल्या त्या वसाहतीतील एक छोटेखानी बंगलीपाशी थांबली.

आपण पमाला न कळविता, त्याचे साह्य न घेता पुण्याच्या या सफरीवर यायला नको होते, असे तिला वाटले; पण आता उशीर झाला होता आणि पमाला कसल्याही परिस्थितीत भेटण्यावाचून तिला राहवत नव्हते.

रिक्षावाल्याला सोडून ती बंगलीत शिरली. बंगलीत दिवे लागलेले होते, रेडिओ गात होता. बागेतील फुले निजत होती आणि बागेला पाणी दिल्यामुळे हवा थंड झाली होती–

या घरात शिरून आपण काय धक्का देणार आहोत, या जाणिवेने माणिकच्या अंगावर शिरशिरी आली.

–आणि तरीही तिने दाराची घंटी वाजवली.

एका देखण्या, प्रसन्न चेहऱ्याच्या प्रौढ स्त्रीने दार उघडले.

कुणीही लुब्ध व्हावे, वश व्हावे– अशी सुंदर नि सात्त्विक मूर्ती पाहताच माणिक आणखीनच घाबरली.

तिने चहूकडे पाहिले. सुंदर रुचिपूर्ण फर्निचर नि मांडणी या समोरच्या स्त्रीच्या सुगृहिणीपणाची साक्ष होती.

काय बोलावे, कसे बोलावे– हेच मुळी समजेना. दार उघडणाऱ्या बाईने तिला आत येण्यासाठी जागा दिली आणि खुर्चीकडे हात दाखवत ती म्हणाली,

''कोण हवे होते आपल्याला?''

''मला पमा– प्रमोद गोखल्यांना भेटायचे होते.''

''येईल इतक्यात. क्लबातून यायची वेळ झालीय त्याची.''

''त्यांचेच ना घर हे?''

''हो. का?''

''काही नाही.''

''तुम्ही कोण?''

''मी त्यांची मैत्रीण. माणिक - माणिक वागळे.''

''तुम्ही होय! पमा नेहमी तुमच्याबद्दल काही तरी सांगत असतो.''

''तुम्हाला?''

''हो, मलाच. माझ्यावर फार प्रेम आहे त्याचे.''

''पण म्हणून माझ्याबद्दल तुम्हाला सांगत असतो?'

''किती तरी गोष्टी. तुमच्या रूपाचे कौतुक, तुमच्या गाण्याचे... तुमच्या किती तरी गोष्टी मला ठाऊक आहेत.''

''कमाल आहे! अन् तुम्हाला काही वाटत नाही त्याचे?''

''त्यात काय वाटायचेय! कुणालाही मोह पडेल अशा तुम्ही आहाताच मुळी; नाही का?''

''मी?''

''हो, खरंच फार चांगल्या आहात तुम्ही. तुम्ही आज ना उद्या याल, याची मी वाट पाहतच होते.''

''माझी?''

''हो.''

''मी आले, त्यामुळे तुम्हाला आनंद झाला?''

''फार– फारच. आता तुम्हाला लवकर सोडणारच नाही मी.''

माणिक हतबुद्ध झाली. पमाचे सुंदर घर, सुंदर गृहिणी आणि तिच्या

औदार्याने ती दिपून गेली.

"मुले कुठे आहेत–"

"आहेत ना आत. हाक मारते हं. संजय-रोहिणी..."

धावतच दोन मुले आली. गोरीपान, अचपळ, दृष्ट लागण्यासारखी. पमाच्याच प्रतिमा जणू.

वात्सल्याने भारून जाऊन तिने त्या मुलांकडे हात पुढे केले. तो मुले तिला अकारण चिकटली.

"आई, या कोण?"

"या होय? या माणिकताई... पमा बोलत होता ना, त्याच या."

"माणिकताई... मग आता आपल्याच इथे राहणार ना गं आई..."

सर्व जण हसले. सहज. असे काही बोलल्यावर हसायचे म्हणून. पण माणिकला हे कोडे जास्तच बिकट होत चालले. या घराचा मालकच मनाचा दिलदार आणि राजामाणूस नाही; तर त्याची बायको, मुले सारीच त्याच्यासारखी दिसताहेत. एवढ्या चांगल्या माणसाच्या घरी येऊन आपण काय मागणी करणार आहोत?

पण काहीही असो– आपली सवत एवढी चांगली आहे, उदार आहे की ती आपल्याला खचित इथे जागा देईल, याविषयी तिची खात्री पटली.

"तुम्हाला चहा वगैरे काही विचारलाच नाही मी. एवढ्या गावाहून आलात... हे पाहा, आता तुम्ही तोंड धुवा, तोवर मी चहा घेऊन आलेच–"

चहा आणायला घरधनीण निघून गेली. त्या चिमुकल्या मुलांकडे निरखून पाहत ती म्हणाली,

"बाबा केव्हा येतात?"

"बाबा? बाबा इथे कुठे आहेत? ते तर बंगलोरला आहेत! तुम्हाला नाही ठाऊक?"

"बंगलोरला?"

"हो, लष्करात आहेत ते. अन् कोण आहेत ठाऊक आहे का तुम्हाला? कर्नल आहेत, कर्नल."

"तुमचे बाबा..."

"हं–"

"तुमची आई कुठे असते? ती पण बंगलोरलाच?"

"आत गेली तीच आई आमची– माझी नि रोहिणीची."

"इथे कोण कोण असते?"

"मी, प्रभा, आई नि पमाकाका–"

"पमाकाका तुझे कोण?"

"काका!"

"काका! अन् काकू कुठे असतात?"

"कुठल्या काकू? काका लग्नच करणार नाही म्हणतो."

"कधीच लग्न नाही झाले?"

"नाही."

"मग मुलेही नसणार त्यांना?"

"लग्न झाल्याशिवाय मुलं होतात वाटतं?"

माणिक हसली, या परिस्थितीत हसली. एवढ्याशा मुलांनी केलेल्या निर्मळ विनोदाला हसण्याखेरीज इलाजच नव्हता.

हे काय कोडे आहे, हे कळेनाच तिला. तेवढ्याच खुद्द मुलांची आईच चहाचे पेले बाहेर घेऊन आली.

"हे काय, अजून तुम्ही तोंड धुतले नाहीत."

"नाही. संजू-रोहिणीशी गप्पा मारत होते."

"अहो, त्यांच्या नादी लागू नका. भारी बडबडी आहेत. जा पळा, परवचा म्हणा बघू."

"मोठी गोड मुले आहेत."

"काय सांगत होती?"

"काकाबद्दल सांगत होती."

"पमाबद्दल? बरोबरच आहे. काकाचा फार लळा आहे त्यांना–"

"वडिलांना काका म्हणतात काय?"

"म्हणजे?"

"–?"

"तुम्हाला काही माहितीच दिसत नाही."

"–?"

"हे पमाचे पुतणे. पमा माझा दीर. तुम्ही माझ्या जाऊ होणार ना! नि या घरची काही माहिती दिसत नाही तुम्हाला."

"पमाने कधी सांगितलीच नाही."

"मला तर लबाड सांगत होता की, तुला सारे-सारे ठाऊक आहे म्हणून.

पण तू आज येणार, हे त्याला ठाऊक नाही असे वाटते; एरवी उशीर केला नसता.''

''नाही. मी अकस्मात आले.''

''आश्चर्यचकित करायला.''

''आश्चर्यचकित व्हायला.''

''म्हणजे?''

''पमाचे लग्न झालंय ना?''

''काय विचारतेस भलतेच!''

''भलतेच? आपले लग्न झालेय, आपल्याला मुले आहेत, असे त्याने सांगितले.''

''काय!''

''हं...''

''आपण संसारात सुखी नाही...''

''सारे खोटे. लग्न करायचंच नाही असे म्हणता-म्हणता, बायकांशी शत्रुत्व करता-करता त्याचा जन्म गेला. पहिली स्त्री त्याच्या आयुष्यात तूच असावीस. तुझी वर्णने ऐकताना मला वाटले, इतकी वर्षे थांबल्यासरशी चांगली जाऊ मिळणार मला.''

''पण मला... मला का फसवावे त्याने?''

''भित्रा... नंबर एकचा भित्रा... बायकांपुढे डोळे वळूनसुद्धा पाहायला भितो. 'कार्तिकस्वामी' म्हणतो त्याला आम्ही!''

''पण गेले अनेक महिने आम्ही हिंडतो, फिरतो, अंगचटीलासुद्धा गेलो आहोत आणि तरीसुद्धा ही क्रूर फसवणूक त्याने का केली– का केली?''

''मला तरी सांगता येत नाही माणिक... मी एवढेच सांगेन की, त्याला तुला टाळायचे असेल, म्हणून प्रथम लग्नाची बतावणी केली असेल. पुढे तू त्याला आवडलीस. त्याला तुझी भीती वाटेनाशी झाली, म्हणून त्याने तुझी ओळख वाढू दिली. पुढे जे घडायचे, ते घडले. झालेले लग्न मात्र त्याला पुसून टाकता आले नाही. केलेला बहाणा त्याला फिरवता आला नाही. तशी वेळ आली नसेल, तसे धाडस घडले नसेल– पण... पण, तरीही त्याने तुला या अवस्थेत ठेवायला नको होते.''

''माझी काय मन:स्थिती झाली होती म्हणून सांगू संजूची आई. पश्चात्तापाच्या, पापाच्या राशींत मी अनेक महिने लोळत होते. दुसऱ्या स्त्रीच्या हक्काच्या

नवऱ्याला कणाकणाने छिनून घेऊन तिच्या संसारातून मी तिला उठवीत होते. जे दुसरीच्या हक्काचे, त्याची मी राजरोस चोरी करीत होते. म्हटले प्रेम, तरी तो व्यभिचार होता. पाप होते. मला कळून-सवरून मी ते करीत होते. त्याचे लग्न, त्याची मुले, तिची दुःखे या साऱ्यांच्या जाणिवेने पदोपदी मनात जळत होते... आणि पमा, तो मनातल्या मनात हसत होता. चेष्टा करीत होता.''

''उगाच भलत्याच गोष्टींनी खेद करून घेऊ नकोस माणिक. आज तुला कोडे उलगडले. आज खरे ते कळले की, तू केलेस ते पाप नव्हते.''

''नाही. इतके दिवस करीत होते तो अन्याय असला, पाप असले तरी ते अगतिकतेतून आले होते अणि आता कळतंय की, ती चेष्टा होती, मस्करी होती. मला वाटते, या क्षणी असेच हवेत विरून जायला हवे आहे मी!''

''तुला झाल्या प्रसंगाचे, झाल्या त्रासाचे वाईट वाटतंय.''

''अर्थातच! मी येथवर आले– निर्लज्जपणे आले ती अनुतापासाठी, माफी मागण्यासाठी. माझ्या सवतीला भेटण्यासाठी. झाला अन्याय विसरून मलाही थोड्या सुखाचा, हक्काचा वाटा मिळावा म्हणून. या माझ्या पापाला शेवट होता. जर माझ्या सवतीने मला माफी केली असती, तर माझे पाप मंगल होणार होते... आणि आता मी अनंतकाळ व्यभिचारिणीच राहणार.''

''तू... तू लग्न करणार नाहीस पमाशी? तो मोकळा असून, तुझ्यासाठी वाट पाहत असून?''

''तुम्हीही स्त्री आहात, चांगल्या कुळातल्या आहात, चांगल्या कुळात पडल्या आहात. तुम्हीच सांगा– गेले अनेक दिवस ज्या मनाला व्यभिचारात हिंडू दिले, पापात खेळू दिले, त्याच स्त्रीने एकदम... एकदम कसे बदलायचे? जाणून बुजून मी एका विवाहितावर प्रेम केले, तिथेच एक पायरी घसरले. मला वाटते, प्रेम ही भावना शरीरधर्मापासून अलग करता येते. पण मी चुकले. प्रेम करणे तेवढे आपल्या हाती असते आणि मग मात्र वाहत जायचं– खाऱ्या समुद्रात किंवा एखाद्या जलाशयात किंवा बेबंद धबधब्याकडे. प्रत्येक शरीरस्पर्शाने माझी संस्कृती, शिक्षण, संयम साऱ्यांची मी आहुती देत होते. एखाद्या लुटारूप्रमाणे हाती सापडलेल्या द्रव्यावर लोभी नजर ठेवीत होते. मनाला पुढे हे व्यसन लागले आणि हळूहळू साऱ्या बंधनांच्या पलीकडे मी गेले. शील, चारित्र्य हे आता मी गमावले होते. मला तारणारी एकच एक गोष्ट होती– ती अनुताप. आता तेही शक्य नाही.'' माणिक ओक्साबोक्शी रडू लागली.

तिचे सांत्वन कसे करावे, हेच मुळी संजूच्या आईला कळेना. ती काय

म्हणतेय, ते तिला फारसे कळले नव्हते; पण तिला दु:ख झाल्याचे मात्र त्यांना कळून चुकले. ती चट्कन पुढे झाली आणि माणिकच्या पाठीवर तिने हात ठेवायचा यत्न केला.

एकदम मागे सरून माणिक म्हणाली,

"मला स्पर्श करू नका– मी पापी आहे. व्यभिचारिणी आहे. या घरात मी येणार नाही... मी इथे राहणार नाही. मला निरोप द्या, मी निघाले–"

बॅग हातात घेऊन माणिक जायला निघाली.

-०-०-०-

मुक्यानेच बोलके केले

मानेगावच्या एस.टी. स्टँडवर गोंधळलेल्या मन:स्थितीत वसुधा उभी होती. थोड्या अंतरावर तात्या एस.टी.ची वाट पाहत उभे होते. केव्हा एकदा ही ब्याद आपण झटकून मोकळे होतो, असे त्यांच्या मुद्रेवर स्पष्ट दिसत होते. वसुधेची व त्यांची दृष्टादृष्ट झाली की, त्यांची मुद्रा अधिकच त्रासिक होई आणि वसुधेच्या पोटात भीतीचा गोळा उभा राही.

वसुधा घरदार सोडून वनवासाला निघाली होती. आई, सावत्र वडील, बहीण, घर– हे सारं सोडून कायमचीच मुंबईला चालली होती. या सर्व गोष्टी सोडून जाताना तिला एखाद वेळी एवढे दु:ख झाले नसते; पण या सर्वांबरोबरच ती आणखी काही तरी सोडून जात होती, आणि त्या दु:खानं ती आता व्याकुळली होती.

एक वर्षभरापूर्वी मानेगावचं घर आणि त्या घरातील व्यक्ती यांना सोडून जातेवेळी एकटेपणाखेरीज या भयाण गजबजटाच्या जगात एकट्यानेच प्रवास करावयाचा आहे, एवढाच दु:खाचा व्याप होता. पण याच घरात एक वर्षापूर्वी सुख-दु:खाची व्याप्ती उलटसुलट करून टाकली गेली होती.

वसुधेच्या डोळ्यांसमोर गेल्या वर्षातला सर्व चित्रपट सरकून गेला. आपल्या घरात होणारा अन्याय, जाच व छळ सहन करून-करून तापलेल्या हृदयावर गुलाबपाण्याचा सडा शिंपण्यासाठीच परमेश्वराने मुकुंदाला या घरी पाठविले असले पाहिजे, याविषयी वसुधेची बालंबाल खात्री झाली होती. जिचं ओझं नऊ महिने पोटात वाढवलं, त्या आपल्या स्वत:च्या लेकीलाच छळण्यात शांताबाईंना काय सुख वाटत होतं, याचा बोध होण्यासारखा नव्हता.

शांताबाईंनी तात्यांशी जेव्हा पुनर्विवाह केला, तेव्हा वसुधा चार वर्षांची होती. आपल्या सख्ख्या वडिलांची जी पुसट आठवण तिच्या मनात रुमझुमत राहिली होती– त्या आपल्या देखण्या, उमद्या बापाविषयी विलक्षण आदर मनात असल्यामुळेच की काय, तात्या तिला कधीच आवडले नाहीत आणि तात्यांनीही

आपल्या सावत्र मुलीला कधी माया लावली नाही. तात्यांची निवड आपल्या आईने का करावी, असा वसुधेला सतत भेडसावणारा प्रश्न असे. रूपानं कुरूप, वर्णानं कृष्ण, बोलण्यात उर्मट आणि वर्तणुकीत विलक्षण अहंकारी अशा या माणसावर आई कशी काय लुब्ध झाली, हे वसुधेला कळू शकले नाही.

पण शांताबाईंनी तात्यांना पत्करले ते सारासार विचार करून. एक तर तात्या बिजवर असले तरी त्यांना मूलबाळ नव्हते. शिवाय मुंबईतल्या त्यांच्या शेजारी राहिलेल्या तात्यांकडून अखेरच्या आजारपणात शांताबाईंना पैसे घ्यावे लागले होते. प्रौढपणी एक मुलगी पदरात असताना आयुष्याची वाटचाल करायला केवळ सुरक्षितता त्यांनी पाहिली.

या लग्नानंतर आर्थिक सुस्थिती आयुष्यात शांताबाईंना प्रथमत: पाहायला मिळाली. तात्यांनी आपल्या ॲग्रिकल्चर डिपार्टमेंटच्या हुद्देदारीत भरपूर माया केली होती आणि म्हणून लग्न होताच मुंबई सोडून ते आपल्या गावी म्हणजे मानेगावच्या वाडीत येऊन शेतीभाती करू लागले.

तात्यांची शेती मुळातच चांगली होती. त्यात शेतकी विषयाचे ज्ञान, भरपूर भांडवल आणि शांताबाईसारखी सुगरण बायको यांमुळे शेतीवाडी फळाफुलाला आली, आमराया फुलल्या. शेतीचा व्याप एवढा वाढला की, घरचे एखादे मनुष्य मदतीला घेणे भाग पडले.

त्याशिवाय तात्यांपासून लग्नानंतर वर्षभरात शांताबाईंना मुलगी झाली. तिच्या नाजूकपणामुळे सगळे जण तिच्या कौतुकात दंग असायचे. मृदुला नावाप्रमाणेच ती नाजूक होती. तिच्यासाठी एखादा असाच घरजावई शोधण्याचे तात्यांच्या मनात होते.

शेतीकामाची हौस असणारा सुशिक्षित तरुण आणि घरजावई या दोन्ही नात्याने त्यांना मुकुंद देवधर पसंत पडला. एक तर तो आज्ञाधारक होता, मृदुलेला साजेसा होता आणि दूरच्या नात्यातला होता.

वास्तविक, मृदुलेपेक्षा वसुधा मोठी असूनही तिच्या लग्नाची भाषा तात्या कधी काढायचे नाहीत. तात्यांचे राहू दे; पण आईलासुद्धा तारुण्यात पदार्पण करीत असलेल्या आपल्या मुलीच्या भविष्याची चिंता वाटली नाही. उलटपक्षी, तसा काही विषय निघायला हवा असेल, तो प्रसंगच ती टाळीत असे.

शेतीच्या व्यवसायात कितीही माणसे राबली तरी ती अपुरीच पडतात. शिवाय घरचे, अंगापेराने मजबूत असे धडधाकट माणूस म्हणजे पाहायलाच नको. अशा परिस्थितीत हातचे माणूस कोण सोडतो!

वसुधा राबत होती, खपत होती. नाही म्हणायला ती मॅट्रिक पास होऊ शकली, हेच विशेष. सकाळी पाचपासून तो रात्री अकरापर्यंत तिला अनंत कामे पुरून उरत. घरकाम, गाई-म्हशींची देखभाल, कधी-कधी शेतकाम, साठवणीची कामे– चक्र सारखे फिरत होते. तिला कामाचे काही वाटत नव्हते. पण सारखी वसवस, चिरचिर आणि तीही मृदुलाला पोटाशी घेऊन.

मृदुलाबद्दल विलक्षण चीड उत्पन्न व्हायला अनेक कारणे आजवर १५-१६ वर्षांत घडली असतील.

मृदुला कामाला कधी हात लावत नसे. सदाकदा नटणे, मुरडणे, पावडर चोपडणे, नवनवी पातळे बदलणे, आरशापुढे राहून आपले कपडे निरनिराळ्या तऱ्हेने कौतुकाने न्याहाळणे, उरलेला वेळ आईच्या कुशीत विलसणे, याशिवाय तिला उद्योग नव्हता. प्रकृतीने ती नाजूक होती आणि स्वभावाने आढ्यतेखोर. या घरात वसुधेला राहायला मिळाले, हा वसुधेवर मोठा उपकार झाला, अशी तिची भावना होती आणि मोठ्या कडवट शब्दांत ती पदोपदी तो बोलावून दाखवी.

या सर्वांचा परिणाम एवढाच होत होता की, या घराबद्दल तिच्या मनात विलक्षण चीड उत्पन्न झाली होती. आपली सतत निंदा ऐकायची, आपल्या तोंडावर आपल्या बहिणीचे कौतुक ऐकायचे आणि अंगभर काम करायचे, यापायी सोन्यासारखे तारुण्य वाहून चालले होते.

पण मुकुंदा आला–

–आणि आयुष्याला अर्थ आला. शेतीच्या मशागतीत सारे कुटुंब गर्क होते. गडी, नोकर-चाकर, स्वतः तात्या. त्यामुळे घरकाम, गोठ्यांतले काम करून वसुधेचा पिट्टा पडला होता. थोडी अशक्तता वाटल्यामुळे ती विहिरीच्या कट्ट्यावर टेकली होती. तेवढ्यात बहिणाबाई खेकसल्या–

"व्वा! ताईसाहेब, सगळी घरकामात आहेत आणि तुम्ही झोपा काढताय! छान. तिकडे तात्या चहा-चहा ओरडून थकलेत आणि इकडे राणीसाहेब स्वप्नातल्या राजाबरोबर खेळ खेळताहेत!"

वसुधेने मृदुलाकडे संतापाने पाहिले. दुसरे काही करणे तिला शक्य नव्हते आणि करण्याची तिला सवय नव्हती. अपमान गिळायचे, अन्याय सहन करायचा, कष्ट उपसायचे आणि दिवस संपवायचा.

रात्री सारे आटोपून ती क्षणभर विहिरीवर उभी होती. आकाशात चंद्र अगदी माथ्यावर होता आणि त्याच्या शीतल प्रकाशाने सारी चराचर सृष्टी सुगंधित

झाली होती. दमलेल्या गावाचा शिणवटा चांदण्याच्या द्रवांनी दूर केला.

अशा वेळी त्यांच्या घराच्या परसाच्या टोकाला ओढ्याच्या काठी असलेल्या गवतासाठी बांधलेल्या कोठडीत ती जाऊन बसत असे. तिथेच ती जाऊन बसली.

आज सकाळपासून आतापर्यंत तिच्या वाट्याला जे अपमान आले, त्या सर्वांची उजळणी करताना तिचा डोळा लागला.

ती जागी झाली तेव्हा एक छाटका, दणकट-ऐटबाज पोरगा चक्क हाताच्या अंतरावर राहून तिला निरखीत होता.

ती घाबरली. पण ती घबराट लपवीत किंचित दरडावून म्हणाली–

"तुम्ही कोण?"

तिला आपादमस्तक न्याहाळीत हसत-हसत तो तरुण म्हणाला, "घाबरलात?"

"एवढ्या रात्री अकस्मात इथं कसे आलात? मी बाबांना बोलावते."

"बोलवा ना. त्यांच्याच परवानगीने आलोय मी!"

"म्हणजे?"

"मी आता इथेच राहणार आहे. माझे नाव मुकुंद देवधर."

"मुकुंद! तुम्हीच होय मुकुंद?"

"तुम्हाला काय वाटलं, कुणी चोर आला? एकटीला पाहून ही सुवर्णमया चोरायला निघाला."

"इश्श!"

"ही कोठडी मलाच दिली तात्यांनी. यंदा बी.एजी. झालोय. तात्यांचे पत्र आले. म्हटले, बघू या तरी तात्यांची शेती."

"इथंच राहणार यापुढे?"

"परवानगी दिलीत, तर."

"मी परवानगी देणारी कोण? मी या घरातली मोलकरीण आहे."

"मोलकरीण! अरे बापरे? एवढ्या देखण्या आणि गुलजार मोलकरणीच असतील, तर मालकिणी कशा असतील! म्हणे मोलकरीण!"

"खरेच सांगते, पाहालच तुम्ही." आणि हे बोलताना तिचा आवाज कातर झाला. विसरलेल्या वेदना पुन्हा जाग्या झाल्या आणि सहानुभूतीच्या छोट्या फुंकरीने मोठ्या कष्टाने उभारलेला संयमाचा बंधारा फुटला.

एवढ्याशा ओळखीत, एवढ्याशा सहानुभूतीत विरघळून जावे, एवढे

एकाकीपण वसुधाच्या वाट्याला आले होते. वसुधेची सारी कहाणी ऐकून मुकुंद कष्टी झाला. पण तिच्या डोळ्यांतल्या पाण्याने मात्र तो एकदम बावरला आणि पुढे होऊन तिच्या स्कंधावर हात ठेवून म्हणाला, "जातील, हेही दिवस जातील."

"खोटी आशा. वीस वर्षे तर अशीच निघून गेली."

"अरे वा! तुझे वय वीस आहे, नाही गं?"

"हं!"

"तरी म्हटले वास कसला सुटलाय एवढा!"

"इश्श! वासाचा काय संबंध माझ्या वयाशी?"

"तसं नव्हे गं, आंबा पाडाला लागला की त्याला एक मोठा गंध सुटतो."

"बरं, मग?"

"आता काय सांगू कपाळ! तुला वास यायचाच. पाडाला आलेले फळ—"

"तर तर! काय चावटपणा मेला!"

आणि मग ती लाजली, बावरली आणि सुखावली सुद्धा— आणि मग कष्टांनासुद्धा हसू फुटले. एकटेपणाला कोंब आले. दिवस मोठे झाले. रात्रीला निराळी रंगत आली. मान ताठ राहून नजर शोधू लागली.

पण असे दृष्टिभेटीचे प्रसंगसुद्धा थोडे लाभायचे. मुकुंदाला मृदुला सहसा दृष्टीआड होऊ द्यायची नाही. आपल्यासाठी हा वर वडिलांनी शोधलाय, याची थोडीफार कल्पना तिला असल्यामुळे त्याला जास्तीत जास्त आपल्याभोवती रुंजी घालायला लावण्यात ती धन्यता मानी. पण तिच्या पहाऱ्यातून जेव्हा त्या चार डोळ्यांच्या भेटीचा योग येई, तेव्हा दुनिया पालटून जाई. नाही तरी सुप्रभात घटकाभरच राहायची; उरलेला वेळ उजाड, तापलेली मध्यान्ह किंवा अंधार.

मृदुलेला वसुधेची अडगळ चक्क दिसत होती. वसुधा धष्टपुष्ट होती. निरोगीपणाचे लाडके तेज तिच्या अंगोपांगांवर निथळत होते. कष्टामुळे तिच्या देहाला गोलाई लाभलेली होती. तरुण पुरुषाची अधाशी नजर अगदी सहजगत्या वसुधेकडे वळते, हे अनुभवांती तिच्या ध्यानी आले होते. रसरशीत बर्फी सोडून वाळके साखरफुटाणे कोण उचलणार?

आणि म्हणून, मृदुलाच्या मनात वसुधेबद्दल आणखी जीवघेणा मत्सर उत्पन्न झाला होता.

त्या दिवशी गुढी पाडव्यानिमित्त खास जेवणाचा बेत होता. नेहमीपेक्षा अधिक कष्ट उपसायचे, याबद्दल वसुधेला खंत वाटत नव्हती. कारण जेवायला

मिळणार, त्याला पाहायला मिळणार, उघडावाघडा मर्द मुकुंदाचा देह न्याहाळता येणार, त्याला आग्रह करून वाढता येणार... कष्टाचे काय मोठेसे? कष्ट उपसायचे.

मोठ्या हौसेने ती राब-राब राबली. तिने डौलदार रांगोळी काढली आणि जेवायला पानावर येऊन बसायच्या वेळेस दरवाज्यातून ती मुकुंदाकडे पाहत होती, तेव्हा मृदुला कडाडली.

"तू आतले पाहा सारे, मी वाढते आज!"

"ते का?"

"तुझी दृष्ट लागेल चांगल्या जेवणाला."

वसुधेचा चेहरा साफ उतरला. सर्वांसमक्ष एवढ्या स्पष्टपणाने काही कारण नसताना ती असे काही तरी बोलली. उलटून उत्तर द्यायची इच्छा असून सवय नसल्याने तिची भित्री जीभ अडखळली

"तूच आतले पाहा. तुला नीट वाढता यायचे नाही. सवय नाही." धीर करून ती म्हणाली.

"तुला पुढे-पुढे करावयाचे असेल पाव्हण्यांच्या!"

"कशाला? ते तुझ्याकडेच सोपवलंय."

झाले. या खोचक उद्‌गारांनी विस्तवात तेल पडले. आगीचा भडका उडाला. त्यात शांताकाकू, तात्या सारे सामील झाले. शब्दांच्या फैरी झडल्या आणि अखेर एक स्पष्ट मुद्रा वसुधेच्या गालावर उमटली.

तो सारा दिवस मुसमुसत, रडत, खालच्या मानेने तिने काढला. अपमानाला मर्यादा नव्हती– आणि हा अपमान तर मुकुंदासमोर. त्याचा खजील चेहरा आठवला म्हणजे चुरचुरणाऱ्या गालांवर मृदू नवनीत लावल्यासारखे वाटले.

पण एकांतात तर हा अपमान बोचून खाऊ लागला आणि रात्र पडताच वसुधेने एक धाडस करायचे ठरविले.

अडगळीच्या खोलीतल्या कोपऱ्यात वसुधेची झोपण्याची जागा होती. सर्व निजानीज झाल्यावर ती हळूच उठली नि दरवाजा उघडून मुकुंदाच्या कोठीकडे निघाली.

रात्र चांगलीच अंधारली होती. पण चांदण्याच्या चमचमीतून पायरस्ता दिसत होता. परसदारच्या जुईचा नि रातराणीचा मस्त गंध दरवळत होता. त्यांच्या श्वासाबरोबर वसुधेच्या अंगावर सुखाचे शहारे आले.

मुकुंदाच्या खोलीत दिवा होता. दरवाजा वाजवताच दार उघडले.

"कोण, वसुधा? या वेळेला?"

"राग आला?"

"वेडी की काय! अवेळी आलीस म्हणून आश्चर्य वाटले."

"?"

"सहज आलीस?"

या त्याच्या औपचारिक प्रश्नाबरोबर वसुधेला रडूच फुटले. सकाळी घडलेल्या प्रसंगावर सहानुभूतीची फुंकर मिळावी, या अपेक्षेने आलेल्या वसुधेला हा रुक्ष व्यवहारी स्वर अपरिचित होता.

"हं, जाते मी." आणि तिने पाठ वळवली. तिच्या पाठीवरच्या पोलक्याच्या फाटक्या भागातून चमकणाऱ्या निरोगी त्वचेच्या दर्शनाने रात्रीचा एकांत सुखावला होता. पुढे होत मुकुंदा म्हणाला,

"वसुधाऽऽ"

"काय?"

"फार त्रास होतो?"

"हं!"

"का असा अपमान करतात गं सारी जण तुझा?" आणि एवढ्या अनुभूतीने आवरलेले सारे संयम सुटले आणि मुकुंदाच्या खांद्यावर डोके ठेवून वसुधा ओक्साबोक्शी रडू लागली.

वसुधेचे रडणे संपले केव्हा, हे तिला कळलेच नाही. पण काही तरी सुखद स्पर्शाने ती भारावून जात होती. तिच्या लाडक्या मुकुंदाचा स्पर्श तिच्या अंगाला होत होता. तिच्या उघड्या पाठीला, मानेला, गालांना आणि अखेर त्या स्पर्शाच्या धुंदीतच तिच्या गालांवर, ओठांवर एक नशेचा अंमल चढत गेला.

हे कसले सुख– तिला कळतच नव्हते. तिला कुणाची तरी अनुभूती हवी होती. ममतेचे कोणतेच स्वरूप तिला ज्ञात नव्हते, आणि हे तर काहीच्या-बाहीच सुखावह होते.

ओठांवर कबुतराची पिसे फिरत होती आणि त्यात एक आणखीच सुखाची धार कोसळत होती.

पलंगावर आपण केव्हा आडवे झालो, तेही वसुधेला समजले नाही. आपल्या पोलक्याशी चाळा करता-करता तिथे मुकुंदाचे गोकुळ केव्हा झाले, तेही तिला समजले नाही.

ती जागी होती की बेहोष होती, हे तिला हवे होते की नको होते? तिला

ममता हवी होती. ममतेचे हे स्वरूप तिला अपेक्षित नव्हते, पण हे काही वाईट नव्हते.

तिच्या वक्षांच्या पारव्यांना कोणी तरी घुमवीत होते आणि त्या नादमय घुंकारात सारे विसरत होते.

ह्या बेहोषीतून ती कोंबड्याच्या बांगेने जागी झाली, तेव्हा ती मुकुंदाच्या मिठीत होती. अंगावर कसलेच वस्त्र नव्हते– तिच्याही आणि मुकुंदाच्याही. त्याचा एक हात अजूनही तिच्या वक्षावर होता. एवढेच नव्हे, तर वक्षाचा फुलोरा त्याने घट्ट धरला होता. दुसरा हात तिच्या नितंबावर होता. त्याच्या अगदी निकट ती झोपली होती. तिला हे खरे वाटत नव्हते. इथे, या स्वर्गात आपण कशा, हे तिला कळत नव्हते. स्त्रीसुलभ लज्जेने वस्त्रे सावरावीत, हे कळायला– सुद्धा वेळ लागला.

अंग दुखत होते– पण छे: या दु:खात केवढे तरी मोहमयी सुख आहे!

पहाट झाली होती. 'आपण इथे आहोत, ते गैर आहे का? एवढा वेळ कसा गेला, का गेला? परत कामाच्या रगाड्यात धावायला पाहिजे. पण कसे जावे बाई?' हे सर्व प्रश्न उत्तरेसुद्धा देऊन चुकले.

वस्त्रे सावरून मुकुंदाच्या कातीव देहावर चादर पांघरून आणि मुकुंदाच्या ओठांवर ओठ टेकवून वसुधा परतली.

पण या साऱ्या सुखाच्या बरसातीत मिठाचा खडा पडला.

ती घरात शिरणार तोच तात्या, शांताबाई नि मृदुला मुळी तिची वाट पाहतच होती.

तिचे विस्कटलेले केस, कपड्यांचा अवतार, डोळ्यांतली धुंदी– हे सगळं पाहून काय घडले असेल, ते समजण्यासारखे होतेच. तात्यांच्या डोळ्यांत अंगार, मृदुलाच्या नजरेत तिरस्कार आणि शांताबाईच्या डोळ्यांत हाहाकार होता. त्या तिघांच्या तोंडून निघालेल्या शिव्यांच्या लाखोलीतून निष्पन्न एवढेच झाले की, आजच्या आज तिने हे गाव सोडले पाहिजे.

कसे शक्य होते? गोकुळातून राधा जाईल कुठे?

सुखाची चव पुरेशी समजली नाही, आपुलकीचा हात अजून फिरला नाही; त्या तिच्या साथीदाराला सोडून ती कुठे जाणार?

दुबळेपणा, संयम आणि प्रतिस्पर्ध्यांची ताकद त्यामुळे हाता-तोंडाला आलेल्या जीवनसौख्याच्या पायवाटेवरून तिला काट्याकुट्यांच्या रेताड रस्त्यावर झोकून देण्यात आले होते आणि आता ती मानेगावच्या एस.टी. स्टँडवर

तात्यांच्या बरोबर उभी होती.

तिची काय चूक होती? ती तरुण होती. मुकुंदाला साजेशी होती. मुकुंदाला निदान भेटू तरी द्यायचे? त्याची नि तिची दृष्टभेटसुद्धा घडू न देता तिला परगावी पाठवायचा डाव तात्या खेळले. ते एवढ्यासाठीच की, नचपेक्षा मुकुंदा, मुकुंदाचे मन कोणी सांगावे...?

मानेगावच्या एस. टी. स्टँडवर मुंबईला जाणारी एस.टी. आली. तात्यांनी सुस्कारा सोडला. ती एस.टी.त चढली. हळूहळू गोकुळातली बासरी लांब-लांब अस्पष्ट होत चालली. हृदयातल्या दोन कोपऱ्यांतले अंतर लांबण्याचाच तो प्रकार.

कसली ही मुंबई! ही अमाप माणसांनी वखवखलेली नगरी, भुंई भुंई करणारे भुंगेच जणू. इथे नजरेत केवळ विषच आहे. ही जागा आपली नव्हे. कशाला राहायचे इथे, मुकुंदाला सोडून? राधेला वनवासी करणाऱ्या या वेड्यांना म्हणावे तरी काय! काय करू मी इथे? एका भुंग्यांच्या समुदायात मला एकाकी सोडून दिलंय. का– का?

मला परत गेले पाहिजे. परत गोकुळात गेले पाहिजे. मुकुंदा, खरेच माझी वाट पाहत असशील का रे?

पण कशावरून? तो का नाही आपल्याला शोधीत आला?

तात्यांच्या राक्षसी सामर्थ्यापुढे त्याचा तरी काय पाड लागणार?

पण आपण त्याला हव्या तरी आहोत का? आपल्याजवळ आपले तन-मन देण्याजोगे आहे. मृदुलाजवळ त्याशिवाय धन आहे. खासच आहे. कशावरून तळमळेल तो माझ्यासाठी?

मुंबईच्या या अफाट सागरात एका दूरस्थ मावशीच्या आधारावर हे कासव पोहू लागले. पोटापुरती व्ही. टी. वरच्या पुस्तकाच्या स्टॉलवर नोकरी मिळाली. दोन वेळ जेवण, अंगभर कपडा आणि विचारसुद्धा करता येणार नाही, अशा धावपळीची नोकरी. वसुधेला कष्टाचे भय नव्हते. मुकुंदाची तिला सारखी आठवण येई आणि त्या आठवणीसरशी ती बेचैन होई. दिवसांमागोमाग दिवस जात होते. मुंबईच्या उन्हाळ्यात वसुधा भाजत होती, हिवाळा मात्र कायमचा अंतरला होता.

पावसाला आरंभ झाला. त्यामुळे गाड्या अनियमित झाल्या होत्या. दुपारची वेळ कमी गर्दीची. चहा पिण्यासाठी ती मालकाची परवानगी घेऊन जाणार एवढ्यात तिला हुबेहूब मुकुंदाची मूर्ती पाठमोरी दिसली. क्षणभर श्वास

रोखला गेला. रक्त वाहायचे थांबले. चेतना हरवली. खरेच हा मुकुंदा असेल का?

होय, तो मुकुंदाच होता. मुकुंदा! त्याच्या एकदाच्या स्पर्शाच्या उटीनं तिचे सर्वांग रोमांचित झाले होते. त्याच्या ममतेने तिला दिव्य, दाहक सुखाचा रस्ता समजला होता.

"मुकुंदऽऽ" तिच्या घशातून शब्द बाहेर पडले नाहीत, पण तेवढ्यात मुकुंदाची नजर तिच्याकडे वळली.

तोही अवाक् होऊन तिच्याकडे पाहत राहिला आणि मग दोन ढांगांत तिच्याजवळ आला होता.

"इथं कशी?"

"तुझ्यामुळे."

"म्हणजे!"

"त्या रात्री तुझ्याकडून परत आले आणि त्या त्रिकूटाने मला घेरले. त्यांना कळले माझ्या अवतारावरून. तुझ्यापासून मला दूर करायची, म्हणून मला अंदमानला पाठवलंय–"

"पण मला– मला न भेटता का गेलीस?"

"रामायण ऐकून रामाची सीता कोण म्हणून म्हणतोस?"

"म्हणजे?"

"अरे, तू जागा व्हायच्या आधीच मी मुंबईच्या एस.टी.त बसून मुंबईच्या वाटेला चालले होते."

"कमाल आहे!"

"कमाल! अरे, या मुंबईत कोणी ओळखीचे नाही. मी एकटी आले. इथे माझे काही बरे-वाईट झाले असते तर? बाकी तात्यांना काय– आनंदच आहे म्हणा!"

'तात्यांना' हा शब्द ऐकताच मुकुंदाच्या मुद्रेवर घबराट दिसली.

"क्षमा कर, वसुधा. तात्या तिकडे गाडीत बसलेत, मी पेपर घ्यायला आलोय. गाडीची वेळ झालीय. मला जायला हवंय."

वृत्तपत्रांचा स्टॉक ठेवण्यासाठी जो एक लांबट आडोसा असतो तेथपर्यंत बोलत-बोलत ती दोघे आली होती. त्या आडोशाच्या आड येताच मुकुंदाचा हात घट्ट हाती घेत वसुधा म्हणाली, "अरे, मला पुरते पाहू दे तरी तुला!"

"पण वसुधा–"

"ठीक आहे. नको थांबूस माझ्यासाठी. मी कोण! मुकुंदाऽ मुकुंदा!"

तिच्या डोळ्यांत पाणी तरारले.

आणि मग मुकुंदाला राहावले नाही. तो म्हणाला, "वसू, रडू नकोस please... रडायला लागलीस की, माझ्या दुबळेपणाची मला भीती वाटते. वसू, हे बघ–"

आणि तिच्या साश्रू डोळ्यांचा आणि गालाचा त्याने घाईगर्दीत मुका घेतला आणि त्या मुक्याच्या स्पर्शाची जाणीव होण्याआधीच तो गर्दीत दिसेनासा झाला.

त्या मुक्याचा वण अजून गालावर होता. त्या मुक्यामागचा आवेग वक्षाला जाणवला होता.

पण खरेच मुकुंदाचा भास, का खुद्द मुकुंदा?

आणि मग जाणिवेत येताच वसुधा चक्क पळत सुटली– मध्ये येणाऱ्यांच्या आश्चर्यचकित डोळ्यांकडे दुर्लक्ष करीत.

कर्जतहून मानेगावला जाता येते, हे ठाऊक असल्यामुळे प्लॅटफॉर्मकडे धावून तेथे पोहोचण्यापूर्वीच प्लॅटफॉर्मवरून निघून गेलेली गाडी वसुधेला दिसली.

पण त्या मुक्याच्या आठवणी जाग्या होत्या. त्या आता कुणापुढेही नमू देणार नव्हत्या. त्या मुक्याने बरेच काही सांगितले होते आणि म्हणून इच्छित ते गाठायला हवेच होते. एक गाडी चुकली, म्हणून काही बिघडले नव्हते. त्यानंतरची दुसरी गाडी– 'S.T.'

मानेगावच्या एस.टी. स्टँडवरच संध्याकाळ झाली. तरी पण श्रम कशाचे नि कुणाचे! राधा बावरी झाली होती. मुकुंदाचा वेध होता. सामर्थ्य भक्तीचे होते. सामानसुमानाशिवाय, मागून घेतलेल्या पन्नास रुपयांशिवाय तिच्याजवळ काहीही नव्हते. रान तुडवता-तुडवता तिला मानेगावची वस्ती दिसली. मग वाडी दिसू लागली. मग हळूहळू तिला मळा दिसू लागला आणि बघता-बघता ती घरच्या अंगणात पोचली.

घराला वळसा घालून ती मुकुंदाच्या कोठीकडे आली. तिला कोणी पाह्यले नाही, की हटकले नाही!

मुकुंदाची खोली बंद होती. तेव्हा ती खऱ्या अर्थाने जागी झाली. कारण आता करायचे काय? राहायचे कुठे? रात्र तर भरून येत चालली. अंधाराचे फवारे आकाशातून पडू लागले.

पण का कुणास ठाऊक, तिला भय वाटेना. रात्रीच्या किरकिरीत शिरशिरणारे वारे शिरले.

अखेरीस कंटाळून ती घराच्या दिशेने चालू लागली. घरातले दिवे पेटलेले होते. घराच्या बंद दरवाज्याशी पोचेतो घरातले अनेक आवाज तिच्या धाडसाशी झगडून गेले.

निर्णय हा घ्यायलाच हवा होता, आणि हिय्या करून वसुधेने दार वाजवले. दार उघडले, तात्यांनी.

''कोण, तू? या वेळी कशी आलीस? का आलीस? बोल–''

''थांबा, सगळे सांगते. मला आत येऊ द्या.''

''पाय मोडून टाकीन इथे आलीस तर!''

''तात्या, माझे पाय इतके वर आले नाहीत.''

''मला उलटून बोलतेस? तोंड फोडून टाकीन.''

''तुम्ही कोण माझे? तुम्हाला कोणी दिला तो अधिकार?''

''अरे वा! बरेच तोंड सुटलंय. बरं का हो, तुमच्या मुलीचं आगमन झालं.'' वास्तविक, या आरडाओरडीने आतून सर्व मंडळी बाहेर आली होती. चकित मुद्रेने सर्व जण पाहत होते.

''कशाला आलीस इथे कोलमडायला?''

''मी होय. माझ्या मुकुंदाला न्यायला!''

''मुकुंदाची एवढी तयारी झालीय वाटतं?''

''मुकुंदा तुझा कोण?''

''मुकुंदा माझा कोण? तुमच्या मनाला विचारून पाहा, मुकुंदाला विचारून पाहा. अंत:करण आहे तुमच्याजवळ, का फत्तर?''

''खबरदार कार्टे! तुझे तोंड दाखवू नकोस पुन्हा. मुंबईला जाऊन फार तोंड सुटलंय. कसली मस्ती चढलीय एवढी?''

''तुम्हाला कळायचे नाही तात्या, पुरुषाचा आधार असला की बायका किती मस्तवाल होतात ते! मी मुकुंदाला न्यायला आले आहे. मुकुंद, येणार ना माझ्याबरोबर?

''मुकुंदा, हे बघ– आता मला या घराचे, तात्यांचे, कुणाकुणाचे भय उरलेले नाही. आपण मुंबईत जाऊ. लग्न करू. छान-छान संसार करू. मुकुंदा, आहेस ना तू माझ्या जोडीला?''

हे बोलत-बोलत ती मुकुंदापर्यंत पोहोचली होती. हे आक्रित कसे घडले, हेच मुकुंदाला समजू शकत नव्हते. कधीही वर मान न करू शकणारी ती मिरमिटली पोरगी उंच मानेने त्या बलदंड माणसाबरोबर या अपरात्री झुंज देत

उभी आहे आणि मर्दासारखा मर्द असून भिडस्तपणाने आपण मात्र तात्यांच्या वेसणीला बांधलेल्या बैलाप्रमाणे त्याच्या मागोमाग हिंडतो आहोत.

वसुधेच्या या नव्या रूपावर तो निहायत खूश झाला. एवढी मजबूत बायको असल्यावर तात्यांसारख्या छप्पन्न आक्रस्ताळ्या माणसांवर मात करता येईल.

पण या विचारांत दंग झाल्यामुळे वसुधा अस्वस्थ झाली.

''बोल ना मुकुंदा! तुझ्याशिवाय मला कुणी नाही या जगात. ही सारी माणसे गेल्या जन्मीची दावेदार आहेत. मी मेले, तर यांना आनंद होईल. मुकुंदा, तुझ्या पायांवर मी सारे काही वाहिले आहे; मला सोडू नकोस. मी फार फार सोसले आहे रे आयुष्यात! तू नाही म्हणालास, तर मी कुठे जाऊ? मुकुंदाऽ''

तिच्या प्रत्येक स्पर्शासरशी मुकुंदाचे अंत:करण भरून येत होते. इतके दिवस अनामिक राहिलेली, दडून राहिलेली वसुधाविषयीची प्रीती झपाट्याने वलयांकित होत त्याच्या डोळ्यांत जमा होऊ लागली. त्याचा तिने घेतलेला हात आपोआप घट्ट झाला आणि तिला सर्वांसमक्ष जवळ घेऊन तो म्हणाला, ''वसुधा, तू माझी आहेस!''

''कृतघ्न- दुष्ट!'' या शब्दांच्या तीन फैरी झडल्या.

''मी भित्रा होतो. चुकत होतो. तात्यांच्या भयाने म्हणा किंवा संपत्तीच्या मोहाने म्हणा, मला खरी जाणीव झालीच नाही. पण सर्वांसमक्ष सांग, तू एवढी शूर झालीस कशाने? बोलकी झालीस कशाने? सांग तरी-''

खाली मान घालून वसुधा म्हणाली, ''त्या दिवशी तू मला भेटलास. बंधनात जखडला होतास तरीही माझ्यावरची स्नेहाळ दृष्टी मी ओळखली. तुझ्या स्पर्शातून मला आसक्ती कळली आणि तुझ्या ओठांतले बोल माझ्या ओठांत आले. मुकुंदा, मी एकदम भयमुक्त झाले. माझ्या मालकीच्या वस्तूचा अपहार होतो आहे, याची जाणीव झाली. खरं सांगू- मुक्यानेच बोलके केले- माझ्या मुकुंदाने मला बोलके केले.''

-०-०-०-

पहिला धडा

आपण फोन घ्यायला उठण्यापूर्वी संध्या उठली व फोनकडे धावली, हे मावशींना मुळीच आवडले नव्हते. हा फोन त्या मूर्ख श्रीकांताचा आहे, हे त्यांनी ओळखले होते. एवढी अपूर्वाई संध्येने श्रीकांतबद्दल दाखवावी, हे त्यांना रुचले नव्हते आणि ती आत फोनवर लांबड लावून काय बोलत होती, देव जाणे! वास्तविक, तिला सिनेमाला न्यायला देवजीराव यायची वेळ झाली होती.

देवजीराव घरंदाज होता, श्रीमंत होता. त्याच्याजवळ ऐट होती. परदेशगमनामुळे आलेले लालित्य- रीतभात होती. धंद्याचा पसारा सांभाळावा लागल्यामुळे आत्मविश्वास होता. किंबहुना, त्याच्या त्या आक्रमक व्यक्तित्वावर मावशी खूश होत्या. स्वत:च जर पंधरा-वीस वर्षांनी त्या लहान असत्या तर...!

निदान संध्याला तरी आपण चांगला जोडीदार देऊ शकतो, याबद्दल त्यांना अभिमान होता. संध्यासारख्या कोवळ्या कळीला देवजीरावच खूश करेल, याविषयी त्यांची खात्री होती.

सांगलीसारख्या मागासलेल्या गावातून मावशींनी पोरक्या संध्याला मुंबईला आणल्यापासून त्या तिचा कायापालट करण्याचा प्रयत्न करीत होत्या.

मॅट्रिक पास झालेल्या त्या गावंढळ मुलीला त्या सोसायटी गर्ल बनविण्याचा चंग बांधून होत्या. शेजारच्या सोफिया कॉलेजमध्ये जायचा संध्येचा हट्टसुद्धा त्यांना वेडगळपणाचा वाटला. चांगल्या कॉलेजात जावे, मुलांत मिसळावे, धीट व्हावे, केसांच्या नाना तऱ्हा कराव्यात, नायलॉनचे कपडे पेहरावेत– खरे म्हणजे आखुडता लो-कट् स्कर्टच वापरावा– निदान पाठ उघडी दिसणारी पारदर्शक पोटिमा पोलकी वापरावीत, लाडे-लाडे बोलावे, चित्रविचित्र पर्स हातात उडत असावी, अकारणच ओचा वर करावा, पदर हातावर बाळगीत हळूहळू चालत राहून डोळ्यांचे विभ्रम नि आश्चर्याचे चीत्कार काढीत रस्ते काटावेत– हे खरे भाग्याचे आयुष्य. हिला काहीसुद्धा कसे कळत नाही?

आपल्या भाचीकडे सर्वांनी माना मोडेतो पाहत राहावे, अशी त्यांनी

अपेक्षा बाळगली होती; आणि त्या अपेक्षा पुऱ्या करण्याएवढे सौंदर्य संध्येच्या ठिकाणी होते. नव्हती नागरी रीती, पुरुषाविषयी अभिलाषा.

आता आलेला तो फोन त्यांना अगदी नापसंत होता. श्रीकांत हा त्यांच्याच आश्रिताचा मुलगा. हा फार तर मास्तर किंवा कारकून होणार. हा आपल्या देखण्या भाचीच्या परिचयाबाबत एवढा तत्पर का?

श्रीकांत हा एकच तरुण त्यातल्या त्यात संध्येच्या परिचयाचा होता आणि रस्त्यासमोरच्या माडीवरून त्याचे संध्याकडे, तिच्या घराकडे लक्ष असे. संध्याला एवढे नटून बसलेले पाहून त्याने शेजारच्या भावे मुनसफांच्या घरून फोन केला होता.

"कुठे बाहेर जाणार आहेस?"

"हं!"

"नाही तर मी येणार होतो–"

"इश्श! मग ये ना."

"अगं, पण तू बाहेर जाते आहेस ना?"

"पण जाईपर्यंत तर येशील."

"कुठे जाणार आहेस एवढी नटून?"

"नटून?"

"तर मग! किती सुंदर दिसते आहेस. एवढ्या लांबूनसुद्धा तू चांगली दिसते आहेस, काय आहे तरी काय? सगळी मुंबई जिंकायला निघाली आहेस काय?"

"इश्श!"

"इश्श काय? किती सुंदर आहे तुझा पोषाख!."

"तुला आवडला?"

"हो तर."

"मला मुळीच नाही आवडला."

"का गं?"

"किती तोकडं आहे रे हे पोलकं अन् झिरझिरीतसुद्धा. मला इतकं लाजल्यासारखं झालंय म्हणून सांगू! कुठून मावशीने हे खूळ काढलंय, कोण जाणे!"

"सिनेमाचे?"

"हं– देवजीरावांच्या बरोबर मी 'जिस देश में गंगा',ला जाणार आहे.

मावशीसाठी हं."

"देवजीबरोबर? त्या म्हाताऱ्याबरोबर?"

"इश्श!"

"म्हातारा नाही तर काय, म्हाताराच! टक्कल बघ त्याचे. चालणे बघ. त्याचे वय कमीत कमी तीस-पस्तीस तरी आहे."

"इश्श! त्यांच्या वयाशी मला काय करायचंय रे?"

"मावशी काय उगाच पाठवताहेत तुला त्याच्याबरोबर?"

"म्हणजे?"

"वेडी."

"काय म्हणतोस? सांग ना–"

"तिकडेच येतो." आणि फोन बंद झाला.

श्रीकांत आला, तेव्हा मावशी स्वयंपाकघरात गेलेल्या होत्या. श्रीकांत आला तो संध्याकडे क्षणभर खिळून पाहत राहिला. गर्द तपकिरी रंगाच्या त्या सिफॉनमधून संध्याचा गौरवर्ण उठून दिसत होता. बिनबाह्यांच्या पोलक्यांतून भराला आलेले पुष्ट बाहुगोल नि पोटिमा पोलक्यांतून नितळसी पोटाची पट्टी डोळ्यांत घुसत होती. खरे म्हणजे, संध्याला एवढी उघडी त्याने कधीच पाहिली नव्हती.

"ए, काय बघतो आहेस?"

"तुला."

"गप हं– मला लाज वाटते. बघ हं– असे बघायला लागलास तर..."

"खरं सांगू संध्या, तू इथे आल्यापासून इतकी सुंदर कधी दिसली नाहीस. ए, आज चल की समुद्रावर."

"खरेच किती मजा येईल! मावशीला काय वाटेल? आज नको, पुन्हा केव्हा तरी हं."

"तू जाणार म्हणतेस देवजीबरोबर?"

"जायलाच हवं."

"आणि समज– तुझा हात त्याने हातात घेतला, तर घेऊ देशील?"

"काय करतात रे अशा वेळेला?"

"तूच सांग– तू काय करशील?"

"तुझ्या एखाद्या मैत्रिणीला तू जेव्हा सिनेमा-नाटकाला किंवा फिरायला नेतोस, तेव्हा तू काय करतोस तू."

“मी ऽऽ मी कुणाला फिरायला नेलंच नाहीये.”

“समजा, नेलंस.”

“मी मुळीच काही चावटपणा करणार नाही.”

“मग देवजी तरी करेल, असं का म्हणतोस?”

“अगं, त्याची अनेक लफडी आहेत. अनेक पोरींना घेऊन हिंडताना पाह्यलंय मी त्याला. एकदा तर त्याची माझी झकाझकीसुद्धा झालीय.”

“झकाझकी? ती का?”

“आमच्या कॉलेजातल्या एका मुलीला घेऊन स्वारी मलबार हिलवर आली होती. तिच्याशी चावटपणा करताना स्वारीला भान राहिले नाही नि मग ती मुलगी तक्रार करू लागली, तेव्हा देवजी जबरदस्ती करू लागला.”

“अगं बाई! मग?”

“मग काय– मी पुढे झालो नि देवजीला लगावला एक ठोसा नि जाब विचारू लागलो. तेवढ्यात तीच पोरगी म्हणाली, ए मिस्टर, तुम्हाला काय करायचंय आमच्या भानगडीत पडून.”

“शाब्बास! म्हणजे तुझीच फजिती झाली म्हण की!”

“आणि मला तोंड वेडावीत त्याच्या हातात हात घालून कार्टी चालती झाली.”

संध्या खदखदून हसली. श्रीकांतला हसू आवरेना. घरंगळलेला पदर संध्याला समजला नाही नि श्रीकांतच्या नजरेला अपूर्व असणारे दृश्य पाहावयावाचून राहवले नाही. गदगदून हसणाऱ्या स्तनद्वयांची हालचाल केवळ वेधकच नव्हती- आव्हानक होती.

पण त्या हास्यात मावशीची हाक अकस्मात मिसळली नि सारे संपले. संध्या उठली नि आत गेली.

“काय हवंय त्याला?”

“इश्श! हवंय कसले– सहज आलाय.”

“मग जाऊ दे त्याला. आता देवजीराव येईल. त्याला इथं पाहून तो उगाच बिचकेल.”

“ते का?”

“असली सामान्य माणसे त्याला आवडणार नाहीत.”

“तर मग वेगवेगळ्या पोरीबाळींना घेऊन सिनेमाला जायला आवडते वाटते?”

“संध्या, माथेफिरूपणाने काही तरी बोलू नकोस. देवजीरावाला नाखुशी वाटेल, असे काहीसुद्धा न करणे तुझ्या हिताचे आहे.”

“पण देवजीरावाबद्दल लोक काय काय बोलतात!”

“बोलेनात.”

“पण समज, आता त्यांच्याबरोबर मी गेले नि त्यांनी काही चावटपणा केला; तर मग काय करायचे?”

“भलत्याच गोष्टी डोक्यात घेऊन संध्याकाळ उगाच खराब करू नकोस. हे बघ, वेळ आली की कसे वागायचे, ते समजते स्त्रीला. तू काही लहान नाहीस आता. पुरुषांना कसे खेळवावे, हे तुला समजायला पाहिजे. त्यांना कुठवर येऊ द्यायचे, हे सुप्त शक्तीने स्त्रीला आपोआप कळते.”

“त्याने स्पर्श केला तर?”

“केला तर केला.”

“हातात हात घेतला–”

“घेईना.”

“खांद्यावर हात ठेवला–”

“त्रास नाही झाला, तर राहू दे.”

“अन्–”

“अन् काय?”

“अन् समज...”

“समजले. त्याने तुझा मुका घेतला तर ना? हत् वेडे! भलत्याच भयानं कसली गोंधळतेस? तसे घडताना तुला त्रास झाला नाही, दुःख झाले नाही, सुख वाटले; तर घडू द्यावे. पुरुषजातीला असे घाबरून चालणार नाही. सगळे जण बुभुक्षित नजरेने तुझ्या कोवळ्या यौवनाकडे पाहत राहणारच. कुणाला जवळ येऊ द्यायचे नि कोणाला टाळायचे, ही तुझी खुशी. पण ध्यानात ठेव– सारे काही सहज, तितकेच शहाणपणाने घडले पाहिजे. तू नवखी आहेस. या वरिष्ठ समाजात तुला वावरायचे. स्पर्श, अंगचट, लाघव नि वेळी चुंबनसुद्धा इथे फारसे अपरिचित नाही. माणूस पाहून वागायचे. आणि जो पुरुष आपल्याला कायमचा आधार देऊ शकेल– असा श्रीमंत, कर्तबगार, देखणा, रीतिभातीचा– त्याला जवळ येऊ द्यायचे. पण जाऊ दे. आजचा पहिला धडा आहे. बघू या काय करतेस ते– हे काय, लिपस्टिक नाही लावलीस–? ये, मी शिकवते हं– दॅट्स लाईक अ गुड गर्ल!”

देवजी आला नि श्रीकांतला पाहून छद्मीपणाने हसला. त्याच्याकडे पाठ फिरवून त्याने मावशीला हाक मारली. मावशी नि संध्या दिवाणखान्यात आल्या. त्याला परिचित असणाऱ्या उच्चभ्रू समाजातल्या थाटात संध्या उजवीच आहे, हे पाहून तो खूश झाला.

"निघू या ना–" असे म्हणत देवजीराव दरवाज्याकडे वळला. मावशीही पुढे झाल्या. मावशीला नि देवजीरावाला ऐकू जाणार नाही, अशा बेताने श्रीकांत संध्येला म्हणाला,

"सांभाळ, हात लावू देऊ नको त्या हलकटाला तुला."

सिनेमा थिएटरपर्यंत पोचेतो गाडी चालवता-चालवता देवजी आपले वैभव, आपले समाजातले मोठेपण संध्येच्या मनावर बिंबवण्याचा यत्न करीत होता; पण संध्येने एक आळोखापिळोखा दिल्यावर तो म्हणाला, "माफ कर संध्या, मी हे काय चऱ्हाट सांगत बसलो! तुला काही बोलूच दिले नाही. मला माफ कर हं."

"इश्श! माफी कसली– मी अगदी नीट ऐकत होते."

"खरे?"

"खरे."

आणि मग प्रसन्न मुद्रेने हसत सफाईदारपणे स्टिअरिंग फिरवत देवजीने संध्येच्या स्कंधावर सहजगत्या हात ठेवला; पण तो हात तेवढ्यात तत्परतेने तिने झटकून टाकला– त्याला कळू नये, एवढ्या सहजतेने.

प्रत्येक वेळेस स्पर्श घडावयाच्या वेळेस तिने अंग चोरले नि स्पर्श टाळला तो केवळ लज्जेमुळे नव्हे, हे देवजीच्या ध्यानी आले. त्याच्या थोड्या चावट विनोदी गोष्टीतला चावटपणा नि विनोद न समजल्यामुळे संध्या हसू शकली नाही– तेही हेतुपुरस्सर, असाच देवजीने ग्रह करून घेतला.

पण देवजीला तिच्या सौंदर्याची भूल पडली, हे काही नाकारता येत नव्हते. एवढे झिडकारून घ्यायची सवय झालेल्या देवजीने 'फिरून यत्न करून पाहा' हा मंत्र सतत पाळूनही त्याला यश मिळाले नव्हते. सिनेमागृहातल्या अंधारात सहजगत्या तो तिच्या बाजूला कलला, तेव्हासुद्धा ती अनोळखी अपरिचित शेजाऱ्याकडे दुसऱ्या बाजूने झोक देऊन सरकली. पण तिने देवजीचा स्पर्श शक्यतो चुकवला. सिनेमा संपताच गर्दीतून चालताना मात्र तिच्या इच्छेविरुद्ध तिला त्याचा स्पर्श होतच राहिला. तिच्या नितंबांवर त्याची बोटे सरकली. तिला अकारण वाटले, 'तेथे ती रुतली.' दुसऱ्यांदा त्याने तिच्या बाजूने चालताना

तिच्या बाहुगोलांना धरताना एका बोटाचा स्पर्श तिच्या वक्षाला झाल्याचा तिला भास झाला. तिने संतापून त्याच्याकडे पाहिले, तेव्हा त्याचे तिच्याकडे लक्षही नव्हते, हे पाहून ती खजील झाली.

घरी परतताना संभाषण रंगले नाही. घराच्या कोपऱ्यावर येताच गाडी थांबवून देवजीने विचारले, "आवडला ना प्रोग्राम?"

"हो."

"पुन्हा याल नं?"

"येईन की कधी तरी."

"परवा येणार."

"नाही हो, आता परीक्षा आलीय. आता एवढ्यात नाही."

"रागावलात काय?"

"इश्श! रागवायचे का म्हणून?"

"तसे नाही. पण खुशीत नाही तुम्ही."

"ते का?"

तिचा हात सहजगत्या त्याने हाती घेतला नि तो म्हणाला, "तुम्ही फारच सुंदर आहात– फारच सुंदर."

"?..."

"मला तुम्ही फार आवडला आहात." असे म्हणत तो खाली वाकला नि तिची हनुवटी उचलू लागला. श्रीकांतचे शब्द जळजळून जागे झाले नि धीर करून संध्याने त्याला मागे ढकलले नि दार उघडून ती बाहेर जाऊ लागली.

"राग आला?"

"येणारच."

"का बरे? मी काय वावगे केले?"

"भलतेच काही तरी करून वर विचारता, काय केले म्हणून?"

"यात भलतेच काय? उलट मुली भाग्य समजतात, मी असे काही केले तर."

"म्हणजे, तुम्ही दुसऱ्या मुलींशीसुद्धा असेच वर्तन करता?"

"एक का अनेक. त्यात आश्चर्य काय! अर्थात त्या सर्वांपेक्षा तू फार निराळी आहेस. सुंदर आहेस. मला आवडली आहेस."

"किती हलकट आहात हो! मला वाटले की... सोडा मला, मी जाते."

"मी घरी पोचवतो."

"काही नको."

तिरमिरीत संध्या गाडीतून उतरली नि घरी निघाली.

घर अंधारात होते. ती पोर्चमध्ये आली, तेव्हा पोर्चमध्ये कोणी तरी पायऱ्यांवर बसलेले दिसले. ती ओरडली,

"कोण ते?"

"मी... मी श्री. तू आलीस संध्या?"

"हे रे काय! इथे काय करतो आहेस अंधारात?"

"वाट पाहत होतो तुझी."

"अंधारात? एकटा... किती वेळ झाला?"

"मावशी तुझ्यामागोमाग लगेच क्लबमध्ये गेल्या. तेव्हापासून मी इथेच आहे."

"इतका वेळ?"

"माझं जाऊ दे गं, तुझं सांग. कसा झाला प्रोग्राम?"

"भिकार."

"देवजीने त्रास दिला?"

"त्रास नाही दिला."

"मग?"

"?"

"स्पर्श केला?"

"?"

"हात हातात घेतला?"

"?"

"चुंबन घेतले? सांग– त्याने तसे काही केले का?"

"तसे काही केले असते, तर तर मी त्याचा जीव घेतला असता!"

"संध्या, समज– मी तुझा हात हातात घेतला."

"हं, घेतला."

"समज– मी तुझ्या खांद्यावर हात ठेवला."

"बरं, ठेवला."

"आणि तुझे तुझे चुंबन घेतले, तर... तर तू काय काय करशील?"

श्रीकांत खाली वाकला. तिच्या हनुवटीला वर आणीत त्याने तिच्या ओठांवर ओठ टेकले.

त्याला वाटले त्यापेक्षाही खालचे ओठ अधिक उंचावले होते.

मावशीबाई घरी परतल्या, तेव्हा संध्याला खुशीत पाहून त्या खूश झाल्या. तिच्या विस्कटलेल्या लिपस्टिकडे पाहून त्या आपल्या भल्या दिवसांची याद करीत, अस्वस्थ होत अंथरुणावर तळमळत पडल्या होत्या. दिवस बदलत होते. त्यांच्या खेडवळ भाचीचा पहिला धडा पक्का झाला होता. आता त्या तिला दुसरा धडा शिकवणार होत्या.

-०-०-०-

मुकाबला

या चकचकीत पाटीकडे पाहून मृणाल चमकली. सबंध कॉरिडॉरमध्ये कोणीच नव्हते, शिपायाचे स्टूलसुद्धा रिकामेच होते. आणि, त्या निर्मनुष्य कॉरिडॉरमध्ये उभी राहताना मृणाला मनाला धीर देत होती. कंपित सांध्यांत बळ भरत होती.

आणखी दोन क्षणांत तिला काही तरी निर्णय घ्यायला हवा होता. निश्चय करायला हवा होता. आता शिपाई नव्हता आणि कोणीही त्या केबिनबाहेर नव्हते, हीच खरे पाहता अनुकूल संधी होती. मृणालपुढे अनेक गोष्टी उलगडून गेल्या. घरची परिस्थिती, दुखणाईत वडील, पंगू आई... सारे काही चमकून गेले आणि गळालेले अवसान पुन्हा एकदा सावरत तिने दरवाजावर टॅप केले.

आतून एक घोगरा, बसकट आवाज आला, "Come in!" त्या आवाजात दर्प होता, अहंता होती आणि शानही होती.

चिमुकल्या कंपित बोटांनी मृणालने केबिनचा दरवाजा आत ढकलला. मेहता– मॅनेजर, ही अक्षरे दूर गेली आणि समोर दिसले प्रत्यक्ष 'मेहता मॅनेजर.'

त्या प्रशस्त एअरकंडिशनड् खोलीतल्या झुलत्या खुर्चीत मेहतांचा जाडाजुडा देह कोणी तरी जणू कोंबलाच होता. समोरचे भव्य महॉगनी टेबल त्यांच्या भव्यतेपुढे क्षुद्र वाटत होते. भिंतीतले कपाट त्यांच्या अधिकाराखालील खात्यासंबंधीची पुस्तके, कात्रणे, परिसंवाद, इयरबुक्स, रिपोर्ट्स, बॅलन्स शीट यांनी खच्चून भरले होते. या खोलीत सारे वैभव, सत्ता आणि अहंता प्रत्यक्ष राबत होती.

मृणालने सारे झट्कन पाहून घेतले आणि त्याबरोबर मेहतांनाही. मेहतांनी नुकताच फोन खाली ठेवला होता आणि फोनवर काही अप्रिय संभाषण केल्याच्या आठ्या त्यांच्या गोबऱ्या फुगीर चेहऱ्यावर उमटलेल्या– कपाळावर उरल्या होत्या. मृणालची मूर्ती समोर पाहताच त्या आठ्यांचे एकदम स्मितात रूपांतर झाले. त्या स्मिताचा अर्थ मृणालने ओळखला.

अलका ॲश्युरन्सच्या पर्सनल डिपार्टमेंटचे इंटरव्ह्यूला पत्र आले, तेव्हा

तिला विलक्षण हर्ष झाला. एवढा की, त्या हर्षापोटी ती एकटी गावभर भटकून आली. वाटेत घर लागले म्हणून ऊर्मी प्रधानच्या घरात शिरली. मोठ्या हर्षाने इंटरव्ह्यूचे पत्र तिने काढून ऊर्मीला दाखवले अन्...

ऊर्मीच्या चेहऱ्यावर आश्चर्यातून एकदम विलक्षण भय नि विलक्षण चीड व्यक्त झालेली पाहून मृणाल बुचकळ्यात पडली.

"काय गं ऊर्मी, असा काय चेहरा करतेस? बरेच दिवस खटपट केल्यासारखी चांगली नोकरी मिळतेय मैत्रिणीला, तर आनंद व्हायचा का खेद?"

"वेडी आहेस की काय मृणाल! तुला नोकरीची केवढी आवश्यकता आहे याची मला कल्पना आहे, पण तरीही या नोकरीमुळे मला आनंद होत नाही."

"का?"

ऊर्मी उठली. कपाटातून एक फाईल काढून अलका ॲन्शुरन्स कंपनीच्या लेटरहेडवरचे एक पत्र पुढे करीत म्हणाली, "हे बघ– तुझ्याप्रमाणेच माझे पत्र."

"इश्श! पण चांगले की मग– दोघीही एक ठिकाणी कामाला लागलो तर."

"पत्राची तारीख तर बघ. चार महिन्यांपूर्वीची आहे."

"म्हणजे, त्या नोकरीवर गेलीच नाहीस तू?"

"गेले होते."

"मग सोडलीस?"

"सोडावी लागली!"

"का?"

"तुला समजेल."

"म्हणजे?"

"जाऊन तर ये."

"असे अस्पष्ट का म्हणतेस?"

"स्पष्ट सांगण्यासारखे काही नाही."

"नोकरी सोडावी लागली, ते काम फार म्हणून, तर नाही?"

"छे!"

"मग वेळ–"

"छे! तेसुद्धा नाही–"

"मग असे कोड्यात पाडून का बोलतेस?"

"बऱ्याच गोष्टी मनमोकळेपणाने बोलता येत नाहीत. ही नोकरी तुला मिळेल; नाही असे नाही. पण तिचा पगार तुला केवळ खर्डेघाशी करून मिळणार नाही. किंबहुना, खर्डेघाशी करायची गरजही पडणार नाही. ती कामे करायला तिथे पुष्कळ पुरुष कामावर ठेवले आहेत. देखण्या तरुण मुली तिथे शोभा म्हणून, करमणूक म्हणून आणि खेळ म्हणूनच कामाला ठेवतात."

"पण म्हणजे..."

"हं, तिथे मॅनेजर आहेत मेहता म्हणून– एक गुजराती गृहस्थ. त्यांच्या हातात या नेमणुका असतात. विशेष म्हणजे, मुलींच्या. कुरूप मुलीला तिथे नोकरी मिळतच नाही. वयस्क स्त्रीला तिथे उभीच करत नाहीत. चटपटीत कपडे वापरणारी, निदान मुद्रेवरून पुरोगामी भासणाऱ्या स्त्रीला मेहतांच्या पुढे उभे केले जाते."

मृणालच्या डोळ्यांत आश्चर्य व भीती उभी राहिली. "पुढचे सारे काही मेहतांच्या नि त्या मुलीच्या प्रश्नोत्तरावर अवलंबून असते."

"ते कसे काय?"

"मेहता सरळ-सरळ विषय काढतात."

"समजले-समजले. म्हणून नोकरी सोडलीस तू?"

"हं! त्यांचे काम झाल्यावर नोकरी सुटली."

"ईऽऽ!"

"नाही, तशी इमानदार मंडळी असावीत. मेहतांची मर्जी बसली की, मग काही अडचण नाही. पण मेहतांना घ्यायचे ते घेऊ दिल्याशिवाय नेमणूक पक्की होत नाही, हे तर उघड गुपित आहे. कित्येकदा हट्टी, पण तेवढ्याच सुंदर मुली हंगामीच राहतात. मेहतांची मनीषा पुरविली की, मगच त्या कायम होतात."

"कमाल आहे!"

"कमाल कसली? या ना त्या रूपानं हा प्रकार सर्रास चालू आहे. मी आतापर्यंत सात-आठ नोकऱ्या सोडल्या. कारण असले काही करण्यापेक्षा लग्नच केलेलं काय वाईट?"

"पण तुला माहीत आहेच."

"तुझ्याबद्दल नाही म्हणत. तुला नोकरी ही करायलाच हवी आणि बऱ्या पगाराची, सुखाची, भल्या कंपनीत नोकरी हवी म्हणजे..."

"मुळीच नाही! असे काही करावे लागते, ते मला पटत नाही."

"तुला अनुभव नाही मृणाल! जग हे हलकट पुरुषांनी भरलेले आहे. रस्त्यावरच्या खाद्यपदार्थांकडे पाहताना आधाशी खादाड मुलाची जी दृष्टी असते, त्याहून या हलकट पुरुषांची दृष्टी मुळीच निराळी नसते, असा तुला अनुभव येईल. तरुण, म्हातारे, कुरूप, बेरूप, भिकारी, श्रीमान आपली लायकी न पाहता, रूप न पाहता तुझ्याभोवती पदोपदी पिंगा घालतील. घसरलेल्या पदरात डोकावतील. स्पर्शासाठी धडपडतील. बसमध्ये उभे राहून ब्लाऊजमधून दिसेल ते पाहतील. स्त्रीचा देह पाहण्यासाठी केवढा विलक्षण वेडपट आटापिटा हा. किळस वाटते, अगदी किळस वाटते या जगातून वावरताना."

"हं, असा मामला आहे म्हणजे..."

"म्हणून म्हणते, कशी होणार नोकरी तुझ्याच्याने?"

"व्हायला पाहिजे. ही नोकरी सोडून चालणार नाही मला."

"एवढे सगळे रामायण सांगून तू जाणार उद्या?"

"होय. हे सारे कळून-सवरून मी जाणार. एवढेच नव्हे, तर ही नोकरी सोडणार नाही. ऊर्मी, तुला माहीत आहे की– नोकरी ही माझी चैन नाही, गरज आहे. मला नोकरी हवी आहे."

"मेहता मागतील ते देऊन?"

"ते पाहीन मी. पारध समोर आल्याशिवाय शिकारी बाण रोखीत नाही. आज कशाला विचार, पाहू काय घडते ते."

"काय विचार आहे तुझा मृणाल?"

मृणालच्या डोळ्यांतल्या अनामिक तेजाने बावरून ऊर्मीने विचारले,

"सांगेन– सांगेन."

मेहतांच्या समोर उभी राहता-राहता हा सारा किस्सा मृणालच्या डोळ्यांपुढून गेला.

मेहतांनी नीट न्याहाळून खोलीत अनपेक्षितपणे शिरलेल्या या मुलीची पाहणी केली. फळांच्या दुकानात शिरलेले गिऱ्हाईक फळांचा रंग, जात, गंध नि चव चोखण्याचा यत्न करते; तीच दृष्टी मेहतांच्या डोळ्यांत तरळू लागली. ही चिमखडी, लहानखुरी, ताम्रवर्णीय, तेजस्वी, कोवळी मुलगी पाहून त्यांच्या तोंडाला पाणी सुटले. त्यांनी ओठांवरून ओठ फिरविला. मांडीवर मांडी घेतली.

"काय काम होते?" एका स्निग्ध मधाळ स्वरात त्यांनी प्रश्न केला. स्त्रियांना वागविण्याच्या नि प्राप्त करून घेण्याच्या शास्त्रात ते तज्ज्ञ होतेच आणि

त्यामुळेच समोरच्या मुलीशी बोलताना वाणी जरी त्यांनी मधाळपणे वापरली तरी आपल्या दर्जाचा विसर पडू न देता त्यांनी अद्यापि तिला 'बसा' असे सांगितले नव्हते.

"मी ऽऽ मी- मला पत्र आलंय इंटरव्ह्यूचे. हे पाहा-"

मृणाल पुढे झाली. त्या रुंद महोगनी टेबलावर वाकून तिने ते पत्र मेहतांच्या हाती दिले. ती वाकली, तेव्हा मेहतांची दृष्टी आपोआप सवयीने तिच्या वक्षांवर स्थिर झाली आणि ते मनात संतुष्ट झाले. पण तो संतोष त्यांनी तोंडावर दिसू दिला नाही. या पुष्ट उरोभागांपर्यंत पोहोचण्याऐवजी तो उरोभाग आपल्या हातांच्या टप्प्यात आणण्याची त्यांना सवय होती आणि तोवर थांबणे अंती फायद्याचे असते, याविषयी त्यांची खात्री होती.

स्वरातला मधाळपणाही थोडा कमी करीत ते म्हणाले, "तुम्ही खाली पर्सनलमध्ये जा. शिवदासानी हे आमचे पर्सनल सुपरिटेंडेंट आहेत, त्यांना भेटा."

"ठाऊक आहे मला."

"मग सरळ मलाच का आलात भेटायला?"

मृणाल हसली. डोळ्यांत थोडा बाक आणून पुढे वाकत ती म्हणाली, "मि. मेहता, अखेर मला तुमच्या समोरच यायचंय ना?"

"नाही समजलो मी?"

"माझी नेमणूक अखेर व्हायची तुमच्याच हातून!"

"तुम्ही योग्य त्या रस्त्यानेच आले पाहिजे."

"योग्य त्या रस्त्याने नाही, तरी योग्य त्या ठिकाणालाच आले आहे मी, याविषयी माझी खात्री आहे सर."

"धिस इज नॉनसेन्स."

"नो!" मृणाल थोडी नीट नि ताठ उभी राहिली. "मि. मेहता, उगाच आडवळणाचा रस्ता हवा कशाला? नोकरीवर ठेवण्याचे अखेर तुमच्याच हाती आहे. तुमची इच्छा असेल, तुम्हाला उमेदवार आवडला असेल; तरच केवळ नोकरी मिळणार, हेच सत्य आहे. मि. मेहता, ही मी इथे उभी आहे. माझे वय एकवीस. दिसायला मी ही अशी आहे. मला नोकरी हवी आहे, कोणत्याही अटीवर. काहीही करून. तुम्ही नोकरी देऊ शकता! तुमच्या काही अटी आहेत, त्या मला मान्य आहेत. लांबवालांबव हवी कशाला? त्रासदायक प्रश्नोपप्रश्न हवेत कशाला? मी पसंत आहे का तुम्हाला- पाहा बरे?"

विस्मयचकित होऊन मेहता पाहतच राहिले.

"मी फारशी रूपवान नाही, शिकलेली नाही; पण स्त्रीला जे-जे शिकायला हवे, ते-ते मी उत्तम प्रकारे जाणते आहे. मी तुमच्या चांगल्या प्रकारे उपयोगी पडेन. मि. मेहता, सर्व प्रकारे!"

मि. मेहतांनी एवढा रोखठोक व्यवहार कधीच केला नव्हता.

मेहता खुशीत असले (आणि तसे ते असतच नेहमी) की, एखाद्या नव्या मुलीला इंटरव्ह्यूचे बोलावणे जाई. मुलीचे रंग, रूप नि प्रत पाहून शिवदासानी तिला मेहताकडे पाठवीत. सहा महिन्यांच्या प्रोबेशनच्या अवधीत अंतरे तुटत जात आणि एक तर ती मुलगी नोकरी सोडून जाई किंवा मेहतांची मर्जी संपादन करी.

समोरची मुलगी त्यांना आवडली होती. आवडावी अशीच ती होती. मेहतांना वाटले की, उघडी-वाघडी, कोवळी-कोवळी अशी मुलगी लीलया उचलून घेता येईल. फुलपात्रातल्या सुगंधी पाण्याच्या घोटाप्रमाणेच तिच्या मुखातून चुंबन-घोट घेता येईल, बोटांना चाळा म्हणून तिच्या उगवत्या उरोजांना स्पर्श करता येईल. कामक्रीडेतल्या आक्रमकतेमुळे भयग्रस्त होणाऱ्या त्या कोवळ्या मुलीला हळूहळू निकट घेत आपण सुखाचा पहिला धडा शिकवू.

आजवर त्यांनी हे अनेकदा केले होते. पण त्या वेळी समोरच्या मुली अजाण होत्या, कोवळ्या होत्या, नवख्या होत्या. त्यांना सारे अपरिचित होते. आडदांड राक्षसी देहाच्या दर्शनाने त्या भयचकित होत आणि केव्हा आपण गमावले आणि मेहतांनी गिळून टाकले, हे त्यांना कळतही नसे.

समोरची मुलगी निराळी आहे, हे खास. मेहतांना काय पवित्रा टाकायचा, तेच समजेना. ते गोंधळलेले आहेत, हे मृणालने टिपून घेतले.

"मेहता, जगात सर्व गोष्टी व्यावहारिक असतात. देवाण-घेवाणही आलीच. माझ्यासारख्या मुलीला तुम्ही नोकरी तरी उगाच का द्यावी? माझ्याजवळ जे देण्यासारखे आहे, ते मी अगदी खुशीने द्यायला तयार आहे. तुम्ही हा सौदा खुशीने कराल मेहता. बघा तरी!"

मृणाल थोडी ताठ उभी राहिली. तिने मुद्दाम पेहरलेल्या बिनबाह्यांच्या पोलक्यामुळे तिच्या सतेज यौवनाचे बाहुटे दिसत होते. त्वचेचा मोहकपणा, हसरे ओठ, विलक्षण तेजस्वी डोळे, अपरे नाक, हनुवटीचा एक आगळा आकार, आखूड केसांचा शैलीदार फुलोरा, जांभळट कुंकवाची टिकली, ताम्रवर्णीय सतेज कपाळ, फुगारलेले गाल... या साऱ्यांकडे मेहतांनी पाहण्याचा यत्न केला, पण अनंग जागाच होईना. समोरची स्त्री चतुर असण्याची शक्यता होती.

शय्यासौंदर्यात ती अग्रभागी बसण्याची शक्यता होती– पण काय उपयोग!

या तयार अगोचर मुलीचा त्यांनी धसकाच घेतला. काय बोलायचे, कसे वागायचे!

अलका ॲश्युरन्स कंपनीची सारी जिम्मेदारी ज्यांच्यावर होती, अशा या समर्थ माणसाला समोरचे आमिष मोह पाडत होते. रागाचे शब्द बोलू देत नव्हते, पण गोडीही वाढवू देत नव्हते. एखाद्या जहरी नागिणीवर घाव घालायच्या वेळी तिच्या पिवळ्याधमक चमकदार कांतीवर मंत्रमुग्ध व्हावे, असे काही तरी घडले होते. चकव्यात सापडल्याप्रमाणे मेहता चुकले होते.

''मला वाटते, तुमचा काही गैरसमज होतोय. आम्ही इन्शुरन्स विकतो, इन्शुरन्सचे सौदे करतो. तुम्ही म्हणता तसले व्यवहार होत नाहीत इथे.''

मृणाल हसली आणि पुन्हा एकदा हसली. त्या हसण्यातला किणकिणत पण सुसाट येणारा उपहास मेहतांच्या अगदी मर्मस्थानी लागला. एवढा की, ते घायाळ झाले. आजवरच्या साऱ्या संगातली गंमत नष्ट करून टाकणारा तो चावरा हास्यध्वनी अगदी नसा-नसांतून फिरला आणि त्याने ते घाबरे झाले. ''You can report Mr. Shivadasani - you are appointed–'' समोरचा एक फॉर्म घेऊन त्यावर सही करून त्यांनी तो मृणालच्या हाती दिला.

मृणाल आता हसली. ते हसणे नि मघाचे हसणे अगदी वेगवेगळे होते. तिने शुभ्र दंतपंक्तींनी आनंद साजरा केला आणि आपला हात हस्तांदोलनासाठी पुढे केला आणि ती म्हणाली, ''Thanks, Thank you very much.'' ती पुढे हात करणार, हे मनातून ओळखून मेहतांनी हात जोडून नमस्कार केल्यासारखा केला आणि सुटकेच्या निःश्वासात सहजगत्या मातृभाषेचा आधार घेत ते म्हणाले, ''आवो जो!''

मेहतांच्या खोलीतून मृणाल बाहेर पडली ती सरळ कुणाकडे न बघता प्रथम स्त्रियांच्या सौंदर्यप्रसाधनाच्या खोलीत गेली. त्या वेळी नुकतेच ऑफिस सुरू झाल्यामुळे तिथे फारशी वर्दळ नव्हती.

एका कोचावर ती स्तब्ध बसली. घर्मबिंदू तिने रुमालावर जमा केले.

तिच्या मनावर मनस्वी ताण पडला होता. युद्ध जिंकणारेसुद्धा अनेकदा पराजय पावतात, तसे तिला युद्ध जिंकूनही हरल्यासारखे वाटत होते.

अलका ॲश्युरन्स कंपनीत तिची नेमणूक झाली. नवे चकचकीत गोदरेज टेबल, खुर्ची, कोरी स्टेशनरी, करकरीत नवा टाईपरायटर अशा त्या वातावरणात तिच्या श्रमित स्नायूंना सुख वाटले. करकर वाजणाऱ्या कागदांना टाईपरायटरच्या

रोलरमध्ये चढवायच्या वेळी होणारा स्पर्शसुद्धा तिला मुलायम वाटला.

दुपारच्या लंचपर्यंत ती ऑफिसमध्ये रुळली. मिस् मोहोनी, मिस् गुणे, मिस् कुलकर्णी, मिस् दलाल या साऱ्या मुली मेहतांनी नेमलेल्या आहेत. मेहतांनी यांना इथे कायम केले आहे, ही गोष्ट तिला विसरणे शक्य नव्हते. त्यांच्या डोळ्याला डोळा देताना तिला अकारण शरमल्यासारखे झाले. त्याच वाटेवरच्या वेली.

एक वाजला आणि टेबलावरचे कागद आवरले जाऊ लागले, तेव्हा मिस् अडवाणी मृणालच्या टेबलाजवळ आली आणि हसली. हास्यात ओळखीची इच्छा होती.

"आज आलात?"

"हं! तुम्ही इथं किती वर्षे आहात?"

"छे, अजून मी कन्फर्म झाले नाही."

"म्हणजे!" हे आश्चर्य थोड्या प्रमाणाबाहेर जास्त झाले होते. त्याचे कारण अडवाणीला उमगले नाही. अडवाणी कन्फर्म झाली नाही, हे कळताच तिच्याबद्दल अकारण ओढ मृणालला वाटू लागली. हीसुद्धा मेहतांच्या शय्येवरती पोहोचणार. किती देखणी, किती नाजूक, किती हसरी. सुट्टी संपली तरीही अडवाणी कन्फर्म झाली नाही, ही गोष्ट मृणाल विसरू शकली नाही. स्वत:पुढचा प्रसंग तिला य:कश्चित वाटला.

दोन-अडीच तास तिने तसेच काम रेटून नेले आणि अखेरीस घड्याळाच्या काट्याबरोबर तिच्या क्षुब्धतेत वाढ होत गेली. साडेपाच वाजले. ती जिना चढून मेहतांच्या केबिनजवळ आली आणि टक् टक् करीत उत्तराची वाट न पाहता ती आत शिरली. तिच्या अकस्मात येण्याने मेहता कोट चढवता-चढवता मधेच थांबले. त्यांच्या डोळ्यांत आश्चर्य व थोडी चीड होती.

"मी असे विचारायला आले–"

"काय?"

"संध्याकाळी कुठे बाहेर जायचे असले– फिरायला, सिनेमाला, जुहूला किंवा कुठेही... तर, मी तयार आहे म्हटलं."

"काय म्हणता!"

"उगाच भिडस्तपणाने तुम्ही विचारणार नाही, म्हणून मी समक्ष आले. मला विलायती पद्धतीने नृत्यसुद्धा येते. जायचे ना आपण कुठे तरी?"

मेहता गोंधळलेले होते, भांबावले होते. ते एवढेच म्हणाले.

"No... I am Busy otherwise (मी जरा अन्यत्र गुंतलोय)"

"मग नको म्हणता आज?"

"सॉरी."

"Have a good time (मजेत घालवा वेळ)"

आणि अत्यंत सफाईने उंच मानेने तिने ऑफिसबाहेर पाऊल ठेवले आणि अंगावर मस्त झुंजार वारा कोसळू दिला. तिला असे वाटले होते की, निर्मल संतत धारेखाली उभे राहावे आणि आपला देह सचैल धुऊन काढावा. घाण नि दुर्गंधी यांची किळसवाणी संगत तिला नको होती. ती घरी पोहोचली. भावा-बहिणींत ताई झाली आणि आई-बापांची लेक झाली; तरीही अलका ॲश्युरन्स कंपनीत आपण एक टायपिस्ट आहोत, कायम व्हायच्या आहोत, हे काही ती विसरू शकली नव्हती.

दुसऱ्या दिवशी सकाळी ऑफिसमध्ये पाऊल टाकताच मस्टरवर सही करून ती मेहतांच्या खोलीत शिरली.

"Good Morning! बॉस"

वर न पाहताच मेहता उद्‌गारले. "गुड मॉर्निंग!" पण लगोलग स्वर ध्यानात येताच भयचकित मुद्रेने त्यांनी वर पाहिले. एक लालबुंद गुलाबाचे फूल पुढे करीत मृणाल म्हणाली, "मी नाही तर माझी आठवण Do not forget I am ever ready विसरू नका. माझी केव्हाही तयारी आहे."

"तयारी कसली?"

मृणाल नित्यपरिचित उपहासगर्भ ध्वनीने हसली.

दिवस जात होते. ऑफिसच्या कामात मृणाल तरबेज होत होती. सकाळी दहा वाजता आणि सायंकाळी साडेपाच वाजता मेहतांची केबिन मृणाल उघडी आणि नित्याचा संवाद होई.

असेच सहा महिने संपत आले. उद्या जर कामावर आलो, तर आपोआपच आपण कायम होणार. पण आज बहुश: आपल्याला टर्मिनेशन नोटीस येणार याविषयी मृणालला खात्री होती. आपण टाकलेला पवित्रा चुकला का बरोबर हेच तिला कळत नव्हते. कामात तिचे लक्ष नव्हते. तेवढ्यात ऑफिसच्या शिपायाने एक बंद लखोटा आणून दिला.

त्या लांबलचक लखोट्याबरोबर तिच्या अंत:करणात धस्स झाले. तो लखोटा तिने फोडला नाही. गेल्या सहा महिन्यांत आपल्या घरात जे आनंदाचे राज्य निर्माण झाले, त्यावर आता कायमची काळोखी पसरणार होती. घरातल्या

सुबत्तेचे साधन संपणार होते. चिमणी भावंडे, दुबळी आई, पंगू वडील यांच्या चिंतातुर चेहऱ्यांची पुन्हा गाठभेट होणार होती.

काय चुकले बरे? काय करावे बरे?

सांध्यांतले सामर्थ्य गळून गेले. मनावर जड आवरण पसरले. काही तरी करायलाच हवे होते. नेट आणून ती उठली. कॉम्पॅक्टमधली लिपस्टिक तिच्या कोरड्या ओठांवरून फिरली, पावडरचा हलका थर त्वचेने ग्रहण केला, पदराची सरकवा-सरकव झाली, अंगाच्या रेषा स्पष्ट झाल्या, उंचवटे ठळक झाले आणि मेहतांच्या केबिनमध्ये मृणाल प्रविष्ट झाली. लखोटा पदराआड होता. तिच्या पदरात तिचे भवितव्य होते. नोकरी सुटलेली असणार, हेही ठरल्यागतच होते.

जणू काही मृणाल येणार, याची मेहतांना अपेक्षाच होती. ती येताच प्रथमच ते तिला म्हणाले, "बसा."

मृणाल आजवर बोलली होती, तेच बोलणार होती. पण जर नोकरी गेली असती, तर ते बोलणे लाचारीचे ठरणार होते. नसती, तर तेच बोलणे चवचालपणाचे ठरणार होते. पत्र फोडून न पाहता आपण येण्याची घाई उगाच केली, असे तिला वाटले. पण आता उशीर झाला. युद्धाच्या तयारीने येण्यापूर्वीच युद्ध झाल्यामुळे शत्रू बावरावा, तशीच अवस्था मृणालची झाली.

पण सावधानता, अचूकता आणि हास्याआड दडविता येणारी तुच्छता एवढ्या सामग्रीवर युद्ध जिंकण्याचे सामर्थ्य स्त्रीत असते.

"बोला, काय काम आहे?"

कोरडलेल्या लालुचुटूक ओठांवर अंजिरी जीभ फिरली.

"मला तुमच्याशी बोलायचे होते."

"बोला."

"सर, मी येथे कामाला आले, त्याला सहा महिने झाले. तुमच्याबद्दल मी अनेक प्रवाद ऐकले होते की, नेमणुकीपूर्वी किंवा नेमणूक पक्की होण्यापूर्वी तुमच्याशी संगत करावी लागते, तुम्हाला खूश करावे लागते. गेल्या सहा महिन्यांत तुम्ही माझ्याशी असे एकदाही वागला नाहीत. मी सुचवले तरीही वावगे वागला नाहीत किंवा सुचवलेही नाहीत. मिस् परेरा, प्रफुल्ल घैसास, मिस् सोहोनी या अनेक मुलींनी तुमच्याबद्दल अनेक गोष्टी सांगितल्या; पण मला वाटते, आपले स्वत:चे पाप लपविण्यासाठी तुम्हाला अकारणच त्यांनी बदनाम केले असले पाहिजे. तुम्ही चांगले सत्प्रवृत्त, सांसारिक आणि जबाबदार वागलात मेहता. या चवचाल मुलींनी आपल्या आणि त्यांच्या भेटीच्या वेळची हॉटेल्सची

नावे एवढ्या तपशिलाने सांगितली की– मेहता, मला वाटले, मी फसते आहे. त्या म्हणतात, ते खरे असेल.''

मेहतांचा चेहरा लोखंडी होता. नित्याचे मार्दव, भय, कृत्रिमपणे आणलेला मोकळेपणा, आपल्या सामर्थ्याची ऐट आता फक्त एक निर्विकार भावनाशून्य आणि तरीही आश्चर्यचकित चेहऱ्यात व्यक्त झाली होती. त्यांना या मुलीच्या मनाचा अंदाज आजवर लागलेलाच नव्हता. आज त्यांची उमेद निराळीच होती. उंच मानेने चाललेल्या या अगोचर मुलीची उपेक्षेने ते हेटाळणी करणार होते. पण संभाषणाचा धागा त्यांना अनुकूल व्हायला हवा होता. ''पण माझ्या अनुभवावरून तुम्ही खरोखरच सज्जन आहात आणि त्या टवाळखोर मुलीच डँबीस असल्या पाहिजेत. उगाच एखाद्याच्या चारित्र्यावर कलंक लावणे केवळ अन्यायाचे आहे. मला त्या भेटल्या, म्हणजे एकेकीला मी सुनावणार आहे.''

मेहतांना निराळीच भीती उत्पन्न झाली. एक टाळायला जावे आणि दुसरेच उभे राहावे, तसेच झाले म्हणायचे हे.

''छे! मिस् मृणाल भिडे, त्यांच्याकडे काय लक्ष द्यायचंय. असे कुणाकुणाचे म्हणून तोंड बंद करणार?''

''वा! उगाचच एखाद्याच्या अब्रूवर निखारा ठेवणाऱ्या या असल्या गावभवान्यांना शिक्षाच व्हायला हवी. होय की नाही?''

मेहता या चिमुरड्या मुलीच्या आवेशपूर्ण डोळ्यांतून तिचा थांग लावू पाहत होते. एकदा त्यांना वाटले की, झटकून टाकलेले झुरळ पुन्हा अंगावर दुसऱ्या भागावर पडावे आणि मग ते सापडता सापडू नये, असे या कारटीने आपल्या परिचयाने करून सोडले आहे.

एकदम ओठांचा चंबू करून चेहरामोहरा बदलून निराळ्या आवाजात ती म्हणाली, ''असे तर नसेल ना मेहता, की मी मुळी तुम्हाला आवडलेच नाही?''

मेहता गप्प होते.

''होय. मी तरी किती खुळी? काय माझे रूप, आकार? ना बांधा, ना सजावट. मिस् अडवाणींचे सौंदर्य कुठे नि माझे कुठे! मी कशी आवडणार तुम्हाला?''

''No, you are going too far. अडवाणींचे नाव काढायचे काय कारण तुम्हाला मिस् भिडे?''

''माझ्यापेक्षा किती देखणी आहे, नाजूक आहे, मिळण्याजोगी आहे–

आणि मि. मेहता, अजूनही ती कायम व्हायची आहे. मी वेडी– माझ्याबद्दल कसले आकर्षण वाटणार तुम्हाला? मी खुळी. अडवाणीसारखी सुंदर, कोवळी, गोड मुलगी उपलब्ध असताना मी कशी आवडणार तुम्हाला?''

मेहतांनी आवंढा गिळला. काही खरे होते, बोलण्यात तथ्य होते. अडवाणी वळणावर येत होती. आपल्या उग्र, दणकट तामसी शरीराला कोवळी शेज लाभणार, या मनोगतात मेहता खूश होते.

आपल्या बोटांनी या चिमुरड्या मुलीचे गाल कुस्करता येतील, त्या वेळच्या गालांच्या मलईचे माप बोटे शोधीत होती. ब्लाऊजची बटणे सोडताना पाठीला बोटे लागू नयेत एवढे नाजुकपणाचे कसब त्यांच्या रुंदट निबर बोटांत होते. भयचकित झालेल्या अडवाणीच्या डोळ्याला कामातुर आणि कामाक्रमी दृष्टी भिडवीत ते आपली बोटे त्या धवलांगीच्या अस्पर्श शरीराचा शोध घेत फिरवणार होते.

अडवाणीचा सारा देह आता त्यांच्या दृष्टीपुढे नागवा होऊन सरकला होता. त्यांच्या यत्नाला सिद्धी आली होती. आता काही अडसर होते. तेही बलिष्ट अशा या स्थानामुळे दूर होणार होते. आपल्या देहाचा उग्रपणा, तप्तता, तामसीपणा, अवजडपणा कोवळ्या, नाजूक, लाडिक तारुण्याच्या सहवासात त्यांना विसरता येणार होता.

राग आणि कामाग्नी दोन्हीही मेहतांच्या अंत:करणात जळत उठले. राग या मुलीच्या अगोचरपणाचा आणि कामाग्नी अडवाणीच्या कोवळ्या देहाच्या आठवणींचा. ते काही बोलणार, एवढ्यात मृणाल म्हणाली, ''मी निरोप घ्यायला आले आहे साहेब!''

''निरोप? तो का?''

''मला टर्मिनेशन नोटीस मिळाली.''

''टर्मिनेशन?''

''हं! नाही जमला व्यवहार कंपनीत. नाही पडला पसंत माल. तसे काय कमी आहे माझ्यात मेहता? फुकटाला तर महाग नाहीच. बघा तरी!''

मेहतांनी पाहिले. घसरलेल्या पदराआडून दिसणारे जगावेगळे मोठे वक्ष प्रथमच त्यांच्या डोळ्यांना भिडले. क्रमाक्रमाने तिच्याकडे दृष्टी फिरली. अपूर्व पोरगी होती. प्रत्येक अवयव आखीव-रेखीव अन् भिडण्याजोगा. पण तेवढ्यात तिच्या डोळ्यांना त्यांचे डोळे भिडले अन्...

त्यांच्या मनातला सारा अनंग जळून गेला. ही मुलगी नग्न उभी राहिली

असती, तरीसुद्धा या स्त्रीला स्पर्श करण्याचे सामर्थ्य मेहतांच्यात नव्हते. एखाद्या लावण्यवती स्त्रीच्या प्रेताकडे पाहून वासनेचा सर्प सळसळत निघून जावा, तसेच त्यांचे आता झाले.

असे का झाले?

मेहतांना कळत नव्हते की– या मुलीच्या दर्शनाने, वर्तनाने आणि संभाषणाने पेटलेला अग्नी विझत का येतो?

"जाऊ मी?" आवाज जड झालेला होता.

"का?"

"सांगितले ना, की नाही जमले म्हणून. जे मिस् कुलकर्णीला जमले, जे मिस् दलालला जमले; ते मला जमले नाही. माझी हकालपट्टी झाली. अच्छा, गुडबाय मि. मेहता."

मेहता तिच्याकडे पुन्हा पाहू लागले. एरवी सूर्यतेजाने पवित्र असलेला तिचा चेहरा आता ढगाळलेल्या दिवसासारखा खिन्न होता. एरवी ताठ असणारे तिच्या देहाचे सुरूचे झाड लवलेल्या माडाप्रमाणे कलले होते.

लकलकत्या नेत्राग्नीत आता निखारे दिसले. त्यांना काही समजत नव्हते. शब्द शोधत ते म्हणाले–

"मिस् भिडे, खाली बसा."

"मी? आता– आता कशाला?"

"आता खरं पाहता बसायची वेळ आहे."

"बोला!"

"तुम्हाला टर्मिनेशन नोटीस मिळाली?"

"हं!"

"बघू?"

पर्स उघडली गेली आणि अलका ॲश्युरन्स कंपनीचा लखोटा बाहेर पडला व मेहतांच्या हातात आला.

"हे काय– हे पत्र तर तुम्ही उघडलेलेच नाही!"

"कशाला उघडायचे? फासावर जायचे खरे; मग स्वत:च्या डोळ्यांनी फासाची दोरी कशाला पाह्यची?"

मेहता हसले.

"उघडा लखोटा."

नि:स्तब्ध शांततेने पाकिटाचा कोपरा फाडताना झालेला आवाज तोफेच्या

गर्जनेसारखा वाटत होता.

पत्र उघडले नि मृणालने वाचले. वाचता-वाचता तिच्या डोळ्यांतून पाणी गळू लागले आणि ती ओक्साबोक्शी रडू लागली.

मेहता स्तब्ध झाले. त्यांना वाटत होते उठावे– तिच्या पाठीवरून हात फिरवावा, तिचे रडे थांबवावे. पण तरीही ते उठले नाहीत. तिच्या हुंदक्यांचा ध्वनी कमी झाला, अश्रू आटत गेले. रुमालाच्या बोळ्याने चेहरा ठीकठाक झाला आणि जणू काही घडलेच नाही, अशा थाटात ती उभी राहिली. क्षणार्धात पूर्वीचं हसू तिच्या ओठांवर आले. पूर्वीचे तेज तिच्या डोळ्यांत आले. पदर सावरला गेला. काया खडी झाली. ती म्हणाली, "थँक यू, थँक यू व्हेरी मच. फार फार आभारी आहे मी मि. मेहता– मी तुमची ऋणी आहे."

आणि गोंधळलेल्या मेहतांचा चेहरा, त्यांचे केबिन, अलका अॅश्युरन्स कंपनीचे ऑफिस, संशयास्पद नजरा, अद्यापि कन्फर्म न झालेली अडवाणी आणि इतर मुली– या सर्वांना मागे टाकून ती आपल्या घराकडे, आईकडे, वडिलांकडे झपाझप निघाली होती.

अश्रू हीसुद्धा विजयचिन्हे होऊ शकतात, हे पाहून मेहता मात्र खिन्न झाले होते आणि अडवाणीबरोबर घालवायची संध्याकाळ फुकट घालवून बसले होते.

-०-०-०-

यमुना तीरी घुमे पारवा

डेक्कन क्वीनची एक उतरती गतिमान संध्याकाळ. मध्यंतरीचा दिवस म्हणून गर्दी बेताची. मी सामान जागेवर ठेवले नि तडक डायनिंग कारकडे मोर्चा वळविला. जागा सरल्या होत्या. समोरासमोरची सिंगल जागा जणू माझ्यासाठी वाट पहात होती. पण समोरची जागा कोण अडविणार म्हणून मलासुद्धा कुतूहल होते. वेटरला मी चहा-सामोसा अन् टोस्टची आर्डर दिली. पाईप काढला आणि पाईप भरण्याच्या उद्योगास लागलो. मी आज जरा नाखुशीत होतो. कामे जमली नव्हती. वसुली दिडकीची झाली नव्हती. मन थोडे नाराज होते. अर्थात धंदा आणि खाजगी जीवन वेगळे करायला मी शिकलो होतो. म्हणूनच माझ्यासारखा फाटका माणूस लाखांचे धंदे करूनही दैनंदिन आयुष्य आनंदात काढू शकत होता.

पाईप पुरा मनासारखा भरला. दोस्ताने प्रेझेंट केलेला गॅसलाईटर पहिल्यांदाच पेटविला नि पाईपचा पहिला झुरका मारला नसेल तोच रमच्या सुगंधित द्रवात बुचकळलेल्या ग्रेहाऊंडची धुंदी उतरविणारा एक अपूर्व, अनोळखी, मधुर गंध मुसमुसून नासिकेत घुसला आणि मी दचकून वर पाहिले.

"मे आय हॅव धिस सीट?"

मी सावरलो. पाय आवरले. देहाने विश्रांतीस्तव केलेला पसारा समयोचित केला. पाईपातून सवयीने बोबडे उद्‌गार निघाले,

"बाय ऑल मीन्स."

हे उद्‌गार केवळ सवयीनेच निघाले, नचपेक्षा समोरचे लावण्य पाहून मी क्षणभर विस्मित व्हायला हवे होते.

मुलायम सफाईने समोरची लावण्यवती स्थानापन्न झाली. एका फुलवेड्या रुमालाने तिने गुलाबी गालांना स्पर्श केला. ओठांवरून अंजिरी जीभ फिरवली आणि उगाचच कांकणांची चाळवाचाळव केली.

तिच्या पुष्टपणाला मी पाईपच्या वलयांत लपेटून घेतले. तिच्या गव्हाळ

पण आक्रमक त्वचासौंदर्याला डोळ्यात खेचून घेतले आणि हलकेच धूम्रपानाच्या समाधीत गर्क झालो. मनाची बैचेनी संपलेली होती. कारण, समोरची स्त्री केवळ सुगंधित नव्हती तर सुमधुरही होती आणि नकळत धुराच्या वलयातून तिला स्पर्शिण्यात मजा होती.

वेटरने ट्रेचा आवाज केला अन् मी समाधीतून जागा झालो. ग्रेहाऊंड डोक्यात गेला होता. मी आपलं उगाचच हसलो. वेटरने अदबीनं चहा मांडला...आणि तो समोरच्या स्त्रीकडे वळला.

माझ्याकडे थोड्याशा कुतूहलाने पण खरे म्हणजे थोड्याशा संतापाने पहात त्या स्त्रीने ऑर्डर दिली आणि बोटात बोटं गुंफून, ती मान वर करून पहात राहिली.

खरे पहाता तिच्या चेहऱ्यावर नाराजी का होती हेच मला कळत नव्हते. उंच मान केल्यामुळे तिच्या पातळ नाकपुड्या किचिंत फुगल्या होत्या आणि त्याखाली असणारी सोनेरी लव तिच्या सौंदर्यात भरच घालीत होती. शिवाय पार बाहुट्यापासून ते स्तनाग्रापर्यंत देहाने एक ताण घेतल्यामुळे ताणलेली त्वचा मोठी गोड दिसत होती. तरीपण नाराज व्हायला काय झाले या पद्मिनीला? कशासाठी बरे ही नाराजी?

पण मी होतो ग्रेहाऊंडच्या धुराड्यात-चहाच्या मस्त गंधात, भुकेल्या पोटात गेलेल्या खरपूस टोस्टच्या तृप्तीत... काठाकाठाने चालणाऱ्याकडे भर दरियातल्या जहाजाने जशी निर्विकार दृष्टी टाकावी तशी माझी दृष्टी अगदी अधूनमधून तिच्या ठायी वळत होती.

अन् तेवढ्यात तिचा पाय मला लागला.

ओठांतल्या ओठांत ती क्षमापूर्ण स्वरात म्हणाली,

“Sorry - excuse me! please.”

“कशाबद्दल?”

“पाय लागला माझा-नकळत -”

“मला नाही बुवा लागला. तुम्हाला भास झाला असावा.”

“नाही हो. नक्की लागला.”

“म्हणजे माझ्याशी बोलायची इच्छाच आहे तुमची, म्हणा ना.”

अगदी नकळत तिच्या तोंडावर हसू उमटले-मग रागही जमा झाला. बघता बघता काचपात्रावर दव जमते तसा.

“व्हाट डू यू मीन?”

“हे पहा, तुमचा पाय वगैरे मला काही लागला नाही. तरी आपली तुम्ही

माफी मागत सुटला आहात. म्हणजे बोलायची इच्छा असावी तुमची, असं वाटलं तर बरोबर आहे नं.''

''च...च..., अहो, खरंच पाय लागला तुम्हाला.''

''असं म्हणता-बरं तर, तुमची माफी स्वीकारावी एवढीच इच्छा आहे ना? कबूल आहे. बस्स? का आणखी काही?''

आता मात्र एक त्रासिकपणा तिच्या चेहऱ्यावर पसरून गेला. अखेरचा उपाय म्हणून तिने नि:श्वास सोडला आणि ओंजळीत चेहरा लपविला.

माझी मलाच गंमत वाटत होती. स्त्रियांच्या वाटेला न जाणारा मी. ही रुळलेली वाट समोर दिसत असूनही चालायला नाकबूल होतो. का कोण जाणे?

आणि अकस्मात वाऱ्याची एक झुळूक खिडकीतून आत आली. तिने समोरच्या सुंदरीचा पदर उडविला. तलम अशा सिफॉनमधून एकदम गरगरीत पौर्णिमेच्या चंद्राचा कंगोरा डोळ्यात घुसला आणि एक अनावर आसक्ति नकळत पेटून उठली. त्याचक्षणी सावरल्या तत्परतेने डोळ्यांना डोळे भिडले आणि माझ्या ओठांतून चटकन चोरटे हसू फुटून गेले.

या धिटाईचे स्वागत अनपेक्षित होते. कारण समोरची नाराज कळी फुलली. पदर लपेटून म्हणाली,-

''काय झाले?''

मी काहीच बोललो नाही.

आवंढा गिळत ती म्हणाली,-

''काय हो करता तुम्ही?''

''जाहिरातीचा धंदा करतो. नुकताच सुरू केलाय.''

''म्हणजे पूर्वी कुठं होतात तुम्ही?''

''मी सिंगापूरला होतो.''

''सिंगापूर! खरंच, किती छान असेल तिथे?''

''Yes. सारे जगच सुंदर असते. सारीच माणसे चांगली असतात. आणि गंमत सांगू, जगात माणसांसारखी माणसे सगळीकडे असतात.''

ती एकदम चकित झालेली दिसली आणि पुढे वाकून ती म्हणाली,

''फार छान बोलता तुम्ही.''

''मी?''

''हं! बघा ना, साधं बोलता बोलता एकदम केवढं सत्य सांगितलेत.''

''असं म्हणता होय! Any way तुम्ही काय करता? तुमचं नाव काय?

नाव नाही सांगितलंत अजून ."

"नाव कशाला सांगायला हवं!"

"का?"

"माणसासारखी माणसं असतात-नावासारखी नावं असतात. नावात काय आहे. माझे नाव रमा असले काय, श्यामा असले काय किंवा सीमा असले काय? फरक काय पडणार, नाही का-?"

"असे कसे म्हणता! तुमचे नाव भागिरथी असेल तर चालेल काय?"

"No! एकदम नो!"

आणि ती हसली. अकारण गंभीर झाली.

क्षणभर चिंतनमग्न झालेल्या तिच्या भरगच्च मुद्रेकडे मी पाहिले अन् तिच्या टपोऱ्या रुंद डोळ्यांत डोकावलो. बुद्धिमत्तेचे असामान्य पाणी तिथे हेंदकाळत होते.

"नावात आहे! आहे खरेच, नावात काहीतरी! सिंगापूर, होनोलुलू,कायरो, मॉंट्रिअल, मार्सेल्स. नावात गम्मत आहे, खूप गम्मत आहे."

"अन, सरिता, संजीवनी, मृदुला यासुद्धा नावांत गम्मत आहे,"

"विद्याधर, मनमोहन, मंगेश, राकेश...यांतसुद्धा..."

आणि मग एक छोटासा हास्याचा खळखळाट. त्यात बदकांनी फडफडावे, उगाचच हसरे वातावरण उत्फुल्ल करावे, तसेच तिचे शुभ्र दात चमकले.

तरुण स्त्री-पुरुष एकदा परिचित झाले, अनुरूप असले, विद्याविभूषित आणि जमवून घेणारे असले तर मग गप्पा रंगायला उशीर नसतो. उतार लागला की नदी ओघळावी, पहाट झाली की दव पसरावे, तशी मैत्री घडत चालली.

समोरच्या मुलीचे, खरे म्हणजे बाईचे नाव मला माहीत नव्हते. पण जात कळली होती. बोलकी-फार बोलकी. म्हणजे तिच्या बोलकेपणामुळेच मला 'अबोली' नावाची आठवण झाली. गम्मत म्हणजे, अबोलीच होते तिचे नाव.

खंडाळ्याच्या स्टेशनातून खडखडत गाडी जात असताना वेटर आला आणि सहजगत्या दोघांचे बिल मी दिले-ती हसली. वेटर दूर जाताच ती म्हणाली, "तुम्ही उतरणार का लोणावळ्याला?"

"मी!"

"उतरा की. जा सकाळी-"

माझ्या डोळ्यांतले आश्चर्य पाहून ती लाडिक आवाजात म्हणाली,

"मला आवडेल तुम्ही आलात तर, अन् तुम्हालासुद्धा आवडेल. Please."

अन् मी उठत म्हणालो, ''येतो.''

''सामान घेऊन या. मी थांबतेच स्टेशनबाहेर.''

ज्या स्त्रीचे नावगाव माहीत नाही अशा स्त्रीच्या सौंदर्यावर खूश होऊन तिच्या सहवासाला तयार होणारे स्वच्छंदी मन मला धोक्याचा इशारा देत होते, पण मी भारावून गेलो होतो. गाडी थांबताच मी उतरलो. पोर्चपाशी आलो. तोच एका देखण्या गाडीतून हाक ऐकू आली.

''इकडे...''

संध्याकाळच्या अंधूक प्रकाशात निळ्या डौलदार गाडीत चाकावर ती बसली होती. मागे शोफर असावा. मी पुढे होत तिच्या शेजारी स्थानापन्न झालो. सायंकाळच्या झुंझार वावटळीत एका साहसी वादळाची भर पडत होती. डोंगराचा आधार सोडून रस्ता जेव्हा डोंगरमाथ्यावरून घाटाकडे जाऊ लागला तेव्हा मी खूश झालो आणि मग एका चिंचोळ्या टेकडीच्या माथ्यावरील चिमुरड्या बंगलीच्या पांढऱ्या कवाडांतून आमची गाडी आत घुसली आणि वेली-पल्लवांनी झाकलेल्या बंगलीसमोर खडी झाली.

गाडीतला प्रवास सारा अबोल होता-का ते मला समजले नाही, पण जाणवला.

शोफर खाली उतरला आणि त्याने माझ्या बाजूचे दार उघडले. तोवर एक केसाळ, सुंदर कुत्रे मालकिणीचा आवाज ऐकून पायात घुटमळू लागले होते. नोकरांपैकी कुणीतरी पुढे होऊन शोफरने गाडीतली काढलेली बॅग पुढे घेऊन गेले.

''चलू या'' असे म्हणत तिने वर्तुळाकार जिन्याच्या पायऱ्या चढावयास प्रारंभ केला आणि आता पावेतो जे मला दिसले नव्हते ते तिच्या पृष्ठभागाचे सौंदर्य जाणवले. गोड चेहऱ्याची पुष्कळ माणसे असतात पण गोड पाठीची, सुशोभित नितंबाची, सुवक्र मानेची आणि टंचदार पृष्ठभागाची माणसे विरळाच! स्त्रीच्या पुढच्या भागातच विरघळणारी माणसे जास्त. स्त्रीच्या कोमलांगाचे सारे विशेष पाहणारी भाग्यवान माणसे खरोखरीच दुर्मीळ.

या पुरंध्रीच्या पृष्ठभागाकडे पाहून मला वळून पाहणाऱ्या हंसीची आठवण होत होती. आता ही हंसी पुढे काय करते-अन् केवढी मान मुरडते एवढेच पाहायचे होते.

वरचे दालन म्हणजे रुचीपूर्ण सजावटीचा आगळा नमुना होता. सुंदर रुजामा, आधुनिक पेंटिंग्ज, नव्या धर्तीचा सोफा, कंगोरेदार टेबल, नाजूक जपानी दिवे, वर चढत आलेल्या लोंबत्या वेलीचा उपयोग करून व्हरांड्यात केलेली वाटिका आणि ऐसपैस शय्या. अहाहा! ही सुंदरी, ही शय्या, हा

परिसर... तेचि पुरुष भाग्याचे की ज्यांनी या शय्येवर देह ठेवला-

बाहेरच्या वाटिकेच्या टोकाला एक मेज होते. त्यावर तिने टेबलक्लॉथ टाकला नि ती म्हणाली,

"मद्य घेता नं?"

मी नुसताच हसलो.

ती समजली. कुणालाही सहजासहजी ओळखणार नाही असे एक सरक-दाराचे कपाट तिने उघडले नि समोर दिसल्या त्या विविध रंगांच्या अन् आकाराच्या मद्याच्या बाटल्या काढल्या. सिंगापूरला पाहिलेल्या व तिथल्या स्वस्ताईतसुद्धा न परवडणाऱ्या-अनेकविध, अनेक रूपाच्या त्या बाटल्या पाहून मी थक्क झालो. या स्त्रीच्या अभिरुचीचा आदर दुणावला आणि प्राप्त झालेला प्रसंग हा जगावेगळा अनुभव आहे, याची आहे दाद पटली.

"काय घेणार?"

"काहीही."

"व्हिस्की, मार्टिनी, व्होडका, ब्रँडी, जिन्, बिअर सारे काही मिळेल. व्हिस्कीचे, अगदी नाही म्हणाले तरी-वीस प्रकार आहेत माझ्याजवळ......."

"मद्य-शास्त्रातला मी तज्ज्ञ नाही. मी पितो - पण पितो एवढेच."

"तर मग तुम्हाला ही 'रॉयल सॅल्यूट' देते. पहा तर खरी!..."

एखाद्या धंदेवाईक बारटेंडरच्या शानीने तिने सोडा फोडला. व्हिस्की प्याल्यात ओतली. एक मला दिला नि दुसरा आपल्या हातात घेतला-

"What should I wish?"

"काहीही."

"सौंदर्याची वृद्धि! तारुण्याचे रक्षण! का केवळ सुख?"

"पुर्नभेट-"

ती हसली. सोड्यातून फसफसणाऱ्या फेसाप्रमाणे. आणि आम्ही पेले ओठाला लावले.

"सिगरेट घेणार?"

"ओ-नो.....आय् हॅव माय पाईप-"

"उत्तम तमाखू देऊ? पाहायचाय?" माझ्या संमतीपूर्वीच तिने एक उंची जातीची तमाखूची डबी काढली नि माझ्यापुढे केली. पाईपला प्रसन्न करण्यासाठी मी पाइपची सफाई केली. तमाखू भरली नि एक धुराचा घोट घेतला.

"कशी आहे?"

“वर्णनापलीकडे, तुझ्यासारखी धिटाई आहे, राखून ठेवलेली जवानी आहे, ओढ लावणारा सुंगध आहे. बस् . ”

ती जवळ सरकली. तोंडाजवळ तोंड आणत म्हणाली, “बी अॅट इज-ही बाटली घ्या-पाईप आहेच आणि ते संगीत– मी आंघोळ करून येते-”

मी तिचा हात पकडला नि म्हणालो,

“आंघोळ! शरीरशुद्धीची आठवण राहिली म्हणजे तू खुशीत आलेली दिसत नाहीस. स्वत:ला विसरलेली नाहीस. अनामिके, भर हा प्याला-आणि घे घोटाघोटाने पोटात आणि चल जाऊ या उंच अस्मानात....”

आणि बघता बघता मी तिला मिठीत घेतली.

तिच्या सौंदर्याने एक नवे रूप धारण केले होते. मद्य डोळ्यात गेल्यामुळे डोळे लालसर झाले होते. रात्री कामिनीचा देहसुद्धा हलका होतो, चपळ होतो, त्वचेवर निळसर रंग चढतो. फुलासारखे रूप येते स्त्रीला. तिने मद्याचा आणखी पेला भरला, माझ्या ओठाशी तो आणला. मी एक घोट घेताच तिने त्या प्याल्यातले मद्य एकदम पिऊन टाकले आणि ओठ पुसायला संधी न देता माझ्या मिठीतून ती सरकली नि आंघोळीला निघून गेली.

अरेबियन नाईटस वाचताना मी त्यात हरवून जात असे. नूरनिहाल, मार्जाना, शमसद्-निहार अशा त्या लावण्यलतिकांच्या आठवणीने मी पेटून अस्मानात झेप घेत असे. आता त्या अस्मानातून या धरेवर मी आलो होतो. त्यांची संगत मात्र बरोबर राहिली होती.

त्या खोलीचे आकार बदलू लागले. रंग तर केव्हाच बदलले होते. छप्पर फोडून चंद्र खोलीत आला होता. चांदण्यांनी दिव्याभोवती वर्तुळ केले होते. पहिल्या पावसाचा मृत्तिक सुगंध उदबत्ती पेटवीत होती. मी कणाकणाने अज्ञातात घुसत होतो. सारी शुद्धबुद्ध हरवत होती. खोलीत ग्रेहाऊंड मुरला होता. अभिसार रसरसला होता. चांदण्यांची मच्छरदाणी लावली होती आणि मी एका रंगीत कपट्याप्रमाणे तरंगत तरंगत भूमी शोधीत होतो.

आणि देहाला झाकण्यासाठी नव्हे तर पातळ मुलामा देण्यासाठी पेहेरलेल्या गुलाबी, पारदर्शक नाईटगाऊनमध्ये गुरफटलेली अबोली दिसली. पाण्याचा तजेला, अंगमर्दनाची लाली, निर्मलपणाचे उटणे तिच्या अंगोपांगांवर होते. पण खरे सांगायचे तर सारी उपमाने लाजून पळून जावीत असे मधुर रूप चालत-नव्हे, सरकत माझ्या दिशेने येत होते.

अबोलीला पाहून माझ्या देहात आवेग सळसळला नाही आणि ती सुस्ताई

काही मद्याने आणलेली बेहोशी खचित नव्हती. हे लावण्य काहीतरी विलक्षण होते. एखाद्या देवळातल्या नग्नमूर्तीकडे पाहून मन थंड होते तसे मन थंडच झाले.

माझ्याजवळ येत असलेल्या अबोलीला मी मध्येच थांबण्याची खूण केली. मोनालिसाच्या हास्याला मला स्वत:च गाठायचे होते. तिच्याकडे मी कितीही पाहिलं तरी माझं मन तृप्त होई ना. नजरेच्या टप्प्यापेक्षा अधिक जवळ येण्याच्या आत मी तिला थांबण्याची व शेजारच्या दिवाणवर बसण्याची खूण केली.

ती बसली. आश्चर्य डोळ्यातून येण्यापूर्वीच तिची समजूत पटली. एवढेच नव्हे तर अंगावरचा झिरझिरीत पातळ नाईटगाऊनही तिने फेकून दिला.

खरोखरच कुठल्यातरी एका अज्ञात प्रदेशातल्या एका राजकन्येतला प्राण काढून तिला चबुतऱ्यावर बसावावी अशी ती मूर्ती होती. त्या देहातील चेतना मद्याने लालसावलेल्या नेत्रांत होती, आणि ती चेतना कोणत्याही सचेतनाला जागच्या जागीच खिळवून ठेवण्यास समर्थ होती. मद्याची बाटली खाली होत होती आणि नेत्रांची सुरई भरत होती, आणि ती केव्हा ओसंडून सांडू लागली तेच कळले नाही. कळले ते हेच की, चांगला गर्द सूर्यप्रकाश खोलीतल्या साऱ्या कानाकोपऱ्याल्या अंधाराला फटकारीत होता.

चमकून मी उठून पाहिले.

अबोली कुठेच नव्हती.

मद्याचे पेले, तंबाखूची राख, रिकाम्या बाटल्या, सारे सारे अदृश्य झाले होते. उदबत्तीच्या सुगंधित वलयांकित धुराने एक अनाहूत पवित्रपण प्राप्त झाले होते. टेबलावर जुईचा गेंदबाज हार पडला होता. साऱ्या दृश्याने मी भारलो-अन् मंतरलो होतो. क्षणार्धात इकडचा महाल तिकडे नेणारा अल्लाउद्दीन मी पाहिला होता. पण अवघ्या होशानं इकडची दुनिया तिकडे नेणारी ही अजब स्त्री मी आता पहात होतो.

मी एकदम उठलो. चुरगळलेले कपडे सावरले आणि तिचा शोध घेण्यासाठी आवेगाने निघालो.

शेजारच्या खोलीचा पडदा दुभंगवून मी आत डोकावलो तो, पाठमोरी अबोली दिसली. तिची धवलवस्त्रांकित समाधिस्थ मूर्ती माझ्या मनातील विषारी सर्पाला ठेचत उगी झाली आणि धुपाच्या वलयात, ज्योतीच्या लकाकीत आणि मुक्या अनामिक आभासात विलीन होऊ लागली.

ती उठली आणि पुढ्यातील एक टपोऱ्या फुलांचा हार तिने वर टांगलेल्या एका फोटोला वाहिला. आणि शांत चित्ताने नमस्कार करून तिने पाठ फिरवली - आणि–

आणि ती हसली-

सूर्योदयानंतर कमल फुलावे, तशी.

विरह-तापानंतर चक्रवाक दर्शनाने चक्रवाकी हसावी, तशी ती हसली.

ग्रहणानंतर चंद्र हसावा, तशी ती हसली.

आणि त्या हसण्यात सारे सौंदर्य गोळा झाले होते.

अद्यापि समोरच्या फोटोतला तो पागोटेवाला इसम माझ्या डोक्यात रेंगाळत होता, आणि अबोलीऐवजी माझी दृष्टी त्या गेंदबाज हास्यातून कुत्सितपणे पहाणाऱ्या पागोटेवाल्याची छेड काढीत होती.

बुद्धिमान डोळ्यांनी माझी ही गुंतागुंत ओळखली अन् विनाविलंब ती म्हणाली, 'त्यांचे नाव सावळाराम.'

"सावळाराम! संत किंवा बुवा तर नव्हे?"

"तसंच म्हणा ना. पण सावळाराम त्या अर्थाने संत नव्हते-बुवा नव्हते. एक भले माणूस होते. भलाई दुर्मीळ असणाऱ्या या जगात भलेपणा हा देखील संतपदाला पोचवू शकतो."

"भाबडेपणाला तोड नाही. अन् आर्ग्युमेंटही नाही-"

"एवढ्याशा अल्प माहितीवर विधान करणे धाडसाचे वाटले तरी ते पोरकटपणाचे ठरण्याची शक्यता आहे. मी भाबडीही नाही. धार्मिकही नाही, अंधश्रद्धाळूही नाही. ही पूजा-अर्चा, देवधर्मसुद्धा सावळारामांच्यासाठी मी करते आहे. माझ्यासाठी त्यांनी केले त्याची अल्प-स्वल्प फेड म्हणून-"

मी अवाक् झालो. ऐकायला सिद्ध झालो. केव्हा मी अन् अबोली दिवाणखान्यात आलो नि केव्हा कथा सुरू झाली ते कळलेही नाही. पावसाच्या ओघळातून बघता बघता नदी आकार घेते आणि आपल्याला चकित करते तसेच.

"माझं नाव तुम्हाला कळलं तर चकित व्हाल! मी शेरीफ नाईकांची मुलगी. मुंबईच्या एका फार जुन्या खानदानी घरण्यात माझा जन्म झाला. फाजील स्वातंत्र्य-लाड-श्रीमंती यामुळे मी अवेळीच मोठी झाले होते. मोठेपणाची स्वप्ने पाहात होते. नाटकात काम करणे ही तेव्हा मला माझ्या स्वातंत्र्याची झेप वाटत होती. त्या सोनेरी दुनियेत मला मुक्त जीवनाची चटक लागली. नाना मित्र– दिसायला गोरे-गोमटे, बोलायला चटोर, ऐटबाज, पण मनातून सडलेले-किडलेले– माझ्याभोवती जमत होते. माझ्या देहाच्या प्राप्तीच्या अपेक्षेने माझे कौतुक होत होते. अन् मला ते कौतुक, प्रशंसा, मोठेपणा खरे वाटून माझ्या मुक्त नौकेच्या शिडात हवा भरत होती. प्रशंसेचा फास माझा घात करत होता, पण तेव्हा मात्र

मला तो विजय वाटत होता. दुर्मीळ, अशक्यप्राय, असामान्य कला माझ्या ठायी आहे ते असे म्हणत असत. त्यांचे साहचर्य मला अभिमानाचे वाटे. होता होता मी एक सार्वजनिक वस्तू ठरत होते. घरातला विरोध मला कलाप्राप्तीच्या मार्गातले अडसर वाटत होता. ती माणसे मला उलट मत्सरी वाटत, आणि अखेर मी घर सोडून कलेच्या क्षेत्रात पडण्याची धिटाई दाखवली.

आज त्या साऱ्या गोष्टी आठवताना रंगभूमीवरचा कलावंत नट आणि रंगपटातला माणूस नट या कलावंताच्या दोनही अवस्था माझ्यापुढे येतात आणि मलाच शरम वाटते. क्षुद्र, व्यसनी, वासनेने लडबडलेल्या त्या नटांच्या मोठेपणावर मी कशी भाळले, हेच मला कळले नाही.

मला कामे मिळत होती. फोटो प्रसिद्ध होत होते. कौतुकाचे रकानेचे रकाने छापून येत होते, आणि यशोगिरी टप्प्यात आला होता. पण या प्रत्येक पायरीची किंमत– माझे सौंदर्य-माझा देह-माझा स्पर्श होता. आमच्या नाटका-सिनेमात काम करण्यासाठी स्त्रीजवळ कितपत कला लागते? थोडे रूप, बराच नखरा आणि so called दुसऱ्याला वाटेल ते करून जिंकण्याचे सामर्थ्य या जोरावर या पंजाबी, सिंधी वेश्या आज चित्रपटातील महान शक्ति होऊन बसल्या आहेत. स्वत्व विसरून तुम्ही कोणत्या मर्यादेपर्यंत जाऊ शकता त्यावर हे सारे अवलंबून आहे.

पण माझे शिक्षण, माझे सुसंस्कृत घराणे आणि माझी रुची माझ्या प्रगतीच्या आड येत होती. कितीही म्हणाले तरी कैफी, असंस्कृत, नादान अशा या कलाजीवनात कधीमधी वैताग येई, पण स्तुतीची नशा अशी अजब आहे की, गर्तेत कोसळतानाही आपण स्वर्गाचा कडा चढत असल्याचा अभिमान डोळ्यात उतरतो.

एकाकीपण ही कलावंताची दुसरी एक नाजूक बाजू आहे, आणि गर्दीत राहूनही कलावंत एकटा असतो. सोबतीची आशा बाळगत भटकणारा कलावंत कुठे जातो, काय करतो, याला धरबंध उरत नाही.

माझ्या जीवनाचे घट भरत होते आणि अनिर्बंध वासनेत ते रिते होत होते. रस्त्यावरून जाताना लोक बोट दाखवून कौतुक करायचे आणि मला झोके घेतल्यासारखे वाटायचे.

त्या दिवशी का कुणास ठाऊक, सकाळी बाबा भेटले म्हणून असेल, दुपारी बाल मैत्रीण भेटली म्हणून असेल, संध्याकाळी ठाकूरद्वारच्या देवळावरून जातेवेळी हरवलेले बाळपण सापडले म्हणून असेल, पण मी रोजची राहिले

नव्हते. ज्या घरंदाज घराने मला वाढवले त्या घराच्या कोपऱ्याजवळ मी बावचळून उभी होते. अन् तेवढ्यात हुस्नराम, राम वढवाणी, मुखराम वणिया या सर्वांनी मला जेवायला बोलावलं.

हुस्नरामची माझी चांगली दोस्ती होती. मनुष्य तसा भला वाटला. त्याच्या हाताला धरून मी सिनेमाची नायिका बनण्याचा बेत आखला होता आणि ते पिक्चर सेटवरही लवकरच जाणार होते. त्याला खूश करणे अत्यावश्यकच होते.

सिनेमा-नाटकातल्या मंडळीना व्यसने एकट्याने करता येत नाहीत. त्याचप्रमाणे आपल्या स्वामित्वाच्या गोष्टीचे प्रदर्शन केल्याशिवाय त्यांना चैन पडत नाही.

त्यादिवशी नेहमीप्रमाणेच मैफल गाजू लागली. शरम वाटावी अशा अचकट विचकट गोष्टी, गाणी सुरू झाली. हुस्नराम माझ्या अंगचटिला जात होता. पण तुम्हाला माहीत नसेल-शरीरस्पर्शाला सिनेमात फारशी किंमत नाही. आपल्या ओठांतून मला दारू पिण्याच्या त्याचा आग्रह होता. माझ्याशी त्याची लगट थोडी स्वामित्वाची होती, आणि सरावाने मला ती मंजूर होती. पण मद्याच्या होशात मुखराम आणि वढवाणीही बेताल वागू लागले. त्यांनीही माझ्या अंगचटिस जायला प्रारंभ केला, आणि ते मला नृत्याचा आग्रह करू लागले. हुस्नराम त्यांना उत्तेजन देऊ लागला. आम्हा सिनेमा नटींना नृत्य कितपत येते हे तुम्हाला ठाऊकच असेल. चार-दोन तोडे हस्तगत झाले-की अनावृत्त उभार छाती पुढे काढून दाखविण्यासाठी, फिरत्या घागऱ्यातून मांड्यांचे दर्शन घडविण्यासाठी, आणि खटकेबाज उत्तान गाण्यांनी प्रेक्षक काबीज करण्यासाठी आणि तेवढ्याच पुरता आमचा नाच. सिनेमातल्या लोकांना आमच्या नाचाची कल्पना असते. त्यामुळे नाचाच्या आग्रहाला अर्थ नव्हताच. अखेरीस ''नाच, म्हणजे सर्व कपडे काढून नाच'' असे जेव्हा ते सुचवू लागले आणि हुस्नरामही सुचवू लागला तेव्हा मला संताप आला आणि मी त्यांना झिडकारले. बायांकडून नाही म्हणून घ्यायची सवय नसलेली ती जनावरे बिथरली, आणि माझ्याशी झटापट करू लागली. 'लवंडी' शिवाय स्त्रीचे त्यांना दुसरे स्वरूपच माहीत नव्हते.

अन् मग मला ते जाऊही देईनात अन् बसूही देईनात. मद्यपानाने अधिकच रानवट झालेल्या त्या बलदंड नीच माणसांनी मला चिक्कार मारले. एवढे की, मी जवळपास बेहोश झाले. माझी वस्त्रे जबरदस्तीने उतरवून अखेर उचलून त्यांनी मला दरवाजाबाहेर फेकून दिले.

मध्यरात्रीनंतरची वेळ. थंडी मी म्हणत होती. अंगावर वस्त्र न ठेवता त्यांनी मला रस्त्यावर टाकलेली. निर्जन रात्रीत फक्त चंद्राला लाज वाटली

म्हणून तो तोंड काळे करून बसला होता. खरेच, त्या दिवशी फक्त अंधाराचे वस्त्र मी ल्याले होते आणि माझी अब्रू रस्त्यावर आली होती. एक-एकटा नीच मनुष्य जेव्हा संघवृत्तीने नीच होतो तेव्हा त्याच्या नीचपणाला सीमा उरत नाही.

पण भयाण रात्रीच्या अंधाराला एकाद्या मेणबत्तीचा उजेड यावा आणि आयुष्य उजळून जावे तसेच झाले. माझे सगळं अंग, लककन् पेटून उठले. ते मोटारीच्या प्रकाशात, आणि बघता बघता मोटार थांबली आणि कुणीसे उतरले.

माझ्याही डोळ्यात मद्य होते. त्यामुळे दुखावलेल्या अंगाचे दुःख जाणवत होते. तरी उठून उभे रहावे, अब्रू झाकावी, अशी शक्तीच उरलेली नव्हती. कुणीतरी नाडी पाहिली, अंगावर वस्त्र टाकले आणि मजबूत हातांनी मला उचलले, गाडीत टाकले. गाडीने गती घेतली. सारे दिसत होते-कळत होते. पण बेहोशीच्या सीमेवरून वळून मागे पहाता येईल एवढे त्राणच नव्हते.

जागी झाले तेव्हा वाऱ्याचा बेबंदपणा जाणवला. निरभ्र आकाशाचा चांदवा दिसला, आणि सुई ऽ असा वाऱ्याच्या शिळेचा आवाज कानात घुसला. एका सुंदर घरात मी होते. बंदी होते की काय, कुणास ठाऊक?

पण बंदी नव्हते. हातपाय सुटे होते. खोली इतकी छानदार सजविली होती की, या बंदीखान्यात रहायला कोणीही खुशीनं कबूल व्हावं. मी सायासानं उठले तो जाणवलं, माझ्या अंगावर एक सुंदर रेशमी साडी आहे आणि एका सैलशा पोलक्यानं माझं यौवन झाकलं आहे, आणि त्याहूनही आश्चर्याची गोष्ट– माझ्या केसात एक अबोलीची सुंदर ताजी वेणीही होती.

क्षणभर मला समजेना मी कुठे आहे? इथे कशी आले? हे वस्त्रांतर कसे झाले? आणि ही ताजी फुले माझ्या भेटीला कशी आली? सहज कुतूहलाने मी खिडकीतून वाकून पाहिलं आणि थरकन् चपापून मागे वळले. दोन हजार फूट खोल खाली हरवलेल्या एका दरीच्या माथ्यावरून मी पहात होते. मी इंग्रजी चित्रपटात पाहिलेल्या, बंदिवासात ठेवलेल्या, तरुण राजकन्येप्रमाणे तर मला आणून ठेवलेली नसेल? त्या दरीच्या अभेद्य तटबंदीमुळं मला नक्कीच वाटले की, आपण आता कुणाचे तरी गुलाम आहोत. सांध्यात बळ घेत मी दरवाज्याकडे झेप घेतली आणि आश्चर्याची गोष्ट अशी की, दरवाजा सताड उघडाच होता आणि तिथून दिसणारी सर्व दालने सताड उघडीच होती. एकाद्या नोकराला किंवा या घरच्या धन्याला शोधण्यासाठी माझे पाय वळवळू लागले, नजर भिरभिरू लागली. बुभुक्षित झालेल्या माझ्या नजरेस एक ध्यानमग्न वयस्क गृहस्थ दिसला, आणि माझ्या पावलांनी आपोआपच त्या दिशेने मला खेचित मार्गस्थ केले.

मला आठवते, त्या दिवशीच नव्हे तर त्यानतंरचे महिना-पंधरा दिवस गेले तरी त्या गृहस्थाने मला काही काही हकिगत विचारली नाही, आणि मीही सांगितली नाही. डोंगरमाथ्यावरच्या त्या एकांत रानहवेलीत पूर्व इतिहास विसरून मी मनमुराद हिंडत होते, बागडत होते, सुग्रास जेवीत होते, चांगली पुस्तके वाचीत होते. हे घर सोडून जायला मन राजी नव्हते, खुलासे-प्रतिखुलासे करण्याच्या भानगडीत मी आपण होऊन पडले नाही आणि या घराचे धनी तर त्या वाटेला गेलेच नाहीत. कोण आधी थकते याविषयी जणू आमची चढाओढच लागली. या घराचे आदरातिथ्य किती दिवस घ्यायचे यालाही काही मर्यादा होती. त्या भयंकर रात्रीचं दु:ख आता थोडं ओसरले होते. त्या अपमानास्पद, भयाण रात्री उचलून इथे आणून आसरा दिल्याबद्दल, त्या सावळारामांचे आभार मानून खचलेल्या रस्त्यावरून पुन्हा प्रवास करण्याची अनिच्छेने का होईना पण वाट पत्करायलाच हवी होती. एक दिवस सकाळी त्यांची पूजा आटोपल्यावर जाण्याबद्दल बोलले. ते एवढेच म्हणाले,-'तुझी जायची इच्छा असेल तर तुला केव्हाही जाता येईल. पण मला वाटतं, या बळकट घराचा आसरा तू सोडू नकोस. इथंच राहून तुला जी काय कला-सेवा करायची असेल ती तू करू शकशील आणि केवळ द्रव्यार्जनासाठीच तुला तो पेशा पत्करायचा असेल तर परमेश्वर कृपेनं माझ्याजवळ अमाप धनदौलत आहे. तू खुशाल इथे राहू शकतेस. तुझा तू विचार ठरव आणि मला सांग.'

हा सारा प्रस्तावच इतका आश्चर्यकारक होता की, एकतर तो मला खरा वाटत नव्हता आणि दुसरे असे की, मी तो कोणत्या अधिकारावर मान्य करायचा? मद्यपानाने झिंगून मध्यरात्री जेव्हा मी नागडीउघडी रस्त्यावर पडली त्यांनी पाहिली तेव्हाच, माझे सारे चरित्र यांना समजले असले पाहिजे. असे असूनही माझ्यासारख्या बेताल स्त्रीला घरात ठेवून घेणे, एवढच नव्हे तर कायमचा आश्रय देण्याची भाषा बोलणे याचा अर्थ माझ्यातरी बुद्धीच्या आवाक्यातला नव्हता.

सावळाराम पाटील हे भायखळा मार्केटात मोठे नावाजलेले भाजीदलाल होते आणि पैसा अक्षरश: पाण्याप्रमाणे वापरावा एवढी दौलत त्यांनी कमावली होती. त्याचे सारे बिऱ्हाड मुंबईला होते. पण मुंबईची हवा त्यांच्या प्रकृतीला मानवत नव्हती. खंडाळ्याला एका टोकाचा बंगला घेऊन एकट्याचे घर त्यांनी या बंगलीत मांडले होते. अत्यंत पापभीरू आणि सालस माणसाच्या आयुष्यात केवळ अपघाताने माझा प्रवेश झाला होता-पावित्र्यात अमंगळपणा मिसळला,

गंगेत नागझरी मिसळली होती.

गंमतीची गोष्ट अशी की या बंगल्यात, इथेच, मी राहू लागले. इच्छा होईल तेव्हा सावळारामांच्या बरोबर मुंबईस जाई. मी सांगे तिथे सावळाराम मला परत न्यावयास येत. ते मला पैसे देत, कपडे घेऊन देत. एवढेच नव्हे तर एक दिवशी मला ते भायखळ्याच्या त्यांच्या बिऱ्हाडी घेऊन गेले. एक क्षणभर त्यांच्या बायकोच्या डोळ्यांत नाराजीची छटा दिसली, पण लगोलग त्या माऊलीने मला आपल्या मायेत समाविष्ट करून घेतले. दिसायला ओबडधोबड, अर्धशिक्षित, अशा कुटुंबातला विश्वास अन् प्रेमभाव पाहिल्यावर माझ्या घराण्याचा, शिक्षणाचा, खानदानीचा सारा गर्व गळून पडला.

एक दिवस सावळाराम मला एका इंग्रजी चित्रपटाला घेऊन गेले. मला वाटलं की इंग्रजी चित्रपट पहाण्याइतपत स्वारी समजदार आहे म्हणायची. पण साधारण इंडियन न्यूज संपली आणि मान कलंडवून सावळाराम चक्क निद्राधीन झाले. चांगल्या चित्रपटातसुद्धा मला रस घेता येईना. मी चित्रपट संपताच विचारले, 'तुम्हाला आवडत नव्हता तर या चित्रपटाला यायचं कारण काय?'

ते नुसते हसले आणि मी समजले की, सावळाराम केवळ माझ्या समाधानासाठी, सोबतीसाठी चित्रपटाला आले होते.

सावळाराम माझ्याशी अजिजीने बोलत. अजिजी मला परिचित होती. हुस्नरामसुद्धा कधी कधी लाडात येई नि अजिजीने बोले. त्या अजिजीत कुत्र्याची लाचारी असे. सावळारामांचे शब्द आदराने न्हाऊन येत. ते माझ्या कोणत्या गुणाचा आदर करीत होते देव जाणे! माझी रुची, माझी हौस, माझी सोय त्यांनी एवढ्या साक्षेपाने पाहिली की, मी लाजेने चूर होत होते, आणि ते करण्यात साधा आपुलकीचा भाव, आपण करतो आहोत, ते काही विशेष आहे अशी भलतीच जाणीव नाही आणि त्यामुळे मला शरमायचीसुद्धा लाज वाटत होती.

मी काही सीता-सावित्री नाही याची कल्पना सावळारामांना खचित होती आणि माझ्यासारखी स्त्री थोड्याशा खुशामतीने, निदान पैशाने खचित वश झाली असती येवढे सावळारामांना निश्चित कळत असले पाहिजे. तरीसुद्धा चुकूनदेखील, पौणिमेच्या रात्री नाही, मद्याने बेहोष होऊनही नाही, उदास संध्याकाळी नाही, विरक्त माध्यान्हीला नाही, त्याच्या डोळ्यात आसक्ति कधी फुललीच नाही. माझ्या यौवनाचा, रूपाचा, एक प्रकारचा तो उपमर्द खरा, पण त्या उपमर्दानेच मी दिपले होते. बाई दिसली की तिला आडवी करणाऱ्या पुरुषांत मी वावरले होते आणि म्हणून हा पुरुष निराळा खरा, पण निराळ्या अर्थाने मला हवासा वाटू लागला.

मद्यपानाने होश गमवताना थोरामोठ्यांना मी पाहिले होते, आणि एक-दोन प्याल्यात गारद होणारेच जास्त. पण या खंडाळ्याच्या रानहवेलीत संध्याकालीन पूजेनंतर सुरापूजा होई ती देह थकेल तेव्हा, उत्तर रात्री थांबे. पण जिभेचा कधी लोळागोळा झाला नाही की नजर बेछूट झाली नाही. सावळारामाच्या त्या दिव्य अंत:करणातले भव्य क्षण, अनुभव, परमेश्वराच्या निकट जाण्यासाठी त्यांचा चाललेला आटापिटा, व्यावसायिक यशापयश, सारे काही रंगून निघे. गाजलेल्या कुस्त्यांचे फड, रंगीत तमाशे, जत्रा, गावकीतली भांडणे, कुळाचार आणि सदाचार, मला त्या 'सुरा' च्या रस्त्यावर भेटले. मी चकित झाले ते त्या माणसाच्या उदात्ततेवर आणि खरे सांगू, न शरमता सांगते, फिदाही झाले, त्याच्यावरही सावळारामांनी नजर केली असती तर मी त्यांची झाली असते- अखेरी मीच धडा केला. एका चांदण्यारात्री जवळ सरकत मी म्हणाले,

"मी एक विचारू?"

"एक का, दहा इचार."

"माझ्यासारख्या बाईला जवळ करताना तुम्ही काय विचार केलात-"

"रस्त्यावर एक पाखरू विव्हळत असेल तर ते उचलताना आपण काय इचार करतो व्हय."

"ते खरं हो! पण ते पाखरू घरी आणले. त्याचे पंख बरे झाले, त्याची ताकद त्याला मिळाली तरी पण ते पाखरू घरी ठेऊन घेतलंय, ते का?"

"पाखरू उडून गेलं तरी माझी काही हरकत नाही, पण पाखराला पिंजऱ्यात ठेवायचं नाही."

"पण त्या पाखराकडून मनोरंजन तरी करून घ्यायला काय हरकत आहे."

थोडा वेळ सावळाराम गप्प राहिले. ते म्हणाले,'एकदा बोललीस ते पुरे. पुन्हा बोलू नगस. लोक काय म्हणायचे ते खुशाल म्हणू देत. तुला ठेवली म्हणतात ना, म्हणू देत. तुला राग आला की खुशाल पायताण मार असे म्हणणाऱ्यांना. मग तो नि मी बघून घेऊ."

"पण का?"

"जगातली सगळी चांगली फुलं आपली असत्यात का? काही हातात घ्यावी, काही झाडावर तशीच ठेवावी. ती बी काय कमी गोड दिसत्यात?"

"सावळाराम, तुम्ही देवबीव आहात की काय!"

"मुळीच नाही. तू जवान आहेस, देखणी आहेस, मिळण्याजोगी आहेस, हे मला ठाऊक आहे. पण असा काय नियम आहे की काय, की तोंडात पडेल

ते गप्पकन् गिळलेच पाहिजे? तुला अशीच पाह्याला मला आवडते. या घराची तू शोभा आहेस. या शेल्याचे चिरगुट कशापायी करू मी?''

मी काही बोलले नाही. उत्तराप्रत्युत्तरांत मी हरले होते, पण मी नाद सोडला नाही. मी त्यांच्यापुढे नाच केले, जो नाच मी हुस्नरामला नाकारला होता. अगदी नग्न होऊन मी उभी राही. पण ते अवाक् होऊन खुळ्यागत पहाताच राहत. अगदी राहवेनासे झाले की चक्क पांडुरंगासमोर जाऊन ज्ञानेश्वरी वाचू लागत. जमुनातीरावरील काळ्यासावळ्या कृष्णावर गौरी का लुब्ध होऊ शकते ते मला कळू लागले. ऑथेल्लोवर प्रेम करणारी डेस्डेमोना मला आता समजू लागली, प्रेमाचा विषय अनंत आहे आणि त्याला कारणे लागत नाहीत एवढेच खरे. मी सावळारामांवर लुब्ध झाले होते.

मी माझ्या पूर्वीच्या दुनियेत अधूनमधून जाई तेव्हा भेटणाऱ्या हरेक पुरुषाची मी सावळारामांशी तुलना करी आणि मला कळून चुके, राक्षसाची अन् देवाची तुलना मी कशासाठी करावी? मला मोकळीक असूनही, पुरुषसहवाची चटक असूनही त्या साऱ्या पुरुषांची चीड येई.

सावळारामांच्या मुलीच्या लग्नाचा प्रसंग होता आणि त्यावेळी सावळारामांचे खरे वैभव मला पहायला मिळाले. त्याच्या व्यवसायातील मानमरातब, आदब, त्यांच्यावर प्रेम करणारे वेगवेगळ्या थरांतले लोक पाहिले नि मी अधिकच हरकले आणि सावळारामांशी हट्ट केला! राधेने केला तसा.

मला त्यांची व्हायचे होते. माझ्या अंतर्यामांतून कृतज्ञता ओसंडत होती. मलिन देहाला पुनीत व्हायचे होते. उकिरड्यावर मंदिर हवे होते. एवढ्या उदार आणि उदात्त पुरुषाला सुख देण्यासाठी मजजवळ परमेश्वराने केवळ देह दिला होता. रूप दिले होते. स्त्रीत्व दिले होते, आणि ते आपण त्याला दिलेच पाहिजे अशी ओढ फसफसली होती. काहीही मोबदला न घेता त्या थोर माणसाने माझ्या वर जी माया केली तिची भरपाई म्हणून नव्हे पण... पण मी त्यांची होणेच भाग होते. माझ्या अंतर्यामात काय पेटले होते तेच मला समजत नव्हते. राधेचे वेड थोडे थोडे मला समजू लागले होते--

आणि सावळारामांच्या मनात मला शिरता आले ते त्या लग्नाच्या निमित्तानेच. खंडाळ्याला मी परतले-अन् त्याच दुपारी मुंबईहून सावळारामांचा फोन आला- 'आज संध्याकाळी मी येतोय, वाट पहा--' कृष्ण जमुना तीरावर येणार होता.

ती आठवण झाली तरी अंगावर काटा उभा राहतो. ते आले नाहीत. त्या रात्री ते आले नाहीत आणि केव्हाच आले नाहीत. त्या दुपारी ते मुंबईहून निघाले

आणि खंडाळ्याला पोहोचलेच नाहीत. ते हवेत विरून गेले. कुठे गेले का गेले - कधी गेले - ते फक्त भगवंताला माहीत. ड्रायव्हरला त्यांनी डेक्कन क्वीनवर सोडायला सांगितले. कधीही ते रेल्वेने यायचे नाहीत. पण त्या दिवशी काय झाले कुणास ठाऊक. ड्रायव्हर आश्चर्यचकीत झाला. पोलिसांनी तपास केला--हजारो रुपये खर्च केले. खाजगी यत्न झाले, पण सावळाराम विलीन झाले. सदेह गुप्त झाले. मी जेव्हा सावळारामांच्या घरी गेले तेव्हा हतबुद्ध होऊन बायको पहायलाच लागली. रडू लागली. ''माझी परवानगी घेऊन तुलाच भेटायला निघाले होते ते!''

''तुम्ही परवानगी दिलीत?''

''नव्हे, मी मागे लागले त्यांच्या. तुझ्याबद्दल सारे काही त्यांनी मला सांगितले. तुझा स्वभाव, तुझा हट्ट. मीच म्हणाले, करा 'आपली' तिला. देवावर चढू इच्छिणाऱ्या फुलाला नाही म्हणू नये. तुझ्यासारख्या अश्राप मुलीला वाऱ्यावर सोडता कामा नये. झाडावरून गळणारा मोहोर चोचीनंच पकडला पाहिजे- जमिनीवर पडला की तो उकिरडा होईल. माझ्या संमतीने तुला आपली करायला ते निघाले, अन् काय देवाची करणी! त्यांचेच बरोबर होते. तू चुकलीस अन् मीसुद्धा चुकले असं वाटतंय.''

आपल्या बायकोची-माझी, सारी निरवानिरव त्यांनी एवढ्या चोखपणे केली होती की, हेतुपुरस्सर ते कुठेतरी दूर गेले असावेत असे वाटते. अखेर मी अभुक्तच राहिले. अभिसार अपुरा राहिला.

मी विचार करून करून थकते-दमते. माझी परीक्षा तर पाहिली नसेल सावळारामांनी? एरवी असा देवमाणूस एवढ्या नकळत कापराप्रमाणे उडून जातो म्हणजे काय?

वर्तमानपत्रांनी सावळारामांचे गूढ अधिकच गहन गेले. कुणी छापले– ते बदरी-केदारच्या यात्रेला गेले, कुणी त्यांना मद्रासला पाहिल्याचे छापले. हळूहळू लोक विसरले-जग विसरले. पण मी विसरू शकत नव्हते. दुपार कलू लागली, की मी कासावीस होते. संध्याकाळचा थंड वारा वाहू लागला, की मी पेटून उठते. रात्र अंधारू लागली की, मी प्रकाशून येते.

पण ते वाट पहाणे वेडेपणाचे आहे हे मला कळू लागले आहे. कुठेतरी मन मारायचे म्हणून अनंत व्यसने केली. पण पुरुष-संगाचे धाडस मात्र करवले नाही. स्त्रीत्व विसरू शकणारा पुरुष मला सापडेल याचा भरवसा नव्हता. ज्या डेक्कन क्वीनमधे सावळाराम गायब झाले त्या डेक्कनक्वीनचा प्रवास मी अनंत वेळा केला.

आणि तुम्ही भेटलात-वाटले, सावळाराम भेटले. तीच संध्याकाळ पुन्हा आली. कृष्ण यावा तसा तुमचा चेहरा मानसी आला. मी चकले-डोळ्यांनी चकवले. सावळारामांच्या डोळ्यातील भाबडी छटा मला गवसली आणि मी हरवलेच.

खरे सांगू, माझी निवड चुकली नाही. सावळारामाप्रमाणेच माझ्या प्राप्तीसाठी तुम्हीही व्याकूळ झाला नाहीत..."

त्यासरशी मी अबोलीवर झेप घेतली. पण तिच्या डोळ्यातल्या करडेपणाने मला आपोआप दूर केले.

"मित्रा, आता नाही. तो क्षण गेला. ती संध्याकाळ गेली. पुन्हा हृदयात सावळारामांचा भास होईतो माझ्याकडून काही घडायचे नाही ते..."

"मी चूकच केली, अबोली."

"मुळीच नाही. तुमच्याठायी अलौकिकत्व कल्पिले त्याचा तुम्ही उपमर्द केला नाहीत. आता आपण दूर झालं पाहिजे-कायमचे-कधी न भेटण्यासाठी."

"नाही! please..."

"शक्य नाही ते--आणि शिवाय असे पहा, सारीच सुंदर फुले तोडून वास घेऊ नये. एखादं तरी झाडावर ठेवावं. दुरून वास घ्यावा."

काय बोलावे ते सुचेना - पुढाकार घेववेना आणि तो क्षण कायमचा हुकला.

जेव्हा जेव्हा पुणे-मुंबईचा प्रवास करावा लागतो तेव्हा तेव्हा खंडाळा स्टेशनच्या आसपास मी घाबरा होतो-अस्वस्थ होतो. वाकवाकून, मान मोडेपावतो गमावलेली ती संध्याकाळ धुंडाळीत असतो-घुमणारा पारवा मला वेडावीत असतो.

- ० - ० - ० -

गांडूळ

आज मी उमाला जेवायला बोलावलं होतं. उमाबरोबर अर्थात तिचा नवराही येणार होता. उमाचे आणि माझे संबंध आता अशा अवस्थेला आले होते की परस्परांना आपला सहवास दुसऱ्यांला देण्यासाठी तहान लागली होती आणि त्याची तीव्रता क्षणोक्षणी अनावर होत होती. उमा ही अखेर एक विवाहित स्त्री आहे, याचाही मला विसर पडला. आमच्या भुरट्या गाठीभेटी बाहेर पडत असत आणि चोरटे संबंधही होत असत. पण तेवढ्यावर संतुष्ट व्हायला आमची अधीर गात्रं आता तयार नव्हती. स्नेहांचे मधाळ स्वरूप वासनेच्या स्पर्शाबरोबर वारुणीतच रूपांतर पावतं.

उमा आणि मी एकत्र वाढलो, एकाच वाड्यात हसलो, खेळलो, चेष्टेमध्ये उमाचे वडील मला जावई म्हणून हाक मारायचे, तेव्हा मला संताप यायचा. त्या वयातसुद्धा उमा मला खेळगडी म्हणूनच हवी होती, बायको म्हणून नको होती. वास्तविक बायको म्हणजे काय हे तरी समजण्याचं वय होतं का माझं? त्या चिमुरड्या वयात, आमच्या एक मामी होत्या. तसली बायको मला हवी होती. उंचनिंच... लाडे लाडे बोलणाऱ्या, आपल्या हसऱ्या बोलण्यात साऱ्या पुरुषांचं लक्ष वेधून घेणाऱ्या, चापून-चोपून कपडे नेसणाऱ्या मामी तेव्हाच्या कल्पनाविश्वात सुद्धा मला बायको म्हणून पसंत होत्या. मामींनी बोलावलं, की त्यांच्या अंगाखांद्यावर खेळताना मला एक प्रकारचं अमुक्त असं सुख वाटायचं. झोपाळ्यावर बसून त्यांच्याबरोबर उंच उंच झोके घेताना मी नेहमी कल्पना करायचो की असंच उंच उंच जावं, ढगाच्या पायरीवर पाय देऊन स्वर्गात उडी मारावी... आणि देवाकडून मोठेपण मागून घेऊन मामींनाच बायको करून टाकावं. आणि मग काय, मामीच्या मऊ मऊ कुशीत बिलगत, मामीच्या गोबऱ्या गालांना गाल घाशीत, आयुष्यभर झोके घेत रहावं.

मामीच्या मानानं उमा म्हणजे अगदी क्षुद्र होती. तो तेजाळ गौरवर्ण...ते हसरे ओठ... सावरीपेक्षाही मऊ वाटणारा तिचा मांसल देह...यापैकी उमाजवळ

काहीच नव्हतं. मिचमिच्या डोळ्यांची उमा फाटके कपडे घाली आणि आकार नसल्याप्रमाणे कशीतरीच चाले. मामी चालताना मात्र असं वाटायचं की त्या केवळ अशा चालण्यासाठीच जन्माला आल्या आहेत. त्यांना पाठमोरं चालताना पाहण्यात मोठी गंमत होती. त्या चालायला लागल्या की त्यांचे नितंब वक्रगतीने हलायचे आणि अधिक कोण हलतंय अशी त्या दोघात स्पर्धा सुरू व्हायची. पावलं पुढं टाकताना पोटऱ्यापासून तो मांड्यांपर्यंत अशी एक पांढऱ्या शुभ्र तेजाची शलाका चमकून जायची की, पाहणाऱ्याचे डोळेच दिपून जायचे! अर्थात आज याचं मी वर्णन करू शकतो. पण त्यावेळेला नुसतं ते जाणवत होतं. त्या तुलनेनं उमा अगदीच सपक आणि मिळमिळीत होती.

आम्ही वाढू लागलो तसतशी उमा अधिकच बेरूप झाली. उंचच उंच, उंच पपईच्या झाडाप्रमाणे तिची वाढ झाली. लग्नातल्या मांडवाच्या खांबांना तांबड्या पांढऱ्या पट्ट्यांची आवरणं देतात तसले काही तरी विचित्र कपडे ती वापरायची आणि तरीही आपण सुंदर आहोत असा ती ठसका करायची आणि तिचा नवरा म्हणून माझा कुणी उल्लेख करू लागलं की मी तो झटकून टाकीत असे.

पुणं सोडून मी शिक्षणासाठी बनारसला गेलो, तेव्हा मी उमालाही विसरलो. माझ्या दृष्टीनं एक भाबडी बालमैत्रीण इतकीच काय ती तिची याद होती. पाचसहा वर्षं मला पुण्याला यायला मिळालं नाही आणि मग पुढे पुण्याहून माझ्या वडिलांची बदली झाली आणि उमाचा माझा संबंध जवळजवळ संपलाच!

आयुष्यातील नाना रंग मी पाहिले. अनंत ठिकाणी भ्रमंती केली. अनेक नोकऱ्या केल्या. अनेक फुले चुरगाळली आणि अखेरी दमछाक होऊन मुंबईला यायचं ठरवलं. मुंबईला नोकरी मिळण्याचीही मला वाण नव्हती आणि नोकरीवर मी लगेच हजरही झालो.

मुंबईत जरा स्थिरस्थावर झालो. हिकमती करून एक ब्लॉकही मिळवला आणि कंपनीच्या खर्चानं एक गाडीही घेऊन टाकली. आईची सूनमुख पाहायची चाललेली किरकिर आता संपवून टाकायची असासुद्धा विचार आता मनात येऊ लागला.

लग्नाची कल्पना येताच पहिली आठवण झाली मामीची...आणि दुसरी उमाची! उमाच्या वडिलांनी जावई म्हणून केलेली माझी चेष्टा आठवली आणि मला हसू आलं. मला बायको हवी होती-मामीसारखी; पण आठवण मात्र झाली उमाची! उमा आता काय करीत असेल...तिचं कोणाशी लग्न झालं असेल,

याचा माझं मन उगीचच चाळा करू लागलं.

एक दिवस ऑफिसात लंचनंतर टेबलावर पाय पसरून निवांत बसलो असताना चपराशी एक चिठ्ठी घेऊन आला. खरं म्हणजे मला आता कोणाचीही भेट घ्यायला नको होती. डोळे जड झाले होते आणि जमलं तर एक डुलकी घ्यायची होती, पण चिठ्ठीवर नावं होतं एका बाईचं! निद्रिस्त नाग जागा झाला. बेसावध विचार तरतरीत झाले. मी सावरून बसलो आणि आलेल्या स्त्रीला आत पाठवायला सांगितले.

दार करकरलं आणि लागोपाठ एक स्त्री-स्त्री कसली-मुलगीच माझ्यासमोर उभी राहिली. एखाद्या परिचित व्यक्तीप्रमाणे तिनं अंगाला बाक दिला. टेबलावर हात ठेवून ती मला म्हणाली,

"ओळखलं नाहीस मला?"

माझ्या डोळ्यात तरीही थोडं आश्चर्य पाहून ती म्हणाली, 'मी उमा, उमा देवधर.'

आणि तिच्या त्या उद्‌गाराबरोबर माझ्या अंगातून अनाहूत आश्चर्य आणि सर्वव्यापी हव्यास सळसळत गेला.

माझ्यासमोर जी उभी होती ती अनेक वर्षं माझ्या मनात घर करून राहिलेली माझी जीवनसाथीच. मामीच्या रूपानं जे सौष्ठव, जे लावण्य... मी मनात बंदिस्त करून ठेवलं होतं ते मुक्तपणे आज आज समोर खडं होतं! ती म्हणत होती की मी उमा आहे आणि समोरची व्यक्ती तर मामीसारखी सुंदर आकर्षक दिसत होती.

माझं मन थोडं बावचळलं. या मुंबई शहरात उच्चभ्रू समाजात ज्या गुळगुळीत, कचकड्याच्या बाहुल्यासारख्या...गुबगुबीत, परीटघडीच्या बायका भेटतात, तशीच समोरची स्त्री होती. डोळ्यात लीलया निमंत्रण करणारा नाग होता. अंग बाकदार होतं. तोंडात किंचित घोगरा, नरमाईचा, भाबडेपणाचं नाटक करणारा असा स्वर होता. सार्वजनिक कामाच्या निमित्तानं चांगल्या पुरुषात मिसळण्याची संधी साधणाऱ्या आणि आपल्या यौवनाचे घट हेंदकाळत फिरणाऱ्या मुंबईतील फॅशनेबल मॉडेलपैकी एक माझ्यासमोर उभं होतं. केवळ वागण्यातील सहजता आणि बोलण्यातील लाडिकपणा यावर विश्व जिंकू पाहणाऱ्या बायांचा तो एक नमुना होता. उमाने हे सारं रूप, आकार कुठून कमावला-देव जाणे! परंतु, पाच-सात वर्षांच्या अवधीत झालेल्या तिच्यातील सोनेरी फुलपाखरी दर्शनानं मी मात्र भांबावलो एवढं खरं!

आणि मग आम्ही भेटू लागलो, एकत्र जेवू लागलो. पायरीवरून चढतचढत मी तिच्या ओठापर्यंतसुद्धा पोचलो. तिनं कधीही प्रतिकार केला नाही. एवढंच कशाला, तिच्या डोळ्यातलं ते चावरं आमंत्रण मला त्या भुलभुलैयात घेऊन गेलं. केव्हातरी तिच्या नवऱ्याचीही माझी ओळख झाली. असल्या बायकांचे नवरे असतात तसाच चंद्रशेखर मोठ्या पगाराचा, हुद्देदार नवरा होता. भाबड्या चेहऱ्याचा, एकमार्गी, आपल्या नोकरीत सर्वस्वी बुडालेला. पण तरीही त्याच्यावर संतुष्ट व्हायला हवं इतक्या पात्रतेचा तो खचित होता. त्याच्या सहवासात आल्यानंतर उमाचं हे रूप पालटलं, का या पालटलेल्या रूपाचाच चंद्रशेखरनं स्वीकार केला, हे मला कळायला काही मार्ग नव्हता. एवढं खरं, उमाला लग्न चांगलं मानवलं होतं. सुखासीनता अंगावर दिसत होती आणि तिच्या अतृप्त डोळ्यांचे कारण मला शोधूनही सापडत नव्हतं.

उमाच्या घरी तसा मी चारदोनदा गेलो. नोकरचाकरांनी भरलेल्या त्या घरात पुढाकार घ्यायला मी घाबरलो, त्याचप्रमाणे स्वतःच्याच घरात पुढाकार घ्यायला उमाही घाबरली असली पाहिजे. घर शिगोशीग भरले होते. ते केवळ हलायचेच बाकी होते. काही तरी निमित्त घडायला हवं होतं आणि ते निमित्तही लवकर घडलं.

एके दिवशी ऑफिस सुटल्यावर घरी परत जाताना उमा भेटली. उमाला मी घरी सोडायचं कबूल केलं. माझ्या निमंत्रणाची ती जणू वाटच पहात होती. आम्ही फोर्टमधून निघताच कुठं तरी चहा घ्यायला म्हणून थांबायचं ठरवलं. त्या दिवशी तिच्या वागण्यातला जादा लाडकावा मला अस्वस्थ करीत होता. जणू काही नुकतं लग्न झालेल्या नवराबायकोप्रमाणे तिचं वागणं चाललं होतं. चार-चौघात आपल्या छातीवर मोठ्या तोऱ्यानं मंगळसूत्र मिरवीत ती मला लगटून बसली होती. नवराबायकोचे सुखसंवाद चालावेत तसेच काही तरी खोचक आणि लोभस संवाद ती घडवीत होती. मधेच खुसूखुसू हसत होती. हातावर हात टेकवीत होती आणि स्पर्शासाठी अधीर झालेली तिची बोटं माझ्या बोटावर दाबत होती. मला तापवण्याचे जेवढे काही प्रयत्न होते, तेवढे सारे काही तिने केले. तरीही हवा तेवढा अग्नि माझ्या डोळ्यात तरारलेला नाही असे पाहून ती म्हणाली, "कसला रे विचार करतोयस? नेहमीचा मूड नाही दिसत तुझा."

"तसं नाही काही." मी एकदम म्हणालो. पण असं म्हणताना माझं लक्ष मात्र तिच्या चमकणाऱ्या मंगळसूत्राकडे होतं. तिच्या ते लक्षात येताच ती एकदम हसली आणि म्हणाली,

"काय ऑर्थोडॉक्स आहेस रे तू!"

त्या तिच्या शब्दासरशी सारं काही उघड झालं. समोरचा रस्ता दिसू लागला आणि अवघड वाटणारं रसायन खदखदू लागलं, आणि मी तिच्याबरोबर तिच्या घरी आलो.

त्या दिवशी चंद्रशेखर पुण्याला गेला होता. नोकरचाकरही कुठल्या तरी निमित्तानं उमानं बाहेर पाठवले होते.

उमाची सर्व सौंदर्यं मला त्या दिवशीच ज्ञात झाली!

जोपर्यंत सुख अप्राप्य असतं तोपर्यंत आपण मनाची सदैव समजूत घालू शकतो, की बाबा, हे तुझ्यासाठी नाही. पण एकदा ते आपल्या आवाक्यात आहे असा अंदाज लागला की मग मात्र आपण त्याला शरण जातो, त्याचा हव्यास धरू लागतो. एखाद्या कैफी माणसाप्रमाणं आपण त्याच्या अधीन होतो आणि स्वत:चं सारं अस्तित्व गमावून, आयुष्यभर केलेली वाटचाल विसरून आपण एका नव्या भूलभुलैयात गुरफटून जातो. येणाऱ्या अडचणीतून आपल्या बुद्धीनं आपण सुटून जाऊ असा एक खोटा चातुर्याचा डौल आपल्याला येतो. केवळ योगायोगानं अनेकदा आपली चमत्कारिक प्रसंगातून सुटका होते खरी; सारासार विवेकशक्ती क्षीण होते. निर्बंध मूर्खपणाचे वाटतात. त्या सुखावर आपला हक्क वाटू लागतो. आड येणाऱ्या शक्ती अन्यायजनक वाटतात. पापाचा रस्ता मखमली वाटतो. जगातली सारी सुखं मिळविण्यात व परमेश्वरी सुविधांवर आपण न्यायच करतो असं वाटतं. सुखाचा व स्वादांचा अनादर करणं हे खेडवळपणाचं वाटतं. आणि अखेर पापाचंसुद्धा एक तत्त्वज्ञान बनतं.

मला हे कळत का नव्हतं की उमा ही एक परस्त्री आहे म्हणून. कदाचित रानटीपणाचे जे अवशेष आपल्या अंत:करणात शिल्लक असतात त्यामुळे दुसऱ्याच्या वस्तूचं अपहरण हेच पौरुषाचं लक्षण वाटतं. त्यात एक साहस आहे, थ्रिल् आहे आणि मिळमिळीत आयुष्यातून रोमँटिक आयुष्यात शिरण्याची ती एक वेस आहे, असं सोयीचं तत्त्वज्ञान बनतं. दुसऱ्याची बायको थोडी कुरूप असली तरीही चालते, कारण ती दुसऱ्याची असते. तिच्यातलं मुख्य सौंदर्य नाकाडोळ्यांपेक्षा तिच्या कुणाच्या तरी परक्या माणसाच्या मालकी हक्कात असतं. उमा केवळ दुसऱ्याची स्त्री नव्हती तर एका अधिकारसंपन्न पुरुषाची स्त्री होती. कुणालाही मोह पडावा अशी नजाकत तिच्यापाशी होती, आणि त्यापेक्षाही तिच्यावर माझा काही हक्क होता. मला ती पदोपदी कामोत्सवाचं निमंत्रण देत असताना मी ते नाकारणे यात तरी पुरुषार्थ कुठे होता? आपल्याला सोयिस्कर

असे तत्त्वज्ञानाचे तुकडे आपल्याला कुठूनही मिळवता येतात, मलाही मिळवायला जड गेलं नाही. उमाचे आणि माझे संबंध वाढत्या श्रेणीत होते. स्थळकाळ आणि तारतम्य यांची बंधनं ते जुमानीनात. असलेली बंधनं तोडण्याची ताकद नव्हती- ती बंधनं मानण्याची इच्छा नव्हती. परंतु संस्कारानं बंधनं मानावी लागतच होती, आणि त्यांचा काच तर सहन होत नव्हता.

चंद्रशेखरच्या वाढदिवसानिमित्त उमाच्या घरी एकदा जेवायला गेलो असताना गृहस्थधर्माचं आचरण करीत आपल्या बोलण्यावर आणि वागण्यावर उमानं पुष्कळच ताबा ठेवला होता. मस्त जेवणानंतर झोपाळलेल्या डोळ्यात आम्हा दोघांच्या परस्परांविषयीच्या अभिलाषा चोरटेपणाने आत शिरत होत्या. तेवढ्यात टेलिफोन आल्यामुळे चंद्रशेखर खोलीतून बाहेर गेले. आसक्तीचं चमत्कारिक रूप उमानं धारण केलं आणि चटकन उठून तिनं मला घट्ट मिठीत घेतलं, आणि विड्यानं सुगंधित झालेल्या तिच्या ओठांचा गंध मला देऊ केला. तिच्या आक्रस्ताळेपणाशी जमवून घेण्यापेक्षा भयानं मी भांबावून गेलो. त्यामुळे त्या निसटत्या सुखात भागीदारी करणं मला तरी अशक्य झालं. चंद्रशेखर केव्हाही परतण्याची शक्यता होती आणि तेवढ्यात उमानं माझ्यापासून दूर व्हायला हवं होतं. तिच्या ओठाच्या उघडझापीपेक्षा दाराची उघडझाप मी काळजीनं न्याहाळीत होतो आणि ती जेव्हा हलली त्याच क्षणी दार उघडून चंद्रशेखर खोलीत आले. मला फार शरमल्यासारखं झालं. घडलं त्यापैकी चंद्रशेखरनं काही पाहिलं की काय या शंकेनं माझा चेहरा गोरामोरा झाला. परंतु उमाच्या चेहऱ्यावर मात्र अगदी निरागस भाबडेपणा होता. उमा माझ्यापासून हलताना तिचा पदर किंवा तिने केलेल्या माझ्या गालावरच्या पुसट लाल खुणा, यापैकी काहीतरी चंद्रशेखरनं नक्कीच पाहिलं असलं पाहिजे. पुढच्या साऱ्या संभाषणातला रसच हरवला. काही तरी निमित्त सांगून मी तिथली बैठक आटोपती घेतली आणि घरी निघून आलो.

पुन्हा जेव्हा उमाची गाठ पडली तेव्हा मी तिला त्याबद्दल विचारले. तेव्हा ती म्हणाली, 'शेखर अगदी भाबडे आहेत. त्यांना कसलीसुद्धा शंका आली नाही.'

"ते भाबडे आहेत म्हणून का तू अशी वागतेस?"

नाक उडवून उमा म्हणाली,

"तसे ते चांगले आहेत, पण खरं सांगू, प्रेम करायला चांगुलपणा अपुरा असतो. लग्न झाल्यापासून आतापर्यंतच्या आयुष्यात असा एकही प्रसंग नाही, मला हवी असलेली गोष्ट नको असं त्यांनी म्हटलं नाही. मला हवं त्याप्रमाणे

त्यांनी आपलं आयुष्य बेतून घेतलं-न कुरकुरता. त्यांच्या सहवासात धुंदी अशी कशी येत नाही. अती गोड खाल्ल्यानं जशी मिठी बसते, तसंच त्यांच्या स्वभावाचं झालं आहे.''

''आणि मी?''

''तुझी गोष्टच निराळी आहे रे!''

''सांग तरी.''

''लहानपणी तू मला हिडिस-फिडीस करायचास ना, तेव्हापासून तुला मिळवायचंच, असं मनाला मी सारखं शिकवीत होते. मला जे आवडतं ते ते सारं मी मिळवलंय.''

''काही म्हण उमा, त्या दिवशीच्या प्रसंगापासून मला तुझी भीती वाटायला लागलीय.''

''अरे चल रे, तू कशाला काळजी करतोस. माझं मी पाहून घेईन!''

आणि तो प्रसंग मी विसरण्याचा प्रयत्न करू लागलो. उमाचा आडदांड हव्यास हा जरी माझ्या चिंतेचा विषय असला तरी तिचं अनोखं लावण्य आणि प्रेरक व्यक्तिमत्त्व यांच्या विळख्यात मी अधिकाधिक गुंतत होतो. शक्यतोपर्यंत आमचं तिघाचं एकत्र येणं मी टाळत होतो. परंतु अनेक वेळा चंद्रशेखरला मला टाळता येत नसे. त्याच्या डोळ्याला डोळा भिडवताना क्षुद्रत्वाची एवढी अपार जाणीव मला व्यथित करी की तो सारा सहवास मला तापदायक होई.

पण माझ्या वाढदिवसानिमित्त मला त्यांना जेवायला बोलवावं लागलं. आज उमा जेवायला येणार, चंद्रशेखर जेवायला येणार! मद्याचे एकदोन घुटके पोटात जाताच उमा अंतर्बाह्य फुलून जाते आणि मग तिला आवरणं मला फार कठीण होतं. आपल्या मनातल्या भावना लपवून जगात जगावं लागतं याचा मुळी तिला विसर पडतो. कदाचित असंही असेल की, तिच्या अंत:करणात जागृत झालेली माझ्याविषयीची अभिलाषा पंख पसरून उंच उडत असेल आणि बिचारी उमा अभिलाषेच्या त्या गतीबरोबर अकारण फरफटत जात असेल. तिच्या डोक्यात जेव्हा असा झंझावत उठतो, तेव्हा ती अधिकच सुंदर दिसू लागते. तिच्या देहाची सारी सामर्थ्यं माझ्यासाठी जागी होऊ लागतात.

आजही असंच झालं. तिला आवडते म्हणून मी आज जिन आणली होती. त्या पांढऱ्याशुभ्र द्रवाचा तिच्या अभिलाषेशी संयोग झाला आणि तिच्या डोळ्यातून कापराप्रमाणे वासना पेटू लागली. तिला कोणतंही सहकार्य न देतासुद्धा ती पेटतच राहिली...

त्या साऱ्या शृंगारचेष्टितांची माझ्या मनात घृणा उत्पन्न होऊ लागली, आणि म्हणून काय करावं, त्या भडकत्या ज्वालेला कसं विझवावं, त्या उसळत्या लाटेला कसं थोपवावं, याचाच मी विचार करीत राहिलो. चंद्रशेखर शांत होता. त्याला हे काही कळतच नव्हतं, का कळूनसवरून तो शांत होता, हेच मला उमजेना. त्याच्या डोळ्यात कुठेतरी अंगार फुलावा आणि समोरच्या मायाविनीचे खेळ त्यानं थांबवावेत असंसुद्धा माझ्या मनात क्षणभर येऊन गेलं.

जेवण चालू असताना मला जेवण गोड लागेना. सारा सहवास बेरूप वाटू लागला. सारी सौंदर्यं कुरूप वाटू लागली. आमच्या दोघांच्या एकांतापेक्षाही तिघांच्या संगतीत उमा जास्त क्षुब्ध होते हे आज माझ्या ध्यानात आलं. आपल्या नवऱ्यासमोर एका परपुरुषाचं आकर्षण... अभिलाषा आणि हव्यास व्यक्त करण्यात तिला का आनंद वाटत होता, हे केव्हातरी मी खास समजावून घेणार होतो. ती विकृती होती का सूड होता? का सुखाच्या वाटेवर ती बेहोशीनं वागत होती? नागिणीच्या विळख्यात सापडल्यानंतर त्या सुवर्णतप्त सौंदर्यात, मोहित होऊन अडकून पडावं अशी काही लुब्ध अवस्था मला प्राप्त झाली.

जेवण पार पडताच, काहीतरी कामाची निकड असल्यानं चंद्रशेखर जायला निघाला. जाताना तो म्हणाला, 'संध्याकाळच्या शो चं विसरू नका. मी परस्पर थिएटरवर येतो.'

चंद्रशेखर गेल्यानंतर आपोआप माझा राग ओसरला. ज्या लावण्याचा हल्ला मी परतवीत होतो तो परतवण्याचं मला काही कारण नव्हतं. माझ्या काही शंकाकुशंका, रागलोभ, सारं काही क्षणार्धात मी विसरून गेलो आणि मला मिठीत घेण्यासाठी पसरलेल्या हाताच्या विळख्यात आपखुशीनं पोहोचलो. उमाचं आक्रमक आवाहन मला अनंत योजने दूर घेऊन गेलं आणि त्या अग्निज्वालेत आम्ही दोघंही जळून तृप्त झालो.

त्या तृप्तीच्या बेहोशीत आम्ही किती तरी वेळ होतो. उमा केव्हाच गाढ झोपली होती. तिचं अनावृत भरदार लावण्य मुक्त मनानं मी डोळ्यात साठवीत होतो. अंगोपांगं बधीर झाल्यानंतर अशा लावण्यानं चैतन्य पुन्हा जागं होणं सुद्धा काही कठीण नव्हतं. उमाला जागी करावी म्हणून मी तिला हलवणार तोच दार वाजलं आणि चंद्रशेखर आत आला. विनावस्त्र, निद्रिस्त झालेल्या उमेला त्यानं डोळाभर पाहिलं आणि माझ्या डोळ्याला डोळा भिडवून तो म्हणाला, 'किल्ली राहिली होती ती न्यायला आलो होतो. संध्याकाळचं मात्र विसरू नका हं! पिक्चर सव्वासहा वाजता आहे. बाय बाय.' किल्ली उचलत चंद्रशेखर खोलीबाहेर निघून

गेला.

चंद्रशेखरला पाहताच मला वाटलं होतं, आपल्याला पृथ्वी पोटात घेईल तर बरं होईल. थंड डोळ्यांनी तो बाहेर जाताच रक्तपिती झालेल्या माणसाप्रमाणे माझे सारे आयुष्य मलिन अन् किळसवाणे वाटू लागले. सारं जगच असुंदर वाटू लागलं आणि उकिरड्यावरच्या गांडुळाचाही मला हेवा वाटू लागला.

- ० - ० - ० -

सूर तुझे अन् शब्द माझे

कागलच्या बाजारात भला थोरला कुलकर्ण्यांचा वाडा आता माणसांनी गजबजून गेला होता. आज वाड्यासमोरच्या चौकात शाहीर कदमांचा लोकनाट्याचा कार्यक्रम होता. ज्यांच्या बुलंद चढाईखोर आवाजाचा लौकिक वऱ्हाडापर्यंत दुमदुमत होता असा हा शाहीर, कागलात पहिल्यांदाच फडावर उभा होता. पहिल्या पावसाच्या भेटीसाठी आसुसलेल्या तृषार्त धरणीप्रमाणे, भिरभिरणाऱ्या आणि अज्ञाताचा शोध घेऊ पाहणाऱ्या कदमांच्या खड्या सुरांची कागलकर मंडळी आतुरतेनं वाट पहात होती. शाहीर कदमाबाबत अनंत वदंता, तो गावात येण्याआधीच गावभर झाल्या होत्या. नागपूरापासून ते कोल्हापूरापर्यंत, त्याच्यावर फिदा होणाऱ्या अनेक भल्या घरच्या स्त्रियांच्या नामावळी मोठ्या चविष्टपणाने साऱ्या गप्पांच्या फडात चर्चिल्या जात होत्या. कोणत्या स्त्रीशी कसलाच संबंध आला नसला, तरीही लोकप्रियता लाभलेल्या कलावंताचं चारित्र्य तपासणे आणि त्याला बदफैली ठरवून अखेर क्षमा करणे यामध्ये सर्वांना मोठं समाधान लाभतं. त्यातून, शाहीर कदम म्हणजे एक वल्लीच होती.

बारा गावचं पाणी प्यायलेला आणि बारा गावभवान्यांना शेजसोबत दिलेला हा नवरंगी पोरगा, त्याच्या आयुष्यक्रमात मोठा खुशीत होता. आर्थिकदृष्ट्या लाभ नसला तरी चतुर, रसिक अशा प्रेक्षकांसमोर बत्तीच्या उजेडात तो खडा झाला की, राजसिंहासनसुद्धा, तुच्छ वाटत असे. रसिकांनी पसंतीच्या वानगीदाखल दिलेली वाहवा त्याला भालदार, चोपदारांनी केलेल्या ललकारीपेक्षा मोठी वाटत असे. उत्तान लावणीच्या शृंगारात डुंबलेला प्रेक्षक बेभान होऊन जेव्हा डोईवरचा मंदील, पटका, किंवा फेटा वर अस्मानात उधळे आणि मोठ्या बंदोबस्तानं कडोसरीला खोवलेली चवली-पावली शाहिराच्या दिशेनं फेके तेव्हा आकाशातून पुष्पवृष्टी झाल्याचा आनंद शाहिराच्या डोळ्यांतून चमके आणि फाटक्या कपड्यांची किंवा दैन्याची शरम वाटेनाशी होई.

कुलकर्ण्यांच्या ओसरीलाच शाहिरांना मुक्कामाची जागा दिलेली होती.

पाठीवरचे बिऱ्हाड घेऊन कदमांचा फड जेव्हा कुलकर्ण्यांच्याकडे वस्तीला आला तेव्हा, येता येताच कुलकर्ण्यांच्या थोरल्या लेकीची-शांतीची आणि शाहिरांची सलामी घडली. ज्याचा शोध आपले शब्द घेत होते तो सुरांचा बादशहा असा अकल्पितपणे आपल्यापुढे येऊन उभा राहिल्यामुळे शांता हतबुद्ध होऊन त्याच्याकडे बघतच राहिली. आपल्या पेशाची, जातीची आणि अवेळ झालेल्या संध्याकाळची आठवण मनात ठेवून शाहिरांनी खालच्या मानेने विचारले, 'आप्पासाहेब कुलकर्ण्यांचा वाडा ह्योच न्हवं?'

"हो, मी त्यांचीच मुलगी. आप्पा बाहेर गेले आहेत. येतील आता. जाताना सांगून गेले आहेत. या, तुम्ही आत या."

या पहिल्यावहिल्या भेटीतच शांता हरवली, पार हरवली. तिचा स्वत:वरचा ताबाच सुटला. कलावंताच्या मुक्त जीवनातला उन्माद शाहिराच्या डोळ्यांत तिनं पाहिला मात्र आणि तिच्यातल्या साऱ्या ब्राह्मणी संस्कारांनी पेट घेतला. सारी बंधने तडीपार करून आपलं आयुष्य या वाहत्या पाण्यात लोटून द्यावं अशी एक बेबंद इच्छा तिच्या अंत:करणात लक्ूकन उमटली. साचेबंद, ठरीव ठशाचं, मिळमिळीत आयुष्य आज गेली वीस वर्षे आपल्या गांवढ्या गावात ती पाहातच होती. कोणत्या अनामिक आकर्षणात तिच्या अंत:करणात ही प्रमत्त कांक्षा उद्‌भवली हे तिचं तिला कळलंच नाही. तिला एवढंच कळलं की, सुरांची नौका आपल्यासाठी तिष्ठत उभी आहे आणि पुढचा प्रवास त्यातूनच घडावयाचा आहे.

दारूच्या कोठारावर ठिणगी पडावी आणि मग भडका का झाला असा प्रश्न विचारण्यासाठी अवधान राहू नये, असं तिच्या मनाचं झालं. पण विचार कशासाठी करायचा? आगीचा लोळ उठावाच अशी इच्छा बाळगणाऱ्याला आगीचं भय ते कसलं. किंबहुना आगीच्या हिरव्या-निळ्या ज्योतीत आपलं फूल करपावं, सुवर्णतप्त व्हावं, ह्यातसुद्धा काय थोडा आनंद आहे?

रात्री वाड्यासमोरच्या फडात शाहीरांनी सुरांचा पूल तयार केला. मधे वाहणाऱ्या बेबंद सरितेला ओलांडण्यासाठी बांधलेल्या या सुरांच्या पुलावरून शांता केव्हाच पलीकडे गेली. उंच सुरात, भिरभिरत्या तानेत त्यांनी केलेला शृंगाराचा मुजरा तिनं स्वीकारला. शाहीरांनी,

"पानास लाविते कात, पाहते वाट,
उलगडत चालली चैत्रामधली रात
पाहते वाट!"

असा उतरत्या रात्रीचा दिलेला हवाला तिनं पाळला अन् भल्या पहाटे

सारा कागल गाव रात्रीच्या सुरांनी विव्हळ होऊन झोपेत मग्न असताना, शाहिरासमवेत तिने नवा रस्ता धरला.

ही जगावेगळी अकल्पित प्रीती बऱ्या-वाईटाचा विचार करून थोडीच निवडायची असते? शराबाचे घोट पोटात घेताना त्याच्या दुष्परिणामांची चिंता करायची नाही. तसेच प्रीतीचा पहिला घोट घेताना उद्याची चिंता करणारे आणि त्याला विचारपूर्वक सामोरे जाणारे करंटेच म्हटले पाहिजेत. कुर्बान करायला आशकाचं दिल् असावं लागतं हेच खरं.

पळून गेलेल्या आपल्या कन्येच्या शोधासाठी आप्पा कुलकर्ण्यांनी जिवाचा आटापिटा केला. शाहीर कदमावर फौजदारी केली. त्याच्यावर मारेकरी घातले पण परिणाम एवढाच झाला की, लवकरात लवकर एका आडगावी शाहीर अन् शांता विवाहबद्ध झाले. कुलकर्ण्यांची सारी शक्ति शांताला परत मिळवण्यास असमर्थ ठरली.

जगाला ठोकरून प्रेम करण्यात मोठी गमंत असते. एरवी रूपानं सामान्य असणारी शांता शाहिराच्या मनात भरली नसती. शिवाय एका भल्या ब्राह्मणाची पोरगी आपण पळवली अन् तिच्याशी लग्न केलं, ह्यातलं एक बेडर सुख, शाहिरातला अहंकार इतमामाने सांभाळीत होते. एका तमासगीराने एक ब्राह्मण पोरगी पळवावी यावर झालेल्या सामाजिक प्रक्षोभाचा कैफ त्या दोघांना अनेक दिवस पुरला.

शांताजवळ कवनशक्ति चांगली होती. नादमय शब्द आणि जुन्या संस्कृत वाङ्मयातील काव्यमय कल्पना याचे मनोहर मिश्रण करून ती शाहिराला रोज नवे गीत करून देई आणि नवे नवे अर्थपूर्ण शब्द शाहिराचे सूर वरच्यावर झेलीत आणि त्या शब्दांना मखमली वस्त्रे पेहरवीत. त्याच त्या जुन्या गीतांनी विटलेल्या श्रोत्यांनी या नव्या गीतांना उचलून धरले आणि तमासगीरातून उचलून शाहिराला कलावंतात आणून बसविले. त्यानी शाहिराला फडातून उठवून थेटरात नेले.

घरातून भांडून निघालेल्या शाहिराचा मोडक्या लोखंडी पेटीतील संसार आता परळच्या एका खोलीत येऊन पोहोचला. गाडग्या-मडक्याऐवजी ॲल्युमिनियमची का होईना पण भांडी घरात आली. अंगभर कपडे दिसू लागले आणि इथेच कैफ ओसरण्यास आरंभ झाला. आपल्या शब्दांनी शाहिराला मोठेपण गवसले आहे हे शांताच्या ध्यानात येताच तिची अस्मिता जागी होऊ लागली आणि शाहिराला तो उणेपणा वाटू लागला. आपल्यापेक्षा आपली बायको अधिक शिकलेली आहे, साहित्यिकात तिला अधिक मान्यता मिळू लागली आहे, याचा मत्सर त्याच्या अंत:करणात जागा झाला आणि जमलेल्या

गीतात बेरंग करून टाकणारा एक विसंवादी सूर उमटू लागला.

वास्तविक पाहता शब्दांना सूर भेटले होते तेव्हा नादब्रह्म उभे राहायला हरकत नव्हती. पण त्याऐवजी बेसूर झालेले शब्द एक आर्त गीत गाऊ लागले. संसार ही मुळातच एक अत्यंत बेचव गोष्ट. ती चविष्ट करून घ्यावी लागते. निसर्गालासुद्धा मंजूर नसणारे स्थिर जीवन आपण संसारच्या सापळ्यात पकडू पाहतो. त्यासाठी पातिव्रत्य, निष्ठा, इमानदारी, लग्नबंधन अशा अनेक उपाधी मागे लावून आपण मिळवतो काय, तर कळा नसलेला संसार, रंग उडालेलं फुटकं भांडं आणि ह्या त्याच कंठाळी जीवनाचा आपण मोठा गौरव करतो. एकमेकांच्या पायाला जंजीर बांधून तीन पायांची शर्यत खेळण्याचा प्रयत्न अनेकदा यशस्वी होतो, पण बऱ्याच वेळा तो अयशस्वी होतो.

शांताच्या ब्राह्मणी संस्कारांची टर उडविणे आणि 'आपलं हे असे आहे' असे सारखे तुणतुणे वाजवीत राहाणे हा शाहिराचा चाळा होऊन बसला. शांताचा हिशोबीपणा, वागण्यातली शिस्त आणि त्याच्या फाजीलपणाच्या सवयी घालविण्यासाठी तिने धारण केलेली मास्तरीणबाईची भूमिका यामुळे शाहीर कातावून गेला होता. अशा वेळी गजरा तासगांवकरीण केवळ एक निमित्त झालं.

शाहिराच्या नव्या लोकनाट्यात काम करणारी ही एक धंदेवाईक तमासगीर. तिच्याजवळ गोड रूप, अल्लड चाल आणि फक्कड नाचरे डोळे होते. कोणत्याही पुरुषाला घायाळ करावी अशी ही सारी सामग्री होती. लोकात मान्यता पावलेला, अंतर्यामी रुष्ट असलेला आणि श्रीमंतीच्या पायऱ्या आटोक्यात आलेला शाहीर जमला तर आपलासा करावयाचा असा तिचा मनसुबा होता. बरेच दिवस इष्काचे खेळ न खेळल्यानं, शाहिराची अतृप्त असलेली रानवट भूक गजरेच्या दर्शनानं प्रज्वलित झाली आणि पवित्रा टाकून तयारीने बसणाऱ्या सोनपट्ट्याच्या वाघिणीच्या टप्प्यात तो येऊन पोहोचला.

चारसहा महिन्याचे मूल बरोबर घेऊन शांताला लांबलांबचे दौरे करणं शक्य नव्हतं. त्या दौऱ्याच्या काळात गजराने शाहिराची सर्व सोय केली. चविष्ट अन्नाचे पोटभर घास खाऊन घरी परतणाऱ्या शाहिराला घरच्या अळणी जेवणात गोडी वाटेनाशी झाली. शांताकडे त्याचं दुर्लक्ष होऊ लागलं. शांताच्या हे ध्यानात आलं नव्हतं असं नाही. चंचल शाहिराला सदासर्वकाळ आपण थोपवून धरू शकणार नाही हे कळण्याइतपत शहाणपण तिच्याजवळ होतं. स्त्रीत्वाचे लेणे देवाने आपल्याला उणे दिले आहे आणि आपल्या बुद्धीचे वैभव कळण्याची आपल्या असंस्कृत जोडीदारात पात्रता नाही हाही शोध तिला लागला होता.

बंडखोर प्रवाहाला अडवता येत नसेल तर बाजूला जावे एवढे शहाणपण तिने दाखविले होते. पण प्रवाहच जेव्हा वळवळत आपल्याला गिळून टाकणार असे दिसते तेव्हा माणूस ताठ मानेने त्याला सामोरा जातो-झपाटलेला हा प्रवाह आपला चेंदामेंदा करील अशी जाणीव असतानाही.

दौऱ्यावरून एके दिवशी गजरेला घेऊन शाहीर घरी आला. गजरेचं सामानसुमान, तिची आई, ही जेव्हा घरीच राहावयाची भाषा बोलू लागली तेव्हा शांताचा धीर सुटला. तिनं कसलाही त्रागा केला नाही. आपले कपडे आवरले, आपल्या सहा वर्षांच्या मुलीला बरोबर घेतलं आणि भरला संसार सोडून ती उघड्यावर आली. शाहिरासाठी माहेर सोडले तेव्हाच सावलीचे सारे वत्सल आधार सुटले होते. आता संचित केलेली दौलत, नदी ओलांडण्यासाठी बांधलेला तो सुरांचा पूल, जगावर लाथ मारण्यासाठी हाती घेतलेला तो कलावंताचा हात, हे सारं मागं पडलं आणि बरोबर होते ते फक्त शब्द. कोवळे, नाजूक. या शब्दांनी राधाकृष्णाची मधुराभक्ति व्यक्त केली होती. ऐन तारुण्यात बेबंद यौवनाचा काच सहन न झाल्यामुळे विरहळणारी विरहिणी, बेचव संसारात मन न रमल्यामुळे सासू-सासऱ्यांना चोरून प्रियकराशी संकेत ठरविणारी अभिसारिका, दीर्घ विरहानंतर एकांती गाठ पडलेल्या आणि त्या बुलंद विळख्यात हरवणारी तृप्ता, अशा अनेक नात्यांचा तिच्या शब्दांनी आधार घेतला होता. त्यांच्या संगतीत हा उन्हाळा पार करावयाचा होता. या मुलीचे पालनपोषण करायचे, निराधार स्त्रीकडे कोसळणाऱ्या विषारी नजरा थोपवून धरायच्या, पण माघार मात्र आता घ्यावयाची नाही. आपण केलेल्या चुकीचे प्रायश्चित दुसऱ्याला भोगायला लावायचे नाही, अन् चूक तरी कसली? पुन्हा तीच संध्याकाळ उगवू दे. समोरासमोरचा तो दृष्टीचा सोहळा पुन्हा एकदा घडू दे, कागलच्या बाजारात, ढोलकीच्या नादात, चढत्या रात्रीत पुन्हा एकदा एकवार शाहिराचा उंच आवाज झडू दे, पुन्हा तेच घडणार?

शाहिराचे घर सोडल्यानंतर शांताने खूप हाल काढले. आपले आणि आपल्या मुलीचेही हाल केले. मिळतील त्या नोकऱ्या केल्या, देतील ते पैसे घेतले. पण त्या निरर्थक आयुष्यात जगण्याजोगं काही नव्हतेच मुळी. मोठ्या काळजीपूर्वक लक्ष देऊन, सर्व वर्तमानपत्रं धुंडाळून, शाहिरांच्या कार्यक्रमाची माहिती करून घेणे यापरता कोणताच चाळा तिच्या मनाला नव्हता. आपल्यावाचून नव्यानं प्रेक्षकापुढे आणलेली लोकनाट्यं एकामागोमाग एक कोसळताना पाहून तिच्या अंतर्यामात एक सूक्ष्म मत्सरग्रस्त आनंद जमा होत असे. तथापि शाहिराच्या

लोकप्रियतेला ओहोटी लागली आहे व त्याच्या सुरातली किमया ओसरत आहे, या भयाने ती चिंताक्रांत होत असे. आपल्याला अव्हेरलेल्या प्रियकराची आठवणसुद्धा जळत्या निखाऱ्याप्रमाणे कधीकधी दाहक होई

दिवस लोटत होते पुस्तकाच्या पानाप्रमाणे. मागची प्रकरणे विसरता येत नव्हती अन् शेवटचा अंदाजही. एखाद्या शोकनाट्याची सूचकता नेपथ्यकार लाल-काळ्या रंगाने दाखवतो तशीच तिच्या मुलीच्या गंभीर आजाराने तिच्या शोकनाट्याची अखेर सुचविली होती. ह्या तिच्या मानसिक अवस्थेतही, इष्टमित्रांच्या यत्नानेहि, शाहिराची अन् शांताची गाठ पडू शकली नाही. आपल्या मुलीचा घात आपल्या दारिद्र्याने केला का हटवादीपणानं केला, त्याचा तिला अखेरपर्यंत शोध लागला नाही.

तिच्या शब्दांची किमया ज्यांना माहीत होती त्या अनेक तमासगिरांनी, नाट्यप्रेमी नियोजकांनी तिच्याकडे लोकनाट्याची अन् गीतांची मागणी केली. मुलीच्या निधनामुळे व्याकूळ झालेल्या शांताला कसलातरी उद्योग हवा होता, आणि चरितार्थाचे साधनसुद्धा. सारं सर्वस्व पणाला लावून तिनं नवा वग बेतला आणि नव्या ढंगात तो बसवून, शाहिराचे लोकनाट्य जिथे चालू होतं त्या समोरच्या थिएटरात जाहीर केला. नवराबायकोचे हे वाग्युद्ध पहायला दोन्ही थिएटरांत प्रेक्षकांनी चिक्कार गर्दी केली होती. पडदा उघडण्यापूर्वी शांताने शाहिरांच्या फोटोला हार घातला आणि ती म्हणाली, 'शाहीर, तुम्ही मला नको होतात. तुमचे सूर मला हवे होते. माझे शब्द ज्या सुरांच्या होशातून एकदा भिजून चिंब झाले आहेत, त्याच सुरातून हे शब्द आजसुद्धा बाहेर पडायला हवे होते. तुमच्या कशावर नसली तरी सुरावर माझी सत्ता आहे. तुम्हाला माझे हे दुःख उमजेल अशी मला आशा नाही. मला क्षमा करा!' तिने खाली मान केली आणि तिच्या कानात कुठले तरी अज्ञात सूर घुमू लागले, मंदिराच्या घुमटात घुमावेत तसे. मुरलीच्या नादाने बावचळणाऱ्या राधिकेप्रमाणे तिचे भान हरपू लागले. कुणीतरी आपल्याला खेचते आहे असे तिला वाटू लागले. आलेली भोवळ सावरता येईना, खेचणारा हात लोटता येईना आणि त्या नित्यपरिचित स्वरांचा पूल परतीरावर नेण्यासाठी सज्ज झालेला तिला दिसू लागला. त्या पुलापलीकडे, कागलच्या बाजारात उभा राहिलेला, डोईला मंदील बांधलेला लोकशाहीर कदम तारस्वरात गात होता, 'स्वर माझे अन् शब्द तुझे.' हलक्या पावलांनी ती समोरच्या थिएटरच्या दिशेने चालू लागली.

-०-०-०-

▦ किंमत ▦

ज्या सुखाची मी अनेक दिवस वाट पहात होतो ते सुख यावेळी मला मिळालं होतं. कांतेच्या कातीव देहाची मनोचित्रे मी भोगत होतो. तिच्या सौंदर्याच्या नवनव्या लकेरीवर झोके घेत वेडावत होतो. कांतेच्या प्राप्तीची दिवास्वप्ने पहात होतो, ती कांता आता गवसली होती. वाटली त्यापेक्षा सुलभ, केवळ शेपन्नास रुपयांच्या मोबदल्यात. तेही फारसा घोळ न होता. सहजगत्या बाबालालची गाठ पडली. विषय निघाला आणि त्याने सहज कांतेच्या ग्रँटरोडवरच्या माडीवर आणले. स्वागत उत्तम झाले.

आता कांतेचा देह समोर होता. नग्न दर्शनाने एक तर किळस येते किंवा मोह उंचावतो. त्यापैकी काहीच घडत नव्हते. देहाच्या देवाण-घेवाणीच्या व्यवहारात एवढी सुबकता, निश्चितता पाहून मी भांबावलो होतो.

माझ्या दोन-तीन नाटकात कांता नाडकर्णी भूमिका करीत होती. गरतीला शोभेल अशा अदबीने ती रहायची. खरं म्हणजे मला ती प्राप्त करून घेण्यासाठी झगडावे अशी एक आदर्श वस्तू वाटली. नाटक कंपनीतही तिला तसे सन्मानानेच वागविले जाई. ही गोवेकरीण आहे किंवा द्रव्याने वश होणारी गणिका आहे ही शंकासुद्धा आली नाही.

ज्यावेळेस बाबालाल सहजगत्या म्हणाले की, ''वाळवेकर शेटनी तिला ठेवली आहे,'' तेव्हा मी थक्कच झालो, आणि एरवी जी कामना सामाजिक बंधनानी बद्ध राखता आली असती ती आता उफाळून आली.

बाबालालने तंबाखू तोंडात सोडत विचारले, ''काय मानस आहे मास्तर?'' मला तो गौरवाने मास्तर म्हणाचा. मोठे नाटककार देवल मास्तर, गडकरी मास्तर. तेव्हा मीही त्याच्या लेखी मास्तरच.

''काही नाही रे बाबालाल! परवा शमसुद्दीन आहे म्हणे साथीला-''

''मास्तर, मला बनवता होय! मनात आलेला विचार लपवायची गरज काय तुम्हाला? मनात येईल ते मिळवू शकाल तुम्ही. हवीय काय कांता-

बोला...''

मी क्षणभर स्तब्ध झालो. पांढरपेशा मन गढुळले. इतके उघड बोलायचे मला जमण्यासारखे नव्हते. कांताची प्राप्ती नाकारणे ही शक्तिबाहेरचे होते.

''चला मास्तर! मिळण्याजोगी वस्तू आहे. हटू नका.'' संस्कार, विवेक, संयम यांच्या पहाऱ्यातून सुटता सुटता, नि कांताच्या घरी येता येता माझी पुरेवाट झाली.

कांता माझ्या नव्या नाटकाची नायिका. 'मस्तानी' या माझ्या नव्या नाटकात मस्तानीची भूमिका वठवणारी कांता रूपाने मस्तानीसारखीच होती. बनारसी तमाखूची रंगत तिच्यात सदैव होतीच आणि बाबालाल म्हणत होता ते खरं असेल तर चघळून चघळून ते पान अधिकच रंगणार होते.

सर्व प्रकारांना-आव्हान देणाऱ्या सौंदर्यापेक्षा नम्र सौंदर्य मला अधिक आवडते. कांता डोळ्याला डोळा देऊन बोलायची नाही, डोळे मोडायची नाही. चालताना मान खाली ठेवून चालायची. एखाद्या अदबशीर खानदानी नववधूसारखी लाजायची.

तारुण्य तापलेलं होतं, अंगोपांगे शिगोशीग भरलेली होती, ज्वालामुखी उसळायची वाट पहात होता, अशा तऱ्हेचं हे लावण्य. पण आग होती ती पाहणाऱ्याच्या हृदयात. गमंतच आहे. कुठे आग-कुठे धग. अप्राप्य म्हणून नजरेबाहेर ढकललेल्या पपनसाला सोलायला मिळणार हा आवेगी आनंद विलक्षण होता.

चांगले, रसिक शेटसावकारला शोभतील असे, कपडे पेहरून मी कांताच्या घरी गेलो. शानदार रंगमहाल होता. कुठे घाण नव्हती का सुरकती नव्हती. दर्जेदार, नक्षीदार चहादाणीतून चहा आला. चौकशी झाली. बायकामुलांची चौकशीसुद्धा झाली. एखादी पोरसवदा गरती गटवायची असली की विवाहिताला आपल्या बायकोपासून सुख नाही व आपण दुःखी आहोत असा उगाचच देखावा करावा लागतो. पण इथे तसे काहीच नव्हते. सहानुभूतीचा सवालच नव्हता. तरी मी थोडासा शरमतच होतो.

कांता चटकन् म्हणाली, ''पहिलीच वेळ आहे मास्तर.''

मी बावरलो. होय म्हणावे तर बावळपणा पदरी येणार. नाही म्हणावे तर रंगत बिघडणार.

''पहिलीच म्हणायची.''

''म्हणजे!''

“परिचयातल्या, ओळखीच्या, लुब्ध होणाऱ्या, कुणी ज्या होत्या त्यांच्याशी जे सहज घडले, घडून केव्हा गेले, ते कळलं नाही. योजनापूर्वक स्त्री मिळावायचा हा प्रसंग पहिलाच.”

“वाट पहात होता काय या प्रसंगाची?” कांता हसली. अन् डोळे फिरवीत ती म्हणाली. “अधिक वाट पाहायला लावीत नाही... यायचं ना!” माझा हात हातात घेऊन ती आतल्या खोलीत निघाली.

ईप्सित इतक्या निकट आल्यानंतरही घडतं आहे ते मला खरं वाटत नव्हते. वास्तविक गणिकेच्या मंदिरात आल्यावर कसली लाज अन् कसली लज्जा? बोलून चालून मजा-मौजेसाठी बाजारात मांडलेली एक वस्तू. कांता माझा हात धरून आत नेत होती आणि काही कारण नसताना माझं मन मला बाहेर ओढत होतं. कांताचा संगमरवरी देह अलौकिक होता, विलक्षण कोमोत्तेजक होता हे जरी खरं असलं तरीसुद्धा स्त्री ही काही मला दुर्मीळ गोष्ट नव्हती. मला अजूनसुद्धा एक शंका आहे की, कांताकडून मिळणाऱ्या या वांच्छित सुखाला मी जे टाळत होतो, ते तिच्या खानदानी रीतीरिवाजाला बावरूनच तर नसेल?

कांतेबरोबर सुख मिळवताना खरं म्हणजे मी काही केलंच नाही. मी तिच्या अंगोपांगाचं कौतुक करायच्या ऐवजी तिनंच माझ्या सौंदर्याचं, व्यक्तिमत्त्वाचं कौतुक केलं. माझ्या देहाचं असं कौतुक माझ्या बायकोनंसुद्धा कधी केलं नाही. सफरचंदाचा घास देताना त्याला गोंजारावं, त्याला न्याहाळावं, त्याची कोमलता अजमावी, व त्याला चकाकी यावी म्हणून बागवान ते तलम वस्त्राने घासतो म्हणतात. समोरचा बागवान समोरची सफरचंदे अशीच मखमली स्पर्शाने घासून घेत लकलकीत करीत होता.

खरं सांगायला हरकत नाही, मी अनेकदा अशी जी सुखे मिळवली त्यात हे सुख उजवे होते. रूपामुळे नव्हे कारण कांतापेक्षा शरीर-शास्त्रदृष्ट्या सुंदर उपभोग मी घेतले होते. कांताच्या संगाने शरीर, मन, अंतरात्मा तृप्त झाला होता. हा केवळ सौदा झाला अशी कामना नव्हती. देहाचा कानाकोपरा मला नजराण्यासारखा दिला गेला होता. मजसाठी आदरांचे घडे, आसक्तीच्या सुरया आणि तृप्तीचे प्याले शिगोशीग भरलेले होते.

तृप्त मनाने मी पहुडलो होतो. तीही पहुडली होती. काही अभद्र, घाणेरडे, अनीतिकारक घडल्याचा आभास नव्हता. पापाची प्रतिक्रिया नव्हती. होश उतरलाच नव्हता. पण उतरला तरी ही वावगी जाणीव दिसणार नव्हती.

कांताच्या मांडीच्या मिठीत माझा हात अडकला होता. तो मी काढला.

हळूहळू उठू लागलो, तेवढ्यात ती एकदम चमकून जागी झाली.

"रागावलात?"

"ते का?"

"मला झोपच लागली पहा!"

"पण त्यात काय बिघडले?"

"वा! तुम्हाला सुख द्यावयासाठी आमचा जन्म-आम्ही असे बेहोश व्हायचे नसते."

"वा! झोप लागली म्हणून काय बिघडले?"

"गणिकेला कामतृप्तीचा होश येता कामा नये मास्तर! ते अधर्म्य असते. पुरुष मंदिरात असेतो तिने झोपायचे नाही."

"वा! खूप आहे-मग अशी कशी झोप लागली?"

"कुणास ठाऊक?" ब्रेसियर्समध्ये आपलं लावण्य अडकविताना ती म्हणाली. बोलताना मिस्किल हसली. हसताना त्या उभार लावण्याला बंदिस्त करण्याचे परिश्रम तिनं दाखविलं. उंच हात करून मला तारुण्याचं आव्हान केलं, पण ते मी स्वीकारणार नव्हतो. मी काही मिळेल ते खाणारा माणूस नाही. पंचपक्वान्नाचे जेवण झाल्यावर शेवगाठ्यावर ताव मारण्याचा माझा सराव नाही आणि माझ्या या नकाराने ती खुदकन् हसली.

"थकलात?"

"नाही बुवा"

"मग?"

मला हसू आले.

"पैशाची किंमत घ्यावी ही इमानदारी आहे इथं."

"मला वाटतं पुरे आता! तुला काय वाटतं?"

"मलासुद्धा वाटतं, पुरे-"

"मग उगाचच का डिवचलंस?"

"सवय. हे पहा, इथं येणारं गिऱ्हाइक मोबदल्याची किंमत मागतं. मोबदला पुरेपूर लुटला जातो. समोरची स्त्री क्षणभर तरी आपली सखी आहे याचा त्याला विसर पडतो. तिला हवं-नको हे कोण पहाणार इथं? लग्नाच्या बायकोशीसुद्धा प्रेम शृंगार न करणारी माणसं! इथे तर काय, चक्क मोबदला दिलेला असतो. तेव्हा त्याला थकल्याशिवाय बरंच वाटत नाही."

"भयंकर आहे सारं."

"भयंकर का? तासावर टांगा ठरवला म्हणजे आपण काय करतो? जास्तीत जास्त वेळ तो पिटाळतो. केवळ भाडं मोजलंय म्हणून दहा मैल फिरलो हाच आनंद जास्त. थांबून सृष्टीसौंदर्य पहावे असा कोण विचार करतोय? भाड्याची वसुली हाच मुख्य मंत्र."

"माझ्याकडूनही तीच अपेक्षा होती?"

"इश्श! असं का म्हणता? इतर माणसासारखे कसे मी मानेन तुम्हाला? तुम्ही केवढे मोठे नाटककार."

"नाटककार म्हणजे अखेरी पुरुषच ना?"

"ते खरे म्हणा! धनंतर, विद्वान, प्रतिष्ठत धर्मात्मे या माडीवर सारखेच. तुमची गोष्ट निराळी मास्तर."

"ए, मला मास्तर काय म्हणतेस? बाबालाल म्हणतो तेवढे पुरे."

"मास्तर म्हणजे काय घाणेरडे नाव आहे? गडकरी मास्तर, देवल मास्तर, केवढी मोठी माणसं!"

"अग ते होते मोठे! पण मी..."

"तुम्हीसुद्धा आहात. तुमची नाटकं किती छान आहेत."

"आवडतात?"

"फार."

"माझ्या नाटकात काम करायला आवडतं?"

"फार! किती लयबद्ध संवाद लिहिता. अशी कडाडून टाळी पडते पहा! वाटतं, स्टेजवर तुम्हाला ओढून न्यावं नि सर्वासमक्ष तुमचे चुंबन घ्यावं!"

"शाब्बास! अन् लोक काय म्हणतील?"

"अहो, कोण करतंय? आपलं सांगितलं. खरं सांगू मास्तर, तुम्हाला घरी बोलवायचं फार मनात होतं, पण धीर होत नव्हता."

"पण तुझ्यासारख्या देखण्या बाईने माझ्यासारख्या दरिद्री लेखकाला अपूवाईने बोलवायचा विचार करायचाच कशाला! आणि समजा केला तर त्यात धीर न व्हायला काय झाले?"

"काय बोलता मास्तर! अहो आम्हालासुद्धा मन आहे. आमच्या देहातसुद्धा आशक होण्याचे इंद्रिय आहे."

मी एकदम सुन्न झालो. शेकडो पुरुषांच्या मिठीत ही हेच बोलत असेल. तोंडात तोंड देते वेळी ही हेच गुणगुणत असेल. स्तन मर्दन करून घेत असताना असेच सुस्कारे टाकीत असेल. इंद्रियोपभोगाने उत्कटता साधताना तेच

आळोखेपिळाखे, तेच चीत्कार, तीच वासनेची ठरीव आर्वतने, लवलव! दरवेळेला आपण मिठीतल्या पुरुषाशी कशा लंपटतेने वागतो याचे गाणे. भाराने दुखावल्याचा तोच अभिनय, कामपीडेने असह्य झाल्याचा तोच रडवेला पण तृप्तावलेला चेहरा, सारे काही तेच. वर्षानुवर्षे हेच घडले असेल. आता माझ्या मिठीत येऊन ही चंद्रमुखी आजच्या पौणिमेची नवी कहाणी सांगत होती.

पण हीच कहाणी या वेळेला ऐकायची असते. विवेक आणि शहाणपण यांनी सारी रंगत बिघडत असते. इथे बेहोश व्हायचे, खोटे सत्य मानायचे, वासनेला प्रेमात बुडवायची, गणिकेला पतिव्रता मानायचे. समोरचे पुष्प कोवळे व स्पर्शरहित गणायचे. जणू काही आपल्यासाठी राखून ठेवलेले अनाघ्रात, अस्पर्श असे हे आम्रफल.

सारा रंग जाणूनबुजून घ्यायचा असतो. दारूच्या नशेशी भांडणारा मनुष्य गाढव असतो. दारू मला चढत नाही, मी चढू देणार नाही, असे म्हणणाऱ्यानं दारू ऐवजी गोमूत्र घ्यावे. दारू चढू द्यावीच लागते, डोकं सैल सोडावं लागतं. घोटाघोटाने आत घेतलेला कैफ डोळ्यात, डोक्यात आणि दिलात घुमू लागला तर त्याला अडवायच्या ऐवजी वर चढण्यासाठी थोडं खुळं, थोडं वेडं व्हावं लागतं. शहाणपण विसरावं लागतं.

मी ते विसरलो होतो. कांता सारी कथा सांगत होती. त्यात तिची असहायता-माझे मोठेपण -माझ्यावरची तिची भक्ति– सारे मला खोटं वाटलं. पण कांताशी मी क्षणभर एकरूप होऊन घेतलं.

पण मी जागा झालो. झाली ही गमंत पुरेशी होती. द्याव्या लागणाऱ्या दौलतीच्या मानाने भरपूर होती, आणि मी सूचक हालचाल करताच कांता माझ्या छातीशी अधिकच बिलगली.

"जायची घाई तर नाही?"

"नको का जायला?"

"थोडावेळ थांबायचं ना, थोडावेळ" आणि असे म्हणत म्हणत माझा रिकामटेकडा हात तिनं आपल्या वक्षावर नेला आणि माझ्या बोटांना जाणीव करून दिली. खरं सांगायचे तर ज्याचा हव्यास मन:पूर्वक धरावा त्या साऱ्या कमनीय वस्तू आता अगदी हाताच्या बोटाच्या अंतरावर नव्हे बोटातच होत्या, पण का कुणास ठाऊक मन तृप्तीने तुडुंब भरले होते. पौरुषाचा अभाव नव्हे पण शांत सागराच्या नीरवतेवर स्थिर झालेले माझं मन पुन: झंझावातात कोलमडायला तयारच नव्हते. मी चिमटीत तिचे यौवन पकडले आणि ती किंचाळेपर्यंत स्तन

दाबीत म्हणालो, 'कांता जायलाच हवे, प्लीज' नाखुशीतही खुशी हेंदकाळात होती. ती मग चटकन् उठली. माझे कपडे चढवू लागली. अगदी मुलायमपणे. टायची गाठसुद्धा तिने सफाईदारपणे मारली.

मी कपड्यावरून हात फिरवला. केस सारखे केले. तेवढ्यात तिने सुंगधी आटीव दुधाचा रंगीत पेला पुढे केला, अन् ती म्हणाली, ''घ्या.''

तिच्या आर्जवी डोळ्यांतील कलाबूत न्याहळत मी तो पेला प्यावयास घेतला. त्याच्या माधुर्याने, रंगाने मी चकित झालो. असं काही स्वागत मी अपेक्षिले नव्हतं. मी दूध प्यायलेले ओले ओठ तिनं आपल्या ओठांच्या गुलाबी रुमालाने पुसले. अन् ती म्हणाली,

''घर तुमचंच आहे. केव्हाही यायचं हक्काने-याल ना!''

''येईन.'' असे म्हणत मी खिशातून पाकीट काढू लागलो. हाती आलेल्या पाकिटावर झडप घालून ते पुन्हा खिशात सारीत ती म्हणाली, ''नको. खिशातच ठेवा.''

''म्हणजे काय?''

''पैसे कसे घेईन मी-''

''ते का?''

''तुमच्याशी काही मी सौदा केला नाही.''

''म्हणून काय झालं? तुझा तो व्यवसाय आहे आणि पोटासाठी सर्वांना पैसे मिळवावे लागतात.''

''मास्तर! प्रत्येक वेळेला धंदा केलाच पाहिजे?''

''मी नाही समजलो.''

''आपल्याला आवडलेले, रुचलेले, एखादे प्रिय माणूस आले; स्वत:च्या सुखाबरोबर दुसऱ्यालाही सुख देऊन गेले-बरोबरीच्या नात्याने वागणारे माणूस भेटले, तरीसुद्धा मी सौदाच करावा? कधी तरी आपण बाई आहोत, मादी आहोत हे मानूच नये का! मास्तर, माझी किंमत करू नका. माझी इज्जत घेऊ नका.''

समोरच्या नवरंगी फुलपाखराकडे मी पहात होतो. मनाला पटत नव्हते. असे हे सुख फुकट घ्यायला मन राजी नव्हते. प्रत्येक वस्तूला किंमत द्यावी लागते हे आजवर घोकले होते. मग आताच ही सुखाची बरसात, फुकट-अगदी फुकट मिळवायची यात कमीपणा वाटत होता. सारा मामला चुकतच होता.

आणि मग सारा मनातला आनंद जिरून गेला.

एका मामुली गणिकेच्या औदार्यात मी विकला जायचा ही कल्पना विचित्र वाटली. आजवर द्यायची सवय लागलेल्या मनाला हे घेणं पटत नव्हतं. हा व्यवहार नव्हता, ही रक्कम तिला पोचती व्हायलाच हवी.

शृंगाराचे सारे पवित्रे टाकले. उरोजपोकळीत द्रव्य ठेवल्याचा लटका शृंगार करून पाहिला. तोवर पेहरलेल्या अंडरवेअरमध्ये त्या नोटा मुडपण्याचा यत्न केला. पण नाही! मला अखेरी किंमत न मोजताच निघावे लागले.

खरोखरीच जग काय विचित्र आहे पहा! जे माझ्यासाठी वाट पहात होतं, जे सुख मला अप्राप्य वाटलं, ज्या सुखाचं मोल जास्त वाटलं ते अगदी मोफत गवसले आणि जिथे बाजार वाटला तिथं गाभाऱ्यातील पावित्र्य गवसलं.

आणि मी चालू लागलो. पश्चात्तापाच्या जाणिवेनं. पश्चात्ताप दुहेरी होता. गणिकामंदिरातून मी परत घरी चाललो होतो तेव्हा या घरच्या पावित्र्यानं मला स्वत:चा क्षणभर संताप येत होता... आणि शिवाय या सर्व व्यहारात फक्त मीच, होय, फक्त मीच अपवित्र होतो--नव्हती कांतासुद्धा.

कडूगोड अशा चमत्कारिक आवर्तनांनी मन भणभणत असताना मी घरी परतलो.

घरात हवी होती माझी बायको, तीही स्वागताला.

धर्मपत्नीच्या दर्शनाने क्षणभर स्वत:ला अपवित्र वाटले तरी व्यवहारी जगापासून थोडे तरी भावनात्मक पवित्र जग मला दिसणार होतं.

पण बायको दाराशी नव्हती.

हॉलमध्ये नव्हती.

होती बेडरूममध्ये.

अस्ताव्यस्त झोपलेली.

क्षणभर तिच्या प्रकृतीची चिंता वाटली.

"मी आलोय म्हटलं."

"हं"

"का? आज उठायचे नाही? जेवायचे नाही की काय?"

"मला भूक नाही... आपण जेवून घ्यावे. ताट वाढून ठेवलंय."

"अरे हो! माझंही खाणं झालंय्! मी सांगायचे विसरलो."

"होईल तर काय!"

"असे जेवण झालंय् की, वा!"

"हं"

"जेवण राहिलं, पण जरा आमच्याशी बोलाल की नाही."

"मला झोपायचंय् "

"फारच उत्तम! मीही तेच म्हणतोय. चला."

कपडे बदलून मी अंथरुणावर तोवर रेललोय. अस्ताव्यस्त झालेल्या सौभाग्यवतीच्या कपड्यातून अनंगाला साद येतेय. पोलक्यात जखडबंद नाही आणि म्हणून पुष्ट उरोजना काही चमत्कारिक आकार आला आहे. कुतूहलाने त्याच्या दर्शनाची ओढ लागलीय. काही माणसात देहाचे तेचतेचपण कंटाळा आणत नाही आणि समोरचे लावण्य त्याच जातीतले होते.

मी हलकेच पाठीवरून हात टाकला. तो त्वेषाने ढकलला गेला. मला रुसवा समजत होता. पण हा होता राग! का बुवा?

"काय झालं हो--"

"काही नाही--"

"मग असा फणकारा का!"

"तुम्हांला काय किंमत..."

"आता पहा. चांगलं विचारतोय मघापासून, तरी म्हणे तुम्हाला काय किंमत--"

"सांगा पाहू तुम्ही कुठे गेला होतात ते."

माझ्या पोटात भीतीचा गोळा उठला. कांताकडे मी गेलो हे कळलं की काय हिला? माझी बोबडीच वळायची वेळ होती.

पण तेवढ्यात ती म्हणाली,--"कशाला आठवेल?"

"म्हणजे?"

"गेले कित्येक दिवस मागे लागलेय. हिऱ्याच्या कुड्या आणायला बाहेर जाउ या! तुम्हाला कशाला आठवण राहतीय म्हणा त्याची. आलेले पैसे उडून जातील नि मी बसेन भुंड्या कानांनी--"

"वा! ते काय म्हणून! बाकी तुझे पातळ कान तसेच छान दिसतात-गोरे गोरेपान! वाटते की चोखून टाकावेत ते."

माझ्या पुढारलेल्या हातांना फटका बसला. तन्वंगीला न शोभणाऱ्या त्वरेने-ताकदीने. "काही नाही! कुड्या घेऊन आल्याशिवाय हात लावू द्यायची नाही!" कोण हा फणकारा! लाडिक रुसवा शृंगाराची चव वाढवतो म्हणतात. मी मुद्दामच बायकोच्या अंगचटीस गेलो, तो आवाज वाढवीत ती म्हणाली--"खबरदार! फार दिवस थापा ऐकल्या. माझ्या नशिबाने एकवट पंधराशे रुपये

मिळाले आहेत, आधी कुड्या– मग पुढचे!''

सारे उपाय हरल्यानंतर मी उगाच राहिलो. हटवादी बायकोपुढे कोणा अक्कलवान नवऱ्याचे काय चाललंय?

दुसरे दिवशी अखेर कुड्या घरी आल्या. बायकोच्या कानी जाऊन बसल्या. तिच्या डोळ्यात हंसोरे फुलले. कानांची पाळी सुशोभित झाली आणि बायकोची लाडीगोडी सुरू झाली.

पण माझ्यातला शृंगार जागा होईना! सारे काही उत्तम होते मग माझ्यातला शृंगार का गेला होता? काही कळेना--

कोवळे हात मस्ती करत होते. बुलंद छाती आव्हान देत होती. नयनशरांची धार कापत होती. अंगचटीला जाणारे हात कुस्करीत होते...

पण अनंग जागा होत नव्हता.

अनंगाला मी कांतेच्या घरी विसरून तर आलो नसेन?

- ० - ० - ० -

थोडी लांबची वाट

"औरंगजेब आहे मेला..." लैलाबाई संतापून म्हणाल्या.

"औरंगजेब?" देवीनी चौकसपणानं विचारलं.

लैलाबाई- खरं म्हणजे लीलाताई- स्त्री-मुक्ति चळवळीतील आपल्या सहकारी मैत्रिणीला सांगत होत्या. त्यांची सहकारी मैत्रीण म्हणजे घटस्फोटित कॅप्टन मिसेस देव. त्यांनीही आपलं नाव आधुनिक काळाला शोभेल असं देवी करून घेतलं होतं. दोघीही हिरीरीनं स्त्रीमुक्ती चळवळीचा प्रचार करीत असत. एक तर दोघींना वेळ भरपूर होता, आणि आर्थिक बाबतीत दोघीही कोणावर अवलंबून नव्हत्या. लीला मलुष्टे किंवा आताच्या लैला मलुष्टे यांचं नाव या ना त्या कारणानं वृत्तपत्रात झळकत असे. 'संसारात स्त्रीला गुलामाची भूमिका वठवावी लागते.' म्हणून, पंधरा-वीस वर्षांपूर्वी त्यांचे पती वारले तरी, त्या पुनः संसारात गुंतल्या नव्हत्या. एकुलत्या एक मुलीचं लग्न होऊन ती परदेशी गेली होती. कसलाच पाश मागं नसल्यामुळं व आपल्यावाचून स्त्रीमुक्ती चळवळ अडून राहिली आहे या भ्रमांमुळे त्यांनी आपलं उर्वरित आयुष्य या चळवळीत झोकून दिलं होतं. श्री. मलुष्टे हे चांगले कॉन्ट्रॅक्टर होते. ते पिढीजात श्रीमंत होतेच, पण उद्योगधंद्यातही त्यांनी चांगला पैसा मिळवला होता. त्यांनी मोठ्या हौसेने गावाबाहेर प्रशस्त प्लॉट घेऊन बंगला बांधला होता. पण तिथे वीज आणि पाणी येण्याच्या कामात खूप अडचणी उत्पन्न झाल्या म्हणून त्यांच्या हयातीत ते तिथं राहायला येऊ शकले नाहीत. एवढंच नव्हे तर लीलाबाईंनाही तो बंगला पुष्कळ वर्षे वापरता आला नाही. गाव चौफेर वाढू लागलं तसतशा सर्व सोयी होत गेल्या आणि त्या नुकत्याच चार-सहा महिन्यांपूर्वी बंगल्यात राहायला आल्या.

पण आपण उगीचच इथे राहायला आलो असं वाटण्याजोगी घटना घडून आली. त्यांच्या बंगल्याला लागूनच दुसरा एक बंगला बांधला गेला होता. माळ्याकडून हकीगत कळली त्याप्रमाणे तो बंगला ले. कर्नल पानसऱ्यांचा होता, आणि त्यांची दोन्ही मुलं लष्करात असल्यामुळं आणि मिस्टर पानसरे विधुर

असल्यामुळे तेही बंगल्यात एकटेच राहत होते.

पहिल्याच दिवशी लैलाबाईंच्या लक्षात आलं, हा शेजार आपल्याला कुचकामी आहे. एवढंच नव्हे तर त्रासदायक आहे. त्यांना कुत्र्याची अतिशय भीती वाटत असे, आणि शेजारच्या बंगल्यात दोन रानदांडगे कुत्रे सैराटपणे हिंडत असत. आपल्या आवारात हे राक्षसी कुत्रे केव्हातरी येतील या कल्पनेनं त्या सारख्या भयग्रस्त असत. शेजारच्या बंगल्यात कधी कोणी येतानाही त्यांना दिसलं नाही. फक्त शनिवारी रात्री पत्ते, दारू यांचा जल्लोश मात्र ऐकू येई.

असल्या भडक पार्टीजचा लैलाबाईंना मनस्वी राग आला होता. शेजारी राहणारा मनुष्य हा जगंली आहे, त्याला शेजारधर्म नाही असा त्यांनी ग्रह करून घेतला आणि तो ग्रह कायम व्हावा अशाच गोष्टी गेल्या चार-दोन महिन्यात घडत होत्या.

एका शनिवारच्या पार्टीत पानसऱ्यांच्या बंगल्यात खूपच आरडाओरडा झाला अन् मारामारीही झाली असावी. लैलाबाईंना जाग आली तेव्हा पानसऱ्यांचा करडा आवाज त्यांना ऐकू आला. एखाद्या सुरीच्या पात्यासारखे धारदार शब्द ऐकताच त्या गारठूनच गेल्या. 'पुन्हा बोललास तर याद राख! मी तुझा जीव घेईन!' अन् बंगला एकदम स्तब्ध झाला. पार्टी मोडली, आणि भराभर चार-पाच गाड्या निघून गेल्याचे आवाज आले. लैलाबाईंना खिडकीतून कर्नल दिसत होते. ते आपल्या राक्षसी कुत्र्याशी खेळकर भाषेत काहीतरी बोलत होत. म्हणजे दारू चढल्यामुळे मघाचा वादविवाद झाला नव्हता तर!

लैलाबाईंना वाटले हा एकांडा माणूस एवढ्या प्रचंड घरात राहतो कसा? ह्याच्याकडं नाही माळी, नाही नोकर! कधीतरी, थोडावेळ सकाळी कुणी नोकर येतो, काम करतो; एरवी हा आपलं घर एवढं झकपक ठेवतो कसं? या बंगल्यातली बाग तर दृष्ट लागण्यासारखी आहे. आपल्याकडे नोकर-चाकर असूनही आपल्याला काही इतकी चांगली बाग ठेवता येत नाही. रसरशीत फुलांनी बहरलेले गुलाब, जाईचे वेल पाहून त्यांचा मत्सर जागा होऊन जाई. एखादे वेळी कर्नल बाहेर गेलेले असताना त्यांच्या बागेतील पिवळे गुलाब तोडून आणावे असा त्यांना मोह होई. परंतु त्या बंगल्यात सारख्या हिंडणाऱ्या त्या कुत्र्यांची आठवण झाली की तो विचार त्या दडपून टाकीत असत.

लैलाबाईंच्याकडे संबंध दिवसभर वेगवेगळ्या कार्यकर्त्या येत असत, किंवा त्या तरी चर्चा, सेमिनार, व्याख्याने यानिमित्त बाहेर जात असत. त्यामुळे दिवसाच्या तासाचे हिशोब सहसा लागत नसत. रात्री मात्र लांबल्यासारख्या

वाटत. काळोखाची त्यांना भीती वाटे. घरभर त्या दिवे लावून ठेवत. त्या कधी कधी माळ्याला व्हरांड्यात झोपायला सांगत. रात्र त्यांना सुरक्षित वाटत नसे. चोरी करावी असं त्यांच्या घरात काही नव्हतं. पण चोराला हे माहीत असलं तर ना! मध्येच त्यांना दचकून जाग येई. खिडकीतून त्या बाहेर पाहत तेव्हा कर्नलसाहेबांचे ते दोन कुत्रे त्यांच्या बंगल्यात फिरताना दिसत. त्यांना तेवढंच बरं वाटे. आपण कुत्र्यांना घाबरतो तसे चोरही घाबरत असतील तर किती बरं होईल असं मनात येऊन जाई. रात्रीचे दोन-तीन वाजलेले असत तरी कर्नल काहीतरी वाचत बसलेले असत.

एवढ्या अपरात्रीपर्यंत हा जागत का बसतो याचा त्या विचार करीत. कर्नलसाहेबांची दृष्टी कधी कधी सहज त्यांच्या खोलीकडे वळे. पण त्यांच्या चेहऱ्यावर बदल झालेला कधी लैलाबाईंना दिसला नाही. त्या एवढेच पुटपुटत, 'रूक्ष, जंगली आहे मेला!'

त्या संदर्भात एकदा चर्चा झाली तेव्हा त्या देवीजवळ म्हणाल्या होत्या "औरंगजेब आहे बघ! स्वत:च्याच नादात असतो. करायचं काय युद्धशास्त्र! रोज काय युद्धं खेळायची असतात! मी इथं रहायला येऊन तीन-चार महिने झाले, पण त्यानं चुकूनसुद्धा माझी चौकशी केली नाही!"

"तो कशाला तुझी चौकशी करील आणि तू तरी कुठं त्याची चौकशी केलीस?"

"शी:! असल्या माणसाशी ओळख करून करायचंय काय? सकाळ संध्याकाळ दारू पीत असतो अन् कसली तरी चटोर पुस्तकं वाचीत असतो. नाहीतर संबंध दिवसभर उघडा-वाघडा राहून बागेत काम करीत असतो. शिवाय चौकशी करायची तर त्याचे राक्षसी कुत्रे आहेत ना पहारेकरी!"

"किती छान असतं नाही का ग या पुरुषांचं! कुणाकुणावर ते अबलंबून नसतात!"

"वा ग वा! मी नाही का एकटी राहत? मी कोणावर अवलंबून आहे?"

"खरंच लैला! सभेतील भाषणं सोडून दे! पण तू इतकी वर्षं पुन्हा लग्नाचा विचारच का कधी केला नाहीस?"

"चांगली एकदा सुटले आहे, ती पुन्हा कशाला अडकू या पाशात? आणि माझं काय वाईट चाललंय? मी लग्न केलं असतं तर मग स्त्रीमुक्ती चळवळीचं काम मला कसं करता आलं असतं? एका माणसाच्या खुशीसाठी आयुष्य बरबाद करण्यापेक्षा एक तत्त्वासाठी आयुष्य झोकून देणं मला जास्त

अभिमानास्पद वाटतं.''

''पण तुला वाटत नाही, की असं एकटं राहाण्यात फारसा अर्थ नाही? चळवळ-बिळवळ ठीक आहे ग! कुणी तरी ती करायला पाहिजे. ती आपण करतो एवढंच. पण असं भंकसपणे राहण्यात मला पुष्कळ वेळा निरर्थकपणा जाणवतो.''

''एवढं जर तुला वाटत होतं, तर मग तू का नाही परत लग्न केलंस?''

देवी एकदम स्तब्ध झाली. तिचा चेहरा एकदम काळवंडला. मूळची ती रूपवान नव्हतीच. अगतिकतेचा भाव तिच्या चेहऱ्यावर आल्यावर ती अधिकच कुरूप दिसू लागली. खालच्या मानेने ती म्हणाली,

''बंड वगैरे करायची माझी काही इच्छा नव्हती. मला कोणी योग्य पुरुष भेटला असता तर मी पुन्हा लग्न केलं असतं. पण तसा कोणी पुरुष भेटलाच नाही. माझ्यावर कोणी आकृष्ट व्हावं असं माझ्याजवळ काय आहे? हळूहळू माझ्या लक्षात आलं, पुरुषांबद्दल माझ्या मनात असलेला राग पुरुषांनी केलेल्या माझ्याबद्दलच्या उपेक्षेतून आला आहे. आपले बरेचसे राग असेच प्रतिक्रियात्मक असतात. रागाचे अवसान आणणारे खुद्द रागावलेल्यापेक्षा भडक बोलतात. माझा डायव्होर्स झाला, त्यामुळे माझं अडलं अशातला भाग नाही, पण मी उपेक्षा करण्याइतकी स्त्री आहे असं पुरुषांना वाटावं याचंच मला जास्त दुःख आहे. खरं तर मी वाटेल त्या पुरुषाला स्वीकारलं असतं. पण ते जाऊ दे! तू का लग्न केलं नाहीस ते सांग. तुझ्यामागं पुष्कळ लोक घोटाळत होते हे मला माहीत आहे. तू दिसायला सुद्धा चांगली होतीस. खरं तर कुमारी वाटावीस इतकी तू तरूण-छान होतीस. तुझ्याजवळ पैसेही होते. खरं म्हणजे तू योग्य वेळी लग्न करायला हवं होतंस.'

''लग्न कशाला करायला हवं?''

''म्हणजे पुरुषांविषयी तुला कधी ओढ वाटली नाही?''

''वाटलीही! नाहीही! लग्न व्हायच्या आधी कथा-कादंबऱ्यातून स्त्री-पुरुष संबंधाचं काहीतरी एक सुंदर चित्र माझ्या मनात निर्माण झालं होतं. लग्न झालं तेव्हा तर मी लहान होते. पहिलाच नव्हे तर त्यानंतर कोणताही सेक्सचा अनुभव मला चित्तथरारक वाटला नाही. खरं तर तो मला किळसवाणा वाटला.''

''खरं म्हणतेस?''

''अगदी खरं! त्यात एवढं आसुसण्यासारखं काय आहे तेच मला कळलं नाही. माझे मिस्टर तू पाहिले असशीलच. दिसायला चांगले होते. वागायला सभ्य माणसासारखे होते. पण आम्ही दोघं एकांतात गेलो की एकदम त्यांचं

रूपच पालटे. त्यांची वासना एवढी अनावर होई की माझ्या संमतीची किंवा मानसिक तयारीची त्यांना कधी गरजच वाटली नाही. पुरुषानं असंच क्रूरपणानं वागलं पाहिजे यावर त्यांची श्रद्धा असली पाहिजे. पुढं पुढं ती सारी क्रिया मला इतकी ओंगळवाणी अन् किळसवाणी वाटली की ते जर मृत्यू पावले नसते तरीही मी त्यांच्यापासून वेगळी राहिले असते. पुरुषाचा हा असा अनुभव असताना पुन्हा जाणूनबुजून विषाची परीक्षा कशाला पाहायची?''

''सिम्प्ली हॉरिबल!''

''खरंच हॉरिबल! तेव्हापासून पुरुष जातीची मला शिसारी बसली आहे. स्त्रीमुक्ती चळवळीत जी मी पडले ती, खरोखरच मला त्या चळवळीत रस आहे म्हणून!''

देवी हसली आणि म्हणाली, ''एका अनुभवावरून माणसानं असे ग्रह करून घेतले तर कठीण आहे! मला वाटतं, तुला एखादा उमदा पुरुष भेटायला हवा होता. बाकी, भेटेलही अजून.''

''अजून? गेल्याच महिन्यात मला चाळीस वर्षे पूर्ण झालीत, माहीत आहे ना तुला?''

''मला माहीत आहे ग! अग, पण त्या पुरुषाला माहीत नसलं म्हणजे झालं! तुझ्याकडं पाहून काही कोणाला असं वाटणार नाही!''

देवीबरोबर झालेलं हे सारं बोलणं लैलाला आठवलं आणि तिची नजर आरशाकडे गेली. ती चटकन् उठली आणि आरशापुढे जाऊन बसली. आपल्या चेहऱ्याकडे तिनं नीट निरखून पाहिलं. अजून कोठेही सुरकुती पडलेली नव्हती. त्वचेची कांतीसुद्धा अजून ओसरली नव्हती. रात्री बांधून ठेवलेले केस तिनं मोराचा पिसारा उघडावा तसे झटकून उघडे केले. लांबसडक असणारे ते केस केशप्रसाधनासाठी बसताना अडचणीचे वाटत. पण आत्ताच त्यांचा पसारा पाहून क्षणभर त्यांना बरं वाटलं. अजून एकही केस पांढरा झालेला नव्हता. केसांतून कंगवा फिरविता फिरविता त्या उभ्या राहिल्या. विस्कळीत झालेला नाईट गाऊन त्यांनी एका हातानं सैल केला आणि मागच्या मागं लोटून दिला. आरशातलं आपलं उघडवाघडं प्रतिबिंब पाहून त्या खुदकन् हसल्या. देवी म्हणते ते खरं आहे. आपण अजून चाळिशीच्या वाटत नाही. पुरुष-स्पर्शानं कधीही न मोहरलेली ही गात्रं आपण निकोप आणि टवटवीत राखू शकलो याबद्दल त्यांना धन्यता वाटली. त्या तशाच बाथरूमकडे जाऊ लागल्या. त्यांची नजर सहजगत्या कर्नलसाहेबांच्या खोलीकडे गेली अन् त्या एकदम दचकल्या. कर्नलसाहेब त्यांच्याकडे

रोखून पहात होते. नकळत आपला उघडावाघडा देह परपुरुषाला दिसला याबद्दल लाज उत्पन्न होण्याऐवजी तो पुरुष आपल्याकडे निर्लज्जपणे पाहत आहे याचा त्यांना संताप आला, आणि त्या संतापातच त्या ओरडल्या, 'यू लाऊझी ब्रूट!'

कर्नलसाहेबांनी पाठ फिरविली अन् ते घराच्या अंतर्भागात निघून गेले. संबंध दिवसभर त्यांच्या डोळ्याच्या लालसेने ती जळत राहिली.

त्याच दिवसापासून, का कोणास ठाऊक, आपल्या शेजाऱ्याबद्दल त्यांची विकृत चिकित्सा सुरू झाली. खिडकीच्या पडद्याआडून कर्नलसाहेबांच्या हालचाली गुप्तपणे बघण्याचा त्यांना छंद लागला. कर्नलसाहेब आपल्याच नादात दंग असत. निदान रात्री बारा वाजेपर्यंत तरी ते जागे असतच. तरी सकाळी सहाला ते व्हरांड्यात चहा घेताना दिसत असत. त्यांची दोन्ही कुत्री त्यांच्या अंगाखांद्यावर उड्या मारीत असत व ते त्यांना बिस्किटं भरवीत असत. मग ते कुत्र्यांना घेऊन दौडत भटकायला बाहेर पडत असत. घामाघूम होऊन परत आल्यावर ते वर्तमानपत्र चाळीत आरामखुर्चीत थोडा वेळ ताणून देत, आणि मग सबंध दिवसभर अधूनमधून बागेत वावरताना ते दिसत. पण कर्नलसाहेबांनी चुकूनसुद्धा लैलाबाईंच्या बंगल्याकडे नजर टाकली असं घडत नसे. त्याचासुद्धा त्यांना राग आला होता. आपण तासन् तास त्यांच्या हालचालींकडे लक्ष देतो अन् त्यांनी चुकूनसुद्धा आपल्याकडं पाहू नये याचं त्यांना आश्चर्य वाटलं. शनिवारच्या पार्टीज आता बंद झाल्या असाव्यात, कारण आता कोणत्याच शनिवारी त्यांच्या बंगल्यात दंगा ऐकू आला नाही.

परंतु एक दिवस लैलाबाईंच्या माळ्याच्या बायकोला कुत्रा चावला तेव्हा मात्र त्यांच्या रागाला सीमा राहिली नाही. त्यांच्या बंगल्यात जाऊन तक्रार करायची सोयच नव्हती. कारण त्या राक्षसी कुत्र्यांचं भय त्यांना मनोमन वाटत होतं. दुसरे दिवशी सकाळी कर्नलसाहेब व्हरांड्यात चहा घेतायत असं पाहून त्या तरातरा बागेत आल्या अन आपल्या हद्दीत सुरक्षित जागी उभ्या राहून त्यांनी कर्नलसाहेबांना ओरडून हाक मारली. कर्नलसाहेब आश्चर्यचकित झाले अन् झटकन् कंपाऊन्डच्या दिशेने येऊन म्हणाले,

"वेल मॅडम, व्हॉट कॅन आय् डू फॉर यू? "

"तुमच्या कुत्र्यांना गोळ्या घालून ठार करा!"

"नो, नो! माझी कुत्री अगदी इनोसन्ट आहेत. ती कोणाला चावतबिवत नाहीत!"

"तर! तर! कुठल्या जंगलातून लांडगे धरून आणलेत, अन् म्हणे माझी

कुत्री इनोसन्ट आहेत! आमच्याच माळीणबाईंना काल तुमचा कुत्रा चावला.''

"इंपॉसिबल! माझी कुत्री तर कंपाउन्डच्या बाहेर पडणंच शक्य नाहीत. बोलवा तुमच्या नोकराणीला.''

हे संभाषण चालू असतानाच माळी आणि त्याची बायको येताना दिसली. कर्नलसाहेबांनी त्यांना दरडावून विचारलं.

"काय हो! तुम्हाला आमचे कुत्रे चावले म्हणता?''

"जी!''

"तुमच्या कंपाउन्डमध्ये येऊन चावला कुत्रा तुम्हाला?''

"जी! नाही! तुमच्या बागेत फुलं काढायला गेले, तेवढ्यात खसूकन आलं बघा कुत्रं!''

कर्नलसाहेब छद्मीपणाने खदखदून हसले. आणि म्हणाले, "सांगितलं नाही मी तुम्हाला? माझी कुत्री कंपाउन्डच्या बाहेर कधी जाणारच नाहीत आणि गेलीच तर कुणाला चावणारच नाहीत.''

"वा! वा! तुमच्या कंपाउन्डच्या आत आलं म्हणून कुत्र्यांनी चावलंच पाहिजे असं कुठं आहे?''

"भले! मालकाची मिळकत सांभाळायची नाही, तर मग कुत्री सांभाळायची कशाला?''

"ते काही नाही, तुमची कुत्री कुणाच्याही जिवावर उठतील, मी पोलिसात तक्रार करीन. तुम्हाला इथं कुत्री पाळू देणार नाही.''

"लैलाबाई! कायदा तुम्हाला माहीत नाही असं दिसतं! बेवारशी आणि वेडसर कुत्र्यांना कायदा बंदी घालू शकतो. माझ्या कुत्र्यांनी गेल्या वर्षी डॉग शोमध्ये पहिलं बक्षिस मिळविलं आहे. माझी कुत्री अत्यंत सुलक्षणी आहेत. माझी खात्री आहे, तुम्ही प्रयत्न केलात तर तुम्हाला सुद्धा ती आवडतील. टायगर-टायगर, बाईंना शेकहॅन्ड कर!''

तेवढ्यात कर्नलचा आवाज ऐकून टायगर जवळ आला होता. कंपाउन्डच्या तारेवर एक पाय ठेवून दुसरा पाय त्यांनी लैलाबाईच्या दिशेने पुढे केला. लैलाबाईंनी त्याच्याकडे नीट निरखून पाहिलं. खरोखरच कुत्र्यात जंगलीपणाची मुळीसुद्धा झाक नव्हती. उलट आपला पाय पाहुण्यांनी हातात घ्यावा व आपल्याला उपकृत करावं अशीच तिथे याचना होती. लैलाबाईंना क्षणभर वाटलं, एवढ्या लागट कुत्र्याला शेकहॅन्ड करावा. पण एवढ्या अवाढव्य कुत्र्याच्या जवळ जायच्या कल्पनेनेच त्या शहारल्या अन् म्हणाल्या,

"मला नाही कुत्री आवडत."

"अरेरे! व्हेरी अन्‌फॉर्च्युनेट! कुत्र्यासारखी सोबत नाही बघा! विशेषत: एकटं राहायचं असेल त्याला-"

लैलाबाई फणकारून म्हणाल्या, "पण माणसानं एकटं राहावंच कशाला?" आणि त्या पाठ फिरवून आपल्या खोलीत निघून आल्या. आपल्या खोलीत येऊन बसल्या तेव्हा त्याच्या लक्षात आलं, आपलं अंत:करण उगीचच धडधडतंय. माणसानं एकटं राहावंच कशाला हा प्रश्न आपण उगीचच केला.

पण त्यांच्या डोक्यातून कर्नलसाहेबांचे विचार, जा म्हटले तरी, जात नव्हते. एका बाजूने कर्नलसाहेबांच्या व्यक्तित्त्वाबद्दल त्यांना गूढ आकर्षण वाटत होतं. तर एकीकडे त्यांच्या माणूसघाण्या स्वभावाचा राग येत होता. त्यांच्यावर काहीतरी करून कुरघोडी केली पाहिजे असं त्यांनी मनोमन ठरवलं.

अधूनमधून बागेतल्या झाडांच्या निमित्तानं माळी काही कुरबुरी सांगत असे. कर्नलसाहेबांच्या बागेत लैलाबाईंच्या बागेतल्या झाडांची फुले पडत असत. त्या गोळा करायला माळी किंवा माळ्याची बायको जाऊ शकत नव्हती. त्यामुळे कुत्र्यांविरुद्धच पोलिसात तक्रार द्यावी असा त्यांनी विचार केला. कुत्रा चावल्याचं सर्टिफिकेट त्यांनी डॉक्टरकडून मिळविलं व त्यांनी पोलिसात रीतसर कम्प्लेंट केली. पोलिसांनी कर्नलसाहेबांना बोलावून त्यांचं म्हणणं ऐकून घेतलं. अन् लैलाबाईंची तक्रार टिकण्यासारखी नाही म्हणून त्यांनी ती परत घ्यावी असा सल्ला दिला. समाजातील आपल्या नावामुळे व स्त्रीसुलभ लाघवामुळे पोलीस कर्नलसाहेबांचा नक्षा उतरवतील अशी जी लैलाबाईंची समजूत होती ती काही खरी ठरली नाही. हे पाहून त्या अधिकच चवताळल्या. कलागतीसाठी प्रसिद्ध असलेले गावातले एक वकील स्त्रियांच्या चळवळीच्या निमित्ताने त्यांच्या माहितीचे झाले होते. त्यांच्याकडे जाऊन त्यांनी ही सर्व हकीगत सांगितली. त्यांनी लगेच खर्चासाठी दोनशे रुपये घेतले. अन् कोर्टात खटला गुदरला.

कोर्टाचा हिसका बाईंनाही माहीत नव्हता अन् कर्नलसाहेबांना तर नव्हताच नव्हता! तारखांवर तारखा पडू लागल्या. वृत्तपत्रात उलटसुलट काही लिहून येऊ लागलं, त्यामुळे बाई वैतागून गेल्या. कुठून आपण खटला केला असं त्यांना झालं. त्यांने आणखीनच राग येई तो कर्नलसाहेबांच्या कुत्सिपणाचा. ते कोर्टात आलेच तर कोर्टाबाहेर कुठंतरी सिगरेट ओढीत उभे राहत. त्यांनी वकीलही दिला नाही. बाई आल्या की ते छद्मीपणानं हसत. त्यामुळे बाईंना अधिकच संताप येई. जणू काही त्यांना म्हणायचं असे की 'बाई तुम्ही मूर्ख आहात.' अशामुळे

खचलेली वीरश्री पुन्हा जागी होई अन् पुन्हा पुन्हा त्या तारखांना हजर राहत.

एकदा कोर्टाची तारीख पडली म्हणून बाई बाहेर पडल्या आणि बसस्टॉपवर येऊन उभ्या राहिल्या. ऊन म्हणजे मी म्हणत होतं. सकाळपासून बाईंना बरंही वाटत नव्हतं. रिक्षा मिळाली तर करायची असं त्यांनी ठरवलं होतं पण रिक्षाच मिळेना. तेवढ्यात एक रिक्षा येताना दिसली, बाईंनी हात दाखवला म्हणून थांबली. पण कर्नलसाहेबांना पाहताच बाई एकदम मागं सरकल्या. त्यांना राग अनावर झाला. का कोणास ठाऊक आपल्याला चक्कर येत आहे असं त्यांना वाटलं. त्यांना कोणीतरी धरलं अन् रिक्षात बसवलं एवढंच त्यांना कळत होतं. कोणीतरी आपल्या शेजारी आहे अन् असा शेजारी त्यांना एकदम निराळा वाटला, हवासा वाटला. डोळे उघडून हा स्वप्नाभास गमवायला त्या तयार नव्हत्या. रिक्षा थांबली. बाईंनी डोळे उघडले. रिक्षावाल्याचे पैसे कर्नलसाहेब देत होते. त्या धडपडत रिक्षाच्या बाहेर आल्या आणि रूक्षपणे कर्नलसाहेबांना म्हणाल्या 'थॅंक्स्!' अन् आपल्या बंगल्यात निघून गेल्या.

या कोर्टातल्या भांडणाला काही अर्थ नाही याची लैलाबाईंना जाणीव का नव्हती? पण त्यांना आपण एवढ्या हट्टी का झालो हेच कळेना. वकीलसाहेबांना सांगून हा खटला काढून टाकावा असंही त्यांच्या मनांत आलं, पण ही तर सरळ शरणागती आहे. आपण खटला काढून घेतला तर वर्तमानपत्रवाल्यांना आणखीनच एक टवाळीला विषय सापडेल ह्या भीतीमुळे त्या अधिकच अस्वस्थ झाल्या.

आणि म्हणून अगदी अगतिकपणे त्या पुढच्याही तारखेला हजर राहिल्या. त्या दिवशी तारीख चालेल असं लक्षण दिसेना. अखेर एकदाची तारीख पडली. वकीलांशी काहीतरी त्या बोलताहेत हे कर्नलसाहेबांनी न्याहाळलं, लैलाबाई थोड्याशा चिडलेल्या दिसत होत्या. बराच वेळ बोलाचाली झाली न् वैतागानं त्या बाहेर पडल्या. त्या येत आहेत असं पाहून कर्नलसाहेब पुढे सरकले. आजही स्टॅंडवर रिक्षा नव्हती. तेवढ्यात एक रिक्षा आली. ती रिक्षा कोणी घ्यायची या संभ्रमात दोघेही स्तब्ध राहिले, पण कर्नलसाहेब पुढे जात नाहीत असे पाहून लैलाबाई रिक्षात बसल्या आणि रिक्षा चालूही झाली. रिक्षा चार पावले पुढे गेली तोच ती थांबली. लैलाबाईंनी मान काढून कर्नलसाहेबांना बोलावून घेतलं. कर्नलसाहेब पुढे आले अन् म्हणाले,

"आता काय नवीन भानगड काढलीत?"

"भानगड वगैरे काही नाही. गेल्या खेपेला तुम्ही माझ्या रिक्षाचे पैसे दिलेत ना? मला कोणाचं ऋण ठेवायला आवडत नाही. मी तुम्हाला सोडते!"

कर्नलसाहेब हसले, ''मी आता कोठे तरी जेवायला बाहेर जाणार आहे. घरी स्वयंपाक करायचा कंटाळा आला आहे. तुम्ही येत असलात तर चला जेवायला.''

''सॉरी!'' लैलाबाई रूक्षपणे म्हणाल्या, 'घरी यायचं असेल तर सोडते.'

''ठीक आहे, तुमच्या ऋणातून एकदा मुक्त व्हायला पाहिजे. म्हणून पाहिजे तर घरी येतो, चला.''

रिक्षा चालू झाली. रिक्षातील अपुऱ्या जागेत एकमेकांचा स्पर्श अपरिहार्य होता. रस्त्यातील सुप्रसिद्ध खड्डे अन् रिक्षावाल्यांचा बेदरकारपणा यामुळे अंगाला अंग घासल्यावाचून प्रवास अशक्यच होता. सुरुवातीला लैलाबाईंनी खूप अंग सावरून बसण्याचा यत्न केला. पुढे त्यांच्या लक्षात आलं हा सारा मूर्खपणा आहे. शिवाय कर्नलसाहेबांना त्याचं काही सोयरसुतक नव्हतं, त्यांच्या सिगरेट धुराचा त्रास लैलाबाईंना होत होताच. तो धूर त्यांनी हाताने झाडायचा प्रयत्न केला तेव्हा कर्नलसाहेबांनी बिचकून लैलाबाईच्याकडे पाहिलं. अन् नुकतीच पेटवलेली सिगरेट टाकून दिली. त्यामुळं तर लैलाबाईंना अधिकच वरमल्यासारखं झालं. घर आलं तेव्हा चटकन कर्नलसाहेब बाहेर पडले अन् रिक्षावाल्याला त्यांनी पैसे दिले, तेव्हा बाईंनी त्यांना एकदम अडवलं. त्या म्हणाल्या, 'आपलं काय ठरलं होतं?' त्यांच्याकडे काही एक लक्ष न देता त्यांनी रिक्षावाल्याचे पैसे चुकते केले अन् रिक्षावाला सुरकन् निघूनही गेला. बाई रागावल्यात हे कर्नलसाहेबांच्या लक्षात आलं अन् ते म्हणाले,

''कोर्टात तुमचा बराच खर्च झालाय. तेव्हा माझ्यापायी तुम्हाला अधिक खर्च व्हायला नको. बरं ते जाऊ दे. चहा घेणार का?''

''तुमच्याकडं?''

''का?''

''तुमच्या ह्या कुत्र्यांचं काय?''

''तेच तर तुम्हाला सांगतोय! कुत्र्यांची का एवढी हाय घेतली आहेत तुम्ही! येऊन तर पहा!''

''नाही, मला कुत्र्यांची भीती वाटते?''

''अहो! मी असताना तुम्हाला कुत्री कसं काही करतील?''

कर्नलसाहेबांनी चक्क बाईंचा हात धरला. अन् जवळपास ओढतच आपल्या बंगल्यापाशी नेले. कर्नलसाहेबांचा आवाज ऐकूनच ती दोन्ही कुत्री कर्नलसाहेबांच्या दिशेने झेपावली. ती अंगावर धावून येताहेत असं पाहताच

लैलाबाई एकदम घाबरल्या अन् त्यांनी कर्नलसाहेबांना जवळपास मिठीच मारली. कर्नलसाहेब थोडेसे तसेच चालत पुढे आले. एका झाडाच्या सावलीत येताच तेथेच त्या कुत्र्यांना त्यांनी बसायची आज्ञा केली अन् ते कुत्रेही निमूटपणे त्या जागेवर बसले.

"हे पाहा! ही कुत्री आता या जागेवरून मुळीच हलणार नाहीत. तुम्ही या कम्पाऊंडच्याबाहेर पडेपर्यंत किंवा मी बोलावेपर्यंत.'

"कशावरून?"

"कशावरून काय? अहो ही शिकविलेली कुत्री आहेत. यांना सर्व काही कळतं. तुम्ही त्यांना घाबरताय हे सुद्धा त्यांना कळतंय. एरवी परकी म्हणून त्यांनी तुमचा पिच्छा सोडला नसता. पण आता तुम्ही माझ्याबरोबर आलात ना, मग ते तुम्हाला परके मानत नाहीत."

दोघेही जण दिवाणखान्यात येऊन बसले. कुत्र्यांचं भय अजून बाईंच्या मनातून गेलेलं नव्हतं. पण दिवाणखान्यात पंख्याखाली सावलीत बसल्यावर एकदम त्यांना बरं वाटलं. हे केवळ सावलीमुळं की आणखी कशामुळे याचा त्यांनी विचार करणंच सोडून दिलं. एकटा पुरुष असूनसुद्धा घरात कोठे अस्ताव्यस्तपणा नव्हता. मोठ्या कुतूहलाने बाईंनी स्वयंपाकघरात डोकावून पाहिलं, एखाद्या सुगृहिणीच्या शिताफीनं कर्नलसाहेबांची स्वयंपाकघरात हालचाल दिसत होती. एकदा त्यांना वाटलं आपण आत जावं, पण लगेच त्याचं मन फिरलं. त्या जागेवर येऊन बसल्या. खोलीचं निरीक्षण पूर्ण होतंय तो एका ट्रेमध्ये चहाचं साहित्य अन् बिस्किटं घेऊन कर्नलसाहेब आले. संभाषण कसं सुरू करावं ते त्यांनाही कळत नव्हत आणि कर्नलसाहेबांची इच्छा दिसत नव्हती.

ते म्हणाले. "तुम्हाला तोंडबिंड धुवायचं असेल तर बाथरूम तिकडे आहे."

त्या बाथरूममध्ये गेल्या अन् बाथरूम पाहून त्या चकितच झाल्या. बाथरूम कसली ती! एक खोलीच होती! प्रचंड मोठा टब्बाथ तिथं होता. संपूर्ण आकाराचा आरसा तिथं होता. टॉयलेटची अद्ययावत साधने तिथे होती. तो टबबाथ पाहून त्यांची बरेच दिवस टब घेण्याची इच्छा होती ती अगदी उसळून जागी झाली. मनात त्या म्हणाल्या, 'हा कर्नल अगदी मॅडकॅपच आहे! पण बाथरूमबाहेर येताना या घराविषयी त्यांचा थोडा मत्सर जागा झाला. या माणसाला सौंदर्यदृष्टी आहे हेही त्यांना पटलं.

चहासुद्धा चांगला झाला होता. चहा एवढा सोपस्कारानं घ्यायचा असतो हेही त्यांना नवीन होतं. त्याना वाटलं, आपण उगीचच हळव्या झालो आहोत म्हणून

आपल्याला सगळंच चांगलं दिसतंय. काही तरी बोलायचं म्हणून त्या म्हणाल्या,

"तुमचे ते दोघे राक्षस बाहेर कसे शांत बसून आहेत!"

"अहो ते बोलावल्याशिवाय कधीच आत येत नाहीत. बोलवू का?"

"नको! नको!"

एकदम घाबरून लैलाबाई म्हणाल्या.

"खरंच तुम्ही बोलावून पाहा! तुम्ही बोलावलंत तर नक्की येतील आणि गप्प बसून राहतील. अहो कुत्र्यांनी माणसाला घाबरायचं! आपणच त्यांना घाबरून कसं चालेल? प्लीज! त्यांना बोलावून पाहा! टायगर अन् लायन अशी त्यांची नावं आहेत. कुणालाही बोलवा. ज्याला बोलवाल तोच येईल, दुसरा बाहेर घुटमळत राहील."

बाईंनी मोठ्या कष्टानं टायगरला हाक मारली. त्यांनी अगदी हलक्या आवाजात मारलेल्या हाकेलासुद्धा टायगरनं दाद दिली. तो मोठ्या हर्षभरानं लैलाबाईंच्या जवळ आला. लैलाबाई अंग चोरू लागल्या, तेव्हा कर्नलसाहेब हसले. भीत भीत लैलाबाईंनी हात पुढे केला. ओळख पटल्याची खूण टायगरच्या नजरेत होती. टायगरचा पाय लीलाबाईंच्या मांडीवर रुतला गेला. लीलाबाईंनी अगदी भीत भीत त्याच्या अंगावरून हात फिरविला, परंतु टायगरच्या लगटीमुळे त्यांची भीती कमी झाली. एवढंच नव्हे तर आपण उगाचच भितो असं त्यांना वाटून गेलं.

कर्नलसाहेबांनी टायगरला नंतर जाण्याची आज्ञा केली आणि तोही खाली मान घालून ताबडतोब निघून गेला. मग शांततेत एक दोन मिनिटे तशीच गेली. लैलाबाई खालच्या मानेनं म्हणाल्या, "कर्नल, मी तुमच्याबद्दल फार गैरसमज करून घेतला."

"वेल. डोंट वरी! तुमजा गैरसमज दूर झाला हीही भाग्याची गोष्ट आहे. तुमच्यासारख्या एका चांगल्या, देखण्या स्त्रीने असा गैरसमज करून घ्यावा आणि तो मी राहू द्यावा, या दोन्ही गोष्टी वाईटच."

"कर्नलसाहेब, एक विचारलं तर रागावणार नाही ना?"

"छे छे! मुळीच नाही. वाटेल ते विचारा,"

"अलीकडे तुमच्याकडे शनिवारची पार्टी का होत नाही?"

"तुमचं बरंच लक्ष आहे म्हणायचं-"

"विषय टाळू नका."

"नाही, नाही. एकदा पार्टीत वाद झाला. मला ते बोलणं आवडलं नाही. मी त्या लोकांना हाकलून दिलं-"

"वाद कसला होता-"

"तो विचारू नका-"

"पण का? एवढं चिडण्यासारखं त्यात काय होतं-तुम्ही खून करायची भाषा केलीत-"

"वाद तुमच्याबद्दल होता. काही तरी तुमची घाणेरडी चेष्टा सुरू झाली, एका स्त्रीची असली चेष्टा मला आवडत नाही."

"माझी चेष्टा-"

"होय-"

"काय पण-"

"पुष्कळ पुरुष दारू प्यायल्यानंतर फार वाईट बोलतात-विशेषत: बायकांच्याबद्दल- I hate it. तेव्हापासून पार्टी बंद. ते जाऊ दे."

"या एवढ्या प्रचंड बंगल्यात तुम्ही एकटे कसे राहू शकता? आणि का राहता?"

कर्नलसाहेब खळाळून हसले आणि म्हणाले, "हा प्रश्न मीही तुम्हाला विचारू शकतो."

"माझी गोष्ट निराळी आहे. मला एकटं राहायला कारणं आहेत."

"मग मलाही असतील की कारणं काही!"

"तीच जाणून घ्यायचं मला कुतूहल आहे."

"माझी बायको मरून दहा वर्षं झाली. ती फार चांगली होती. इतकी चांगली की तिच्याऐवजी दुसऱ्या कोणाचा विचार करणं मला शक्य झालं नाही. शिवाय लष्करात नोकरी. त्यामुळे एकटेपणाची सवय होती. आयुष्य बेतून घेतलं मी बांधेसूद! एका विशिष्ट वयानंतर माणसाला आपला स्वभावही बदलता येत नाही. शिवाय मुलं मोठी झाली. तीही लष्करात. घरात तसा मी एकटा असतो. पण प्राण्यांचा शौक आहे. वाचनाचा षोक आहे. काळ्या मातीतून फुलविलेली रंगी बेरंगी फळ-फुलं बागेत आहेत. अगदीच कधी एकाकी वाटलं तर लाल-काळ्या साडीत लपेटलेली मद्याची बाटली आहे. माणसाला लागतं तरी काय आणखीन?

"बस! एवढंच पुरतं? कोणी बोलायला शेजारी असावं, कोणाला तरी सांगावं, कोणाचं तरी ऐकावं असं कोणी नको? एकटेपणासुद्धा कोणाला तरी सांगण्यात सुखावह होतो नाही का?"

"हां! ठीक आहे. तुम्ही म्हणता तेही कधी कधी वाटतं, पण असं एक

माणसाचं वय येतं की त्याचे हट्ट, आग्रह पक्के होतात. त्याच्या मनात असलेल्या प्रतिमेशी मिळताजुळता जोडीदार माणूस प्रत्यक्षात मिळत नाही. मिळतील त्यांच्याबरोबर जमवून घेण्याचा काल संपलेला असतो. गोड मानून घ्यायचं मनाला निभत नाही. हवं असतं ते अगदी रेखीव, आपल्या कल्पनेबरहुकूम.''

''असं कुणीच भेटलं नाही तुम्हाला?''

''भेटले! वेगवेगळे गुणधर्म वेगवेगळ्या स्त्रियात जरूर दिसले. किंबहुना काही काही स्त्रिया अपेक्षेपेक्षाही अधिक सुलक्षणी होत्या, पण तेवढ्यानं भागत नाही. त्या सगळ्यांना सामावून घेणारी मूससुद्धा तेवढीच तप्त असायला हवी. म्हणजे मग ते अलौकिक गुण त्या व्यक्तिमत्त्वात विरघळून जातात. खैर- माझं जाऊ दे! मी एक उतरणीला लागलेला माणूस आहे. माझ्याजवळ देण्यासारखं काही नाही.''

''आणि माझ्याजवळ?''

''यू आर अ चार्मिंग वूमन! तुमचं सारं काही तुम्ही कसोशीनं सांभाळून ठेवलं आहे.''

''खरं सांगू? त्याचंच मला दु:ख आहे. रानामध्ये झाडं फुलतात आणि त्यांची फुलं गळून जमिनीवर पडतात. अशा झाडांचा उपयोग काय? कोणासाठी तरी फुलावं लागतं. देवानं जे दिलेलं आहे ते केवळ सांभाळण्यासाठी नाही.''

''हे तर तुमच्या एकटेपणाचं उत्तर नव्हे?''

''हो. हेच उत्तर आहे. अगदी लहानपणी लग्न झालं. दोन तीन वर्ष संसार झाला. त्याच्याही आठवणी फारशा सुखाच्या नाहीत. कथाकादंबऱ्यांतून वाचते तसा पुरुष नशिबानं माझ्या लेखी नव्हता. पुरुषाचा माझा अनुभव किळसवाणा आहे. पुरुषांची मला भीती वाटते.''

''भीती! भिण्यासारखं पुरुषात काय आहे?''

''ज्याच्यासाठी लोक वेडे होतात त्या स्त्री-पुरुष संबंधाचं चित्र अतिशय भयंकर आहे. पुरुषांना नेमकं काय हवं असतं याचा मी विचार करते. पण मला समजतच नाही. खरंच! पुरुषांना नेमकं काय हवं असतं?''

''काहीच नको असतं. पुरुषांना असं काहीच नको असतं. तसंच स्त्रीलासुद्धा काहीच नको असतं. पण दोघांना मिळून काहीतरी हवं असतं. आपल्यांतल्या असणाऱ्या उणीवा कुणीतरी दूर कराव्यात अशी एक ओढ असते. ती पुरी होण्याच्या क्रियेत मात्र फार अडचणी असतात. कित्येक वेळा लक्षात असं येतं की दोघांनाही आपण दुसऱ्यासाठी खूप दिलं आहे असं वाटतं. पण कुणीच काही दिलेलं नसतं. स्त्री-पुरुष संबंधात काहीही मिळविता येत नाही. फक्त देता येतं, आणि देण्याच्या

या तीव्र लालसेतून नकळत काही मिळून जातं. हावरेपणानं ओरबाडून मिळविण्यासारखं ते सुख नाही, हे फार थोड्यांना कळतं. सारी दु:खं तिथंच निर्माण होतात.''

''मला काहीच कळत नाही, पण मला ते कधी समजलेलंच नाही.''

कर्नलसाहेबांनी लैलाबाईंकडे रोखून पाहिले. त्या आता अगदी निराळ्या वाटत होत्या. खोल खोल काहीतरी शोधत असलेल्या लहान मुलीचा भाबडेपणा त्यांच्या चेहऱ्यावर होता. कर्नलसाहेब त्यांच्या डोळ्यात डोकावून पाहत होते. चटकन ते उठले आणि लैलाबाईंच्या जवळ गेले. त्यांच्या खांद्यावर त्यांनी आपली बोटे घट्ट रुतवली, आणि ते म्हणाले 'बघू आपल्याला काही जमलं तर!'

लैलाबाई एकदम हसल्या. किती दिवसात आपण असं हसलो नाही हे त्यांच्या लक्षात आलं. त्यांनी आपलं तोंड कर्नलसाहेबांच्या खांद्यावर लपवलं. तशीच दोन तीन मिनिटे गेली. आपण कुठेतरी फार फार जवळ जवळ आलो आहोत हे दोघांनाही जाणवलं. ही समाधी भंग व्हावी अशी दोघांची इच्छा नव्हती. पण शरीरानं दगा दिला. कधीच अनुभव नसलेली विलक्षण चैतन्यदायी सळसळ त्यांच्या अंगोपांगातून झळाळून गेली. कर्नलसाहेबांच्या ओठाजवळ ओठ नेत त्या म्हणाल्या, ''तुम्ही फार बोलता. लष्करी माणसांच्याबद्दल माझ्या कल्पना फार निराळ्या होत्या.''

कर्नलसाहेब हसले. त्यांनी लैलाबाईंना सोडून दिले. ते म्हणाले, ''आपण दोघेही एकमेकांना अनुरूप आहोत. पण एकमेकात गुंतून घेण्यात फारसा अर्थ नाही. कुठल्यातरी नात्याने एकमेकांना अडकून घेण्यापेक्षा आपण चांगले मित्र म्हणून राहू-जिवलग मित्र म्हणून. नाही तरी आता तसे थोडे दिवस उरले आहेत. नवीन प्रयोग करत बसायला वेळ नाही.''

''जिवलग मित्र म्हणजे काय?''

''सांगेन! हळूहळू समजावून सांगेन. लष्करी जवानाला जमेल तेवढ्या लवकर सांगेन. पण एक गोष्ट मात्र लक्षात ठेव. लग्न वगैरे करण्याच्या भानगडीत मला अडकायचं नाही. आजपर्यंत लागलेल्या सवयी सगळ्या झटकन् मोडणार नाहीत. अगदी क्षुल्लक गोष्टींनी उशीरा बहराला येऊ पाहणारा हा वृक्ष जळून जाईल. त्यातूनही तेवढं सिरीअसली दोघांनाही जाणवलं तर बघू. लग्नाचंही बघू. तोपर्यंत मैत्री मात्र पक्की.''

''मला अशी बेजबाबदार मैत्री आवडणार नाही. माझी मुलगी, तुमची मुलं आपल्या असल्या मैत्रीबद्दल काय म्हणतील?''

''काही म्हणणार नाहीत. उलट आपल्या शहाणपणाचं कौतुक करतील.

आपल्या हक्कांवर आक्रमण झालेलं कुणाला आवडत नाही. कदाचित माझ्या मुलांना घरात आलेली नवीन मालकीण रुचणार नाही, आणि तुझ्या मुलीलाही आपली आई दुसऱ्याची झालेली चालणार नाही. त्यातून पुढं काय करायचं ते ठरवू. केवळ मुलांच्यासाठी मी तुला गुंतागुंत नको म्हटलं नाही. पण नाती जडली की प्रेमाची कोवळीक खुरटून जाते. हक्क तेवढे उरतात. त्यापेक्षा एकमेकांसाठी काही करण्याचा आनंद अधिक चांगला असतो. अन् तो निरपेक्ष असतो. सामाजिक निंदेच्या पलीकडे आपण दोघे गेलो आहोत. निदान जाऊ या.''

''पण मला ते जमणार नाही.''

''निष्ठाच म्हणत असशील तर ती मैत्रीत जास्त टिकेल, असं नाही वाटत तुला?

''निष्ठेचे नाही हो म्हणत मी! तुम्हाला समजत कसं नाही? लग्नाशिवाय मी तुमची मैत्री कशी करू शकेन?''

''हे बघ लैला, आज तूच जर एकवीस वर्षाची कुमारिका असतीस, मीही पंचवीस वर्षाचा तरुण असतो तर आपण नसती का एकमेकांसाठी वाट पाहिली? ओळख झाल्याबरोबर आपण लगेच लग्नाचं बोललो नसतो. आपल्या भेटीगाठी झाल्या असत्या. आपण संकेत केले असते. चोरूनमारून भेटलो असतो. चुंबनं-आलिंगनं घेतली असती. एकमेकाला आपण मिळवत गेलो असतो कणाकणानं... स्पर्शा-स्पर्शानं-लहरीनं. पहिल्या दिवशी भेट झाल्याबरोबर लग्न आणि बेडरूम असा काही आपण विचार केला नसता. वय वाढलं की माणसानं अगदी अरसिक बनलंच पाहिजे काय!''

''इश्श! इतकी काही मी उतावीळ झाले नाही?''

''उताविळीचा हा प्रश्न नाही. पण आपण एकमेकांना अजून जिकलंही नाही. एका अगतिकेच्या जाणिवेनं एकत्र आलेली माणसं एकमेकांची गुलाम होतात. मला गुलाम नको आहे. मित्र हवा आहे.''

''पुन्हा नुसती बडबड. मैत्री करायची म्हणजे काय हो करायचं? तुम्ही मला आवडता आहात. हवे आहात. कायमचेच हवे आहात. मी काय करायला हवं?''

''अरेरे! खरंच म्हातारी झालीस तू. मी तुला उगीचच तरुण समजत होतो. प्रेम कसं करायचं हे शिकवून येत नाही.''

लीला उठली. तिने आवेगाने कर्नलसाहेबांना मिठी मारली व ती म्हणाली, ''खरंच मी झाली असेन म्हातारी, पण मला म्हातारं व्हायचं नाही. मला सारं काही शिकायंच पुन्हा.''

कर्नलसाहेब दिलखुलास हसले आणि तिचा हात हातात घेऊन ते बेडरूमच्या दिशेने जाऊ लागले. बेडरूम जवळ येताच तिने आपला हात सोडवून घेतला आणि ती एकदम व्हरांड्यात पळून गेली आणि तिथून म्हणाली, 'शय्येचा रस्ता इतका जवळचा नसतो महाराज!' आणि मग खट्याळपणे हसत पायऱ्या उतरलीसुद्धा. अल्लडपणे नाचत ती पावले टाकीत कंपाउंडपाशी आली आणि टायगर आणि लायन झपापून तिच्याकडे धावले. तिने त्यांना जवळ घेतले. त्यांना वात्सल्याने कुरवाळले आणि त्यांच्या मस्तकांचा मुका घेतला. हे सारे बघत असणाऱ्या कर्नलसाहेबांना तिने वेडावून अंगठा दाखवला. कंपाउण्डचे दार उघडून ती बाहेर पडली आणि तिने टायगर आणि लायनला बरोबर यायला खुणावले. काय करावे या संभ्रमात पडलेल्या त्या दोघांनी कर्नलसाहेबांच्याकडे वळून पाहिले. कर्नलसाहेब ओरडले 'गो! बॉईज गो! आणि मग दोघेही लैलाच्या मागोमाग तिच्या कंपाउण्डमध्ये शिरले. खेळकर भाव चेहऱ्यावर बाळगून केस उडवीत जाणाऱ्या लैलाकडे ते पाहतच राहिले. दहा पाच वर्षे फेकून दिल्यामुळे तिची चालसुद्धा आता बदलली होती. कर्नलसाहेबांनी हात हलवला आणि ते परत दिवाणखान्यात आले. अजून दिवाणखान्यात लैलाच्या अभुक्त यौवनाचा सुगंध दरवळत होता. त्यात ते बघता बघता हरवून गेले. कितीतरी दिवसांनी त्यांनी शीळ घातली आणि खिडकीतून त्यांनी नजर टाकली. काही दिवसांपूर्वी पाहिलेला लैलाचा अर्धनग्न देह त्यांना अस्पष्टसा तेथे दिसत होता. पण यावेळेस त्यांना तो निमंत्रण देत होता.

त्यांना एकदम काहीतरी निराळं वाटू लागलं. बऱ्याच दिवसात जागी न झालेली एक वांच्छा त्यांच्या अंगावर स्वारी करून उठली. ते ताडकन उठले. आपल्या बंगल्याचं दार त्यांनी लोटलं आणि कुलूप लावलं.

आणि आता आपल्या नव्या घरी जाण्यासाठी ते निघाले होते- हा लांबचा रस्ता तिनंच सुचवला नव्हता काय?

- ० - ० - ० -

जवळचा रस्ता

एवढ्या मोठ्या ऑफिसात गर्दीत अंग चोरून विसू बसला होता. भोवताली फायलीचे ढिगारे होते. आळसाव्यतिरिक्त कसलाही भाव चेहऱ्यावर नसणारे अनेक बेचव चेहरे भोवताली कामापुरती हालचाल करीत होते. एक जुनाट कुबट वास साऱ्या व्यक्तीत, वस्तूत आणि हवेत भरून राहिला होता. अगदी विसंगत अशा या दुनियेत विसू वेड्यासारखा बावळट चेहरा करून फाइलीचा फडशा पाडीत होता. पंख फडफडून हवेत झेप घेऊ पहाणाऱ्या गरुडाला अंगाबरोबर मापलेल्या त्या सापळ्यात कोंडलं होतं.

महाराष्ट्राचा लाडका कवी फाइलीतील निरर्थक आकडेमोड करून शारदेला लाजवीत होता. कोवळ्या शब्दात फेरफटका करणारी प्रतिभा इथे आकड्यात रुतून बसली होती. अस्मानात इंद्रधनुष्याला लोंबळकणारी त्याची बोटं एका जाड्या टाकाबरोबर जान गुदरत होती. सारं कसं अगदी फुकट चाललं होतं. खेळाला खुणवीत असणाऱ्या त्या सुंदर सुंदर स्त्रियांच्या लाडिक हट्टाकडे पाठ फिरवून, 'आनंद डॅम एक्स्टेन्शन स्कीम, सेकंड' इथल्या मजुरांच्या आकड्यात खेळणे विसूच्या नशिबी आले होते.

खरं पाहता ऑफिसातल्या साऱ्या लोकांना विसूचा हेवा वाटत असे, त्याचं कोवळं सौंदर्य, कुरळे केस आणि त्याहूनही मोहित करून टाकणारे अथांग डोळे. त्या डोळ्यांत जिज्ञासा एवढी सांडोसांड भरून वहात असे की पहाणारा वाहून जाई. त्याचं बोलणं गोट्यांच्या नादाप्रमाणे एकदम आपुलकी उत्पन्न करी. वर्षावर्षांनी जमा करता यावी अशी आपुलकीची भावना एका घटकेत विसू जमा करीत असे.

विसू गोष्टीवेल्हाळ नव्हता. पण त्याच्या संभाषणात बाकदार होणाऱ्या नदीचा हळवेपणा होता. आपल्या खेड्यातल्या घराची, शाळा सोबत्यांची, कॉलेज मधल्या काही गहिऱ्या क्षणांची, एखाद्या कोमल काव्य पंक्तीची आठवण जशी कुठे तरी खोल जाऊन दडून बसावी आणि आर्तक्षणी ती आठवण एकदम अंगावर कोसळावी, तसंच विसूच्या संगतीचं होतं. ज्यातील सुखदुःखाचे भान

आपल्याला जाणवलं नाही अशा कवितांचं, पुस्तकांचे कौतुक विसूच्या तोंडून ऐकलं की सपाट पठारालासुद्धा निराळी उंची जाणवत असे.

विसू कामात डोकं खूपसून बसला होता खरा, पण त्याला रमा चौधरीची आठवण ठुसठुसून होत होती. काल रात्री तो तिच्याकडे गेला. पहिल्यांदा गेला. प्राध्यापक गोखल्यांच्या बरोबर गेला. तेव्हाच तिनं केलेल्या स्वागतामुळे तो सुखावला होता. एवढ्या मोठ्या लेखिकेनं आपल्यासारख्या उदयोन्मुख कवीची एवढी कदर करावी याचं त्याला थोडं आश्चर्य आणि खूप अभिमान वाटला. रात्रीच्या त्या गप्पांच्या मैफलीत ती सारखं आपल्याबद्दल बोलत होती, आपल्याच कवितांतलं सौंदर्य पुन्हा पुन्हा वर्णन करीत होती. कविता पंक्ती म्हणून दाखवीत होती. आपल्या न गाजलेल्या कवितासुद्धा तिला एवढ्या पाठ कशा याचं त्याला आश्चर्य वाटत होतं.

रमा चौधरी ही मराठीतली एक अग्रभागीची लेखिका. दिसायला सामान्य पण तरीही आपल्या स्वैर वागण्यामुळे चर्चेचा विषय झालेली. तिच्या डोळ्यातल्या बुद्धीच्या श्रीमंतीनं विसू अगदी भांबावला होता. काल रात्री तिच्या घरातून निघतानासुद्धा त्याची पावलं बाहेर पडत नव्हती. त्यानं इतक्या लवकर जावं असंही रमाला वाटत नसावं. त्या सुस्त, पुष्ट आणि कामोत्सुक अशा स्त्रीची संगती सोडून गोखल्यांसारख्या अरसिक माणसाबरोबर, अन् तेही पौर्णिमेच्या चांदण्यातून, जायचं विसूच्या अगदी जिवावर आलं होतं. निरोप घेऊन बाहेर पडतेवेळी तिच्या धुंद डोळ्यांना डोळे भिडताच, विसू विरघळला. बिअरचा भरलेला ग्लास तोंडाला लावला तर फेसानं तोंड नुसतं कडवट होतं, तसंच विसूचं आत्ता झालं. समोर भरलेल्या प्याल्यातील केवळ फेसच विसूनं चाखला होता, आणि त्या कडवट धुंदीची आठवण करीत तो मार्गस्थ झाला होता.

रमा चौधरीच्या घरातून बाहेर पडल्याबरोबर गोखले एकदम बिघडला. तो म्हणाला,''तुला इथं आणलं हेच चुकलं. पहिल्या भेटीत तू इतका पाघळशील असं मला वाटलं नव्हतं. ही बाई तुला कच्ची खाऊन टाकील.''

''अरे, चल रे. ती काय खाते मला?''

''विशा, लेका तुला अनुभव नाही. तुझ्यापेक्षा दहा वर्षांनी ती मोठी आहे. तुझ्यासारखे कित्येक साहित्यिक तिच्या तलावात पोहून गेलेले आहेत. बघता बघता ती मामा करील.''

''अरे, छोड, रे हिच्यासारख्या पुष्कळ बायका मी बघितल्या आहेत.''

गोखले तुच्छतेने आणि कुचेष्टेने हसला.

"मर्जी बाबा तुझी! माझं सांगायचं काम मी केलं. पण लक्षात ठेव. तुझ्या-प्रमाणेच सर्वांचं साहित्य तिला मुखोद्गत आहे. सिंहाला कोणतं मांस आवडत आणि कोल्ह्याला कोणते हे तिला माहीत आहे, त्यामुळे ज्याची शिकार करायची त्याच्या आवडीचं भक्ष्य ती त्याच्यापुढे टाकते. तुमच्यासारख्या बावळटांना वाटतं, आपल्यावर अन् आपल्या काव्यावर एवढी जाणकार बाई, काय पण फिदा झाली आहे. पण मित्रा, सांभाळ बरं. हत्तीण मस्तीत येते - ती फार तर चार सहा दिवस..."

ऑफिसात बसल्या बसल्या विसूला कालचं सगळं संभाषण आठवलं. ही सर्व मंडळी रमाबद्दल इतकं तुच्छतेनं का बोलतात हे मात्र त्याला उमगू शकलं नाही. पुरुष लेखकांच्या बैठकीत रमाचा उल्लेख झाला नाही असं कधीच होत नसे. तिच्या नावाबरोबर अनेक आख्यायिका आणि आठवणी सारेजण मोठ्या चवीनं सांगत असत. त्यातल्या पुष्कळ खऱ्या किंवा खोट्या असणार हे उघड होतं. पण एकदा का रमाच्या चारित्र्याची चिरफाड सुरू झाली, की मग त्यात अहमहमिका सुरू होई. जे खरोखरच रमाशी संग करून आले असतील, त्यांनी रमाची निंदा करणे किंवा केल्यास त्यात सहभागी होणं हे असभ्यपणाचं होतं आणि ज्या कोणा दुर्भाग्यांना ती संधी गवसली नव्हती त्यांनी केवळ मत्सरापोटी कल्पित संभोगाची वर्णनं मिटक्या मारीत करून एका स्त्रीच्या नावानं अफवेचं मोहोळ उठवणं हेही काही सुसंस्कृतपणाचं लक्षण नव्हतं. पण कोणताच विषय नसला किंवा मैफलीची अखेर होत आली की रमाच्या हकीगती ओठावर घोळवीत घरी परतणं हा नेहमीचा शिरस्ता होता. आणि अशा मैफलीत भाग घेण्याचा प्रसंग अनेकदा आल्यामुळं विसूचं रमाबद्दलचं औत्सुक्य शिगेला पोचलं होतं.

रमाला त्यानं प्रथम काल पाहिली, तेव्हा ती साधं सुती पातळ नेसून पलंगावर बसली होती. तिच्या हातात नुकतीच प्रसिद्ध झालेली एक कादंबरी होती. कुणीतरी निमंत्रित पाहुणा येणार अशा तऱ्हेनं बैठकीची खोली आवरलेली होती. गोखलेबरोबर तिच्या डबलरूममध्ये शिरताना बसल्या बसल्याचं तिनं हात जोडून केलेलं सुहास्य स्वागत नासिकेत रेंगाळणाऱ्या धुंद सुगंधाप्रमाणे त्याच्या अंत:करणात बराच वेळ रेंगाळत होतं. पांढऱ्या शुभ्र बिछायतीवर किंचित रेलून बसलेली तिची स्थूल मूर्ती विसूच्या मनाला चिकटून राहिली. मधेच चष्मा काढून तो पदरानं पुसण्याची तिची ती लकब त्याला विद्ध करून गेली. तिच्या देहात एक जाडसर आळस घर करून असावा. पण त्या आळसामुळे तिच्या व्यक्तिमत्त्वाला एक काव्यात्मक उंची लाभली होती. तिचं हसणं पुरुषी होतं आणि ती हलक्या फुलक्या विनोदालासुद्धा खळखळून हसत होती अन् हसता हसता जवळपास

आडवी होत होती आणि त्यावेळेस तिच्या सैलसर बांधलेल्या अंबाड्यावरील पांढराशुभ्र ताजा गजरा जे झोके घेई त्यामुळे बदामी कंचुकीतून उघड्या पडणाऱ्या तिच्या सावळ्या पाठीकडे लक्ष जाई. तिच्या साऱ्या हालचालीत जो एक मुक्तपणा होता, जी एक हेतूशून्यता होती त्यात न विरघळणारा माणूस निरोगी मनाचा असूच शकणार नव्हता.

ऑफिसमध्ये आल्यापासून विसूला रमाची आठवण एवढ्या तीव्रतेनं होत होती की त्याचं कामात लक्ष नव्हतं, आणि त्याचं कामात लक्ष नाही ही गोष्ट हेडक्लार्कच्या चकण्या डोळ्यांतून सुटणं शक्य नव्हतं. त्याच्या चकण्या डोळ्यांची आणि उदास चेहऱ्याची विसूला कीव येई. असला रसशून्य माणूस आपल्या बायकोशी संसार तरी कसा करीत असेल? आपल्या बायकोला कुरवाळताना तरी याचे ओठ विलग होत असतील का? या केवळ कल्पनेनं त्याला हसू फुटलं. नेमकं त्याच वेळेला हेडक्लार्कने आपल्याकडे वळून पहावं आणि आपल्या आनंदात मिठाचा खडा टाकण्यासाठी आपलं तोंड अधिकच दुर्मुखलेलं करावं याचं विसूला वाईट वाटलं. पण निदान नेहमीसारखं अपमानास्पद तो काही बोलला नाही हे सुद्धा पुष्कळ झालं. ऑफीसातले सहकारी वा मित्र यापैकी कोणीही आपल्याजवळ येऊ नये आणि आपल्याला आता तरी बोलायला लागू नये असं विसूला वाटलं.

एका सुखाच्या नव्या पायवाटेवर तो चालला होता. मऊ मऊ कोवळ तृणांकुर पावलांना सुखवीत होते. रस्ता वळत वळत कोठेतरी उंच गेला होता. फुलांनी लपटलेल्या वेलींनी त्यावर कमान रचली होती. दुधाळ प्रकाश रुप्याचे कवडसे पायघड्यासारखे पाडीत होता. एक अजब ऊब गात्रांना सुखवीत होती आणि रेंगाळत रेगाळत, कवडश्यांशी खेळत खेळत न संपणारा हा पायरस्ता विसू चालत होता.

त्याच्यासमोर किंचित ओणवलेली, तीच रमेची स्थूल मूर्ती उभी आहे असा त्याला भास झाला. त्याचा उलगडा करून घ्यायच्या ऐवजी त्यानं डोळे मिटले आणि तिच्या मूर्तीकडे तो न्याहाळून पाहू लागला. कालच्यापेक्षाही ती आता सुंदर वाटत होती. त्या सौंदर्याची जात जरी कळली नाही तरी खूपच निराळं, आपल्या बाहूंनी आपल्याकडे खेचून घेणारं, उन्मत्त सिंहीणीच्या पराक्रमी पायरवाला जवळ करणारं ते रूप क्षणाक्षणानं जवळ येत होतं आणि त्यात कुठे तरी आपण गडप होऊन जाऊ याचं थोडं आश्चर्य आणि भय विसू जवळ थबकून गेलं.

"झोपलात की काय?"

"?"

"अहो, पुराणिक, झोपलात की काय?"

"नाही-कोण?" अर्धवट डोळे चोळीत चमकून वर पहात विसू म्हणाला. तोपर्यंत त्या स्निग्ध स्वरांनी त्याला आणखी थोडे काबीज केलं होतं. त्या नवीन पायवाटेवरून तो आणखी थोडा पुढे सरकला. त्याच्या डोळ्यासमोर रमाचा हसरा चेहरा, वजनानं किंचित रेललेली काया, आळसावलेली धुंद नजर उभी राहिली. त्या काळ्याशार निळ्या डोहात त्यानं आणखी एक डूब खाल्ली.

"झोप संपली की नाही?"

"झोपलो नव्हतो काही मी."

"मग काय चिंतन करीत होता?"

"छे हो!"

"तर मग काय एखादी सुंदरशी कविता?"

"हं हं...."

"सांगा तरी कवितेचे चरण"

"सांगू?"

"सांगा ना."

"वैराण माळरानी, हा एकटाच निंब,
चैत्रात एकदाच, होतो भिजून चिंब"

"खरंच, किती छान! कसं सुचतं हो तुम्हाला? मला नवल वाटतं, शब्दामागोमाग शब्द आणि अक्षरामागोमाग आर्तता कशी धावत येते हो तुमच्या? मला तर बाई, शब्दांच्या एवढ्या विनवण्या कराव्या लागतात की एक पानभर लिहिण्यापूर्वीच मी अगदी भिकारीण होऊन जाते आणि मग जिथे जिथे श्रीमंत दिसेल तिथे तिथे अक्षरांची भीक मागून कसातरी शब्दांचा संसार रेटून नेते. तुमच्या सारख्या शब्दवेड्या सौदागराला आमचं दारिद्र्य काय समजणार?" आणि तिचा तो नेहमीचा हास्याचा खळखळाट अंगाला झोके देत बाहेर पडला. एकदम विसू चपापला. साऱ्या सेक्शनवर त्यानं नजर फिरवली, तो हेडक्लार्क पासून साऱ्यांचे डोळे त्या दोघांच्यावर खिळलेले त्याला दिसले. तो शरमला. पण रमाच्या डोळ्यात मात्र तेजस्वी, निरोगी, विजयी हास्य होतं. तेच निरोगी, निरुपद्रवी सुंदर खळखळणारे हास्य, एखाद्या भोवऱ्यासारखे विसूच्या भोवती फिरले आणि त्या भोवऱ्यातून बाहेर पडण्याऐवजी तो आपणहून खाली खाली निघाला. पाताळात. पृथ्वीचा तळ फोडून खोल. पृथ्वीच्या तळाचा अंत घेण्यासाठी. पण हे हास्य त्याचा शेव धरून त्याच्या मागोमाग येतच होते-लाडिक इमानी

कुत्र्यासारखे.

"आपण बाहेर जाऊ या का? चहा घ्यायला?"

"अजून ऑफीस सुटायला आवकाश आहे."

"Please विचार ना त्या चकणोपंताला--" चकणोपंत हा शब्द तिने डोळ्यातून सुचवला. तिच्या बुबुळांची ही हालचाल कुणाही समर्थ पुरुषाला खेचून घेणारीच होती. त्याचवेळी भुवयांनीही जाळे पक्के केले आणि विसूला पार बंदिस्त केले.

ऑफिस सुटण्याच्या आतच दोघेजण बाहेर पडले. एवढ्या लोकांच्या नजरेला नजर देत जाणे विसूला अती तापदायक वाटले. रमाची संगत एकदम त्रासदायक झाली. एकदम तिला चकवून खुशाल एखाद्या सेक्शनमध्ये गडप व्हावे असे त्याला वाटले. पण मधूनमधून दृष्टिक्षेप, कुठे संवाद, कुठे स्पर्श, कुठे धक्का...सारी आयुधे तयार होती. शिकार मचाणाकडे येत होती. हाका ऐकू येत होत्या. आपण गुंतत आहोत हे भक्ष्याला कळत नव्हतं असं नाही. परंतु शिकारी सारी दारे बंद करीत आहे आणि एकाच योजलेल्या रस्त्यावरून ते येईल, हे आता कळून चुकलं होतं.

समुद्रावरची थरथरती हवा अंगाला लगटून गेली आणि तिनं हुडहुडी आणली. अगदी न कळत आपण रमाला लगटलो आहोत आणि ही अपेक्षित लगट हसऱ्या डोळ्यांनी रमानं स्वीकारली आहे, हे विसूच्या ध्यानात आलं. तिच्या पुष्ट बाहुगोलाचा मऊ स्पर्श या हवेनं आणखी सुखदायक केला होता. चर्चगेट समोरच्या त्या गर्दीतला एकांत आणखी दाहकता वाढवत होता.

"कुठं जाऊ या?"

"कुठंही" जागेला जणू काही महत्त्वच नव्हतं, काळाला अर्थ नव्हता. अर्थ होता एकाच गोष्टीला, बुडून जाण्यात.

संभाषणानं निराळा रंग घेतला. फळाभोवती हात फिरवता फिरवता एकदम फळाचा सुरीनं छेद घ्यावा तसा विसूच्या दु:खांचा, शल्यांचा आणि वेदनांचा छेद रमानं घेतला. शेकडो मैलांचे अंतर तिनं एका क्षणात कापले, आणि ती त्याच्या सन्निध येऊन उभी राहिली. जन्मोजन्मींची त्याची सखी स्वीकारासाठी हात पसरून जणू त्याच्यासमोर उभी होती.

विसूला स्त्री स्पर्श काही नवीन नव्हता. वासनेच्या सुगंधाने भोवळ येण्याची त्याला सवय होती. निरुपद्रवी दिसणाऱ्या गरुड पक्षानं एकदम संहारक स्वरूप घेऊन पंख उभारून भक्षावर झडप घातलेली त्यानं पाहिली होती. शांत सागरात

एकदम पर्वतप्राय लाटा उसळाव्यात आणि डुलणारं तारू लाटांच्या उंचीनं गडप करावं हाही खेळ त्यानं पाहिला होता. स्त्री त्याला अपरिचित नव्हती. तृप्ती त्याला अज्ञात नव्हती. पण तो साऱ्या एका क्षणाचा खेळ होता. सुंदर वाटणारा, अलौकिक वाटणारा, अद्‌भुत वाटणारा तो क्षण पकडून ठेवता येत नव्हता, आणि तो क्षण हातांतून निसटून जाताच विषण्णतेशिवाय काही उरत नव्हतं.

पण आता काही तरी निराळं घडणार होतं. घडत होतं. कधीच न अनुभवलेलं. ज्याची चिरकाल वाट पहावी असा तो क्षण आता कायमचा पकडता येणार होता. जगाच्या न कळत, स्वत:ला सुद्धा न कळत. हे गुपित फक्त त्याच्यात आणि त्याच्या सखीतच रहाणार होतं. काल रात्री तिला पाहिल्यापासून तर ज्या सखीचा शोध आपण घेत होतो, ती सखी आता गवसली आहे असंच वाटू लागलं आणि आता तिला सोडून चालणार नाही, अंगाला अंग घासून मीलनाचे पिसारे फुलवून ती साथ देते आहे, तिला ओ दिली पाहिजे.

पण नेहमीप्रमाणे आता रक्त सळसळत नाही. कामतृप्तीसाठी आता तडफड नाही. दुष्प्राप्य संधीसाठी धांदल नाही. शांत, लयबद्ध पावलांनी मीलनाची एक आर्त हाक आपल्याला सांगावा देते आहे आणि आपल्या उत्तराची अपेक्षा न करता पाठमोरी होऊन संकेतस्थळी परतत आहे.

समोरच्या खाद्यपदार्थात, हॉटेलच्या धुंद वातावरणात गीता हॉटेलातील अनावृत स्त्रियांच्या घोळक्यात, उत्तेजक संगीतात, रमा सर्वत्र होती. निळसर प्रकाशामुळे तिच्या सावळ्या पुष्ट कांतीला पारव्याचा कबरा रंग आला होता आणि पारवा घुमतही होता. येवढं नाजूक मनोहर रूप वासना धारण करू शकते ही कल्पनाच मुळी विसूला नवीन होती. तिच्या काव्यकोमल संभाषणातून एक नवा अर्थ, एक नवी पायवाट त्याला दिसू लागली.

"तू माझ्याबद्दल पुष्कळ ऐकले असशील नाही, विसू?"

"हं."

"मी सांगू, मद्याचा एखादा घोट पोटात गेला वा माझी मिठी जरा घट्ट झाली की सारे शहाणे पुरुष आपण तेवढे कसे या निंदेपासून अलिप्त असतो हे मला पुन्हा पुन्हा समजावून सांगतात. मला माहीत आहे, ज्या जिभेशी मी खेळत असते ती निंदेने लडबडलेली असते. पण जग हे मोठं कठीण आहे. विसू, पुरुषावाचून भागतच नाही म्हणून या आढ्यताखोर आणि बेईमानी पुरुषांना जवळ करायचं. मुळातच परमेश्वरानं स्त्रीची आणि पुरुषाची अशी काही संगत घालून दिली आहे की दोघांचं एकमेकावाचून अडावं. दोघांनी रुचीप्रमाणं हवं

तेवढं, हवं तेव्हा सुख मिळवायला परमेश्वराची मुळीच आडकाठी नाही. कुणी कुणावर उपकार करीत नाही. निसर्गाच्या या मनोहर खेळात सहभागी होणाऱ्या प्रत्येक खेळाडूला खेळाचे काही नियम पाळावे लागतात. पण खेळातला आनंद हवा तेवढा, हवा तसा लुटायचा आणि आपण खेळलेल्या खेळाची जाहिरात आपल्याकडे मोठेपणा घेत करायची! आपल्यावर एखादी स्त्री फिदा झाली यामध्ये वास्तविक पुरुषार्थाचं साफल्य असायला हवं. पण अशा स्त्रीची निंदा करण्यातच त्याला ते लाभत असावं की काय कुणास ठाऊक! माझी सोबत केलेले अनेक पुरुष माझी निंदा करत गावभर हिंडतात हे काय मला माहीत नाही? ज्यांच्यावर मी कधी आकृष्ट झालेच नाही, आणि ज्यांना कधी जवळ येऊ दिलंच नाही त्यांनी माझी निंदा केली किंवा मला बदनाम केलं तर ते ठीकच आहे. मत्सर कुणाला नसतो? पण माझ्यावर लुब्ध होऊन किंवा माझ्या लुब्धतेला वश होऊन जे माझ्याजवळ येतात, सुख घेतात-आणि देतात सुद्धा-त्यांनी सुद्धा माझ्याबद्दल वाटेल ते बोलावं यासारखे दुःख नाही. बसल्या जागेवर थुंकण्यासारखं नाही का रे हे?''

विसू अवाक् होऊन सारं ऐकत होता. रमाबद्दल बोलणाऱ्या प्रत्येक मित्राला तो आठवीत होता आणि रमाबरोबर येण्यात आपलं चुकलं किंवा काय असंसुद्धा वाटण्याइतपत अप्रसन्नता त्याच्या मुद्रेवर उमटली. रमानं आखलेल्या रिंगणाबाहेर जाण्याचा त्याचा यत्न रमाच्या जाणत्या डोळ्यांना समजला. रमानं त्याचा हात हातात घेतला आणि त्याला नकळत ती त्याच्या थोडी जवळ सरकली. विसू पुन्हा तिच्या विळख्यात अडकला.

''खरं सांगू विसू, प्रतिभेचा कसलाही अद्भुत स्पर्श मला जाणवला की मी आपोआप नम्र होते. त्या प्रतिभेला सर्वांगांनी जवळ करावं असं मला वाटू लागतं. दैवदत्त प्रतिभा काही कुणाच्या मेंदूतून किंवा हृदयातून चोरून किंवा उसनी आणता येत नाही. तेव्हा त्या प्रतिभेला जवळ करण्यासाठी त्या प्रतिभावंतालाच जवळ करणं सोयीचं नाही का? Container for the things contained'' आणि ते म्हणता म्हणता बऱ्याच वेळानंतर तिचं नित्याचं लाघवी हास्य परत आलं.

विसूच्या चित्तावरचा भार खूप खूप कमी झाला. त्याला वाटलं, आता वेळ न घालवता रमेनं आपला कुशीत घ्यायला हवं, सर्वांगाला स्पर्श करू द्यायला हवा. आता वेळ घालविण्यात काय बरं अर्थ आहे? हळू हळू तापत चालेली गात्रं अस्वस्थ करताहेत, हे तिला कळत नसेल का?

''मी काही सती सावित्री नाही. माझा कुणी आदर्श ठेवावा असंही मला

वाटत नाही, आणि माझ्या वर्तनाची कैफियत द्यायचीही इच्छा नाही किंवा त्याची गरजही वाटत नाही. मी कुणाजवळ कधी पैसे मागितले नाहीत. कुणाची निंदा केली नाही. कुणाला कायमचं नादावून ठेवलं नाही. पुरुषाला जशी निवडीची स्त्री मिळविता येते तसेच मीही आपल्या आवडीचे पुरुष आजवर मिळवले. पुढेही मिळवेन. जेव्हा जेव्हा काहीतरी विलक्षण प्रतिभा माझ्या दृष्टीत येईल तेव्हा तेव्हा मी पुन्हा पुन्हा बावरेन, हरवेन, आणि तिच्या समोर नम्र होऊन माझ्याजवळ जे देण्यासारखं आहे, त्यांचा नजराणा मी त्याला देईन. प्रतिभेची मी सदैव पूजाच करीन. जे जे क्षण माझ्या आयुष्यात असे अबोल अनुभव देऊन गेले, त्या त्या क्षणांना मी कृपणाप्रमाणे जपत राहीन. माझ्याशी संग करून माझी निंदा करणाऱ्या पुरुषांबद्दल माझ्या मनात राग नाही. कारण परमेश्वरानं त्यांना दिलेल्या अद्भुत देणगीचा, प्रतिभेचा स्पर्श त्यांच्यामुळेच नाही का घडला मला? विसू, तू सुद्धा उद्याचा एक असामान्य कवी आहेस. शब्दांच्या पंक्तीचा पूल करू म्हणशील तेव्हा तुला स्वर्गापर्यंत भरारी मारता येईल. मी कुठे तरी वाटेवर भिकारणीसारखी तुझ्या रूपाकडे पाहात, तुझ्या वेगाकडे पाहात झोळी घेऊ उभी असेन. तुझ्या अंगावरचा वारा पिऊन सुद्धा मी तृप्त होईन. विसू, तुझ्या प्रतिभेजवळ यायला मला दुसरा रस्ताच दिसत नाही. मला वेडीला वाटतं, तुझ्या अगदी जवळ-रंध्रा रंध्राच्या जवळ सरकले, तर कदाचित...''

''पण...रमा''

''बोल. विसू बोल.''

''तुझ्याबद्दल इतकं काही ऐकलंय. इतक्या घाणेरड्या कोट्या, इतके किळसवाणे किस्से, हकीगती... मला वाटायचं... पण ते तुला खरं नाही वाटणार.''

''वाटेल, खरंच वाटेल. विसू या घटकेला सारं खरं असतं. खोटं काही नसते. अरे, इथे आपण आपले नसतो. पाण्यात रंग विरघळावा तसे आपण आता एकमेकांत विरघळून जाऊ या. इथे खोटेपणा उरणार नाही. विसू, मला तर वाटतंय, त्या निंदा, त्या हकीगती, ती क्षुद्रता आणि फार मोठी वाटणारी ती सामान्य माणसे हे सारं सारं खोटं आहे. या प्रतिभावंतातला नर तर अगदीच सामान्य असतो. पराक्रम, अहंकार, रुद्रता आणि स्त्रीला पायतळी ठेवण्यासाठी असणारा उद्दामपणा... अरे यातले काहीसुद्धा नसते त्यांच्यापाशी-सारे क्षुद्र– नुसते खेकडे. सदा पाय वाकडा. माझ्या मिठीत असले तरीसुद्धा यांना आपल्या चाळीतला संसार, नऊ वीसची लोकल... सारे आठवते. ओठ पुढे करायच्या आतच ही क्षुद्र माणसे वासनेने लडबडून जातात. पुरुषाने अलिप्ततेचे सोंग केले

पाहिजे. केवळ मादीची तृप्तता कर्तव्य बुद्धीने केल्याची ऐट त्याने दाखविली पाहिजे. पण नजरेने लोळागोळा होणारे आणि क्षणार्धात चोळामोळा होणारे हे पुरुष... छी... पण विसू, एक क्षण ते मोठे वाटतात. पार मोठे. ज्या क्षणी मला ते हवेसे वाटतात तो क्षण. मग मात्र मी फरफटते, पार-फरपटते-''

रमा गंभीर झाली. डोळ्यांत पाणी तरळले. गुलाबातून दव ओघळावे तसेच चेहऱ्यावरून दव ओघळले. आकाशातून अवेळी सुरूसुरू पाणी पडावे आणि निरभ्र आकाशात एक नवे चैतन्य जाणवावे तसे एकदम तिच्या चेहऱ्यावर चैतन्य आले.

''हं रमा- तू फार सुंदर आहेस. मोकळी आहेस. इतक्या उघडपणे या गोष्टी कोणी बोलत नाहीत. तू सगळे बोलतेस. तुझा पुरुषांचा हव्यास तू झाकून ठेवीत नाहीस. तुला काही झाकताच येत नाही. कामेच्छा लपविता येत नाही, भावना झाकता येत नाही, पुरुषाविषयी तीव्र आसक्ती आणि त्याच्या क्षुद्रतेच्या जाणीवेने उद्‌भवलेली अनासक्ती, काहीच लपवता येत नाही. खरं सांगू, तुला अंगसुद्धा झाकता येत नाही. बावरून बघू नकोस. कपडे ठीक आहेत तुझे, पण कपड्यातून सुद्धा तुझं सारं सारं मला दिसतंय. मला लाज वाटते सांगताना. रमा, तुझ्या अंगावर माझ्या डोळ्यांना वस्त्र दिसतच नाही. तुझी उत्सुक, तप्त, सुखावणारी काया मला दिसते आहे. रमा, मी......''

पण बोलण्यासारखे काही उरले नव्हते. रमाच्या दुखोलीत पोचेपर्यंत रक्ताला आधण आले होते आणि ते निवलेही होते.

खोलीत गेल्यावर रमाने कपडे उतरवले अन् ती म्हणाली.

''मघाशी मी तुला नग्न दिसत होते. आता-''

''नाही ग! मघाशीच तू नग्न होतीस. आता हे तुझं शरीर खूप जाड वस्त्राने झाकलं गेलंय. मी पोचत नाही तेथपर्यंत.''

''विसू, असेच आहे हे? मलासुद्धा काय हवे ते कळले नाही. तुझी संगत, तुझा स्पर्श, तुझे चुंबन यांनी सुद्धा माझ्या रक्ताचे सार्थक झालंय. मला आता काही नकोय. नको, आता अंगाशी झटू नकोस. खरेचं मला काही नकोय रे आता. एखादे गंधित फूल देवासाठी ठेवावे, सगळीच आपण हुंगू नयेत. विसू, तुझे कोवळे रूप, तुझे लबाड केस, हे सारं माझ्या मालकीचे झालंय. पण मी तरीही भिकारीण आहे. या वेळेला तुला देता येईल असे मजजवळ मात्र काही उरलेच नाही. माझं स्त्रीपणच हरवलंय आता...''

-o-o-o-

अर्थ

विश्वासराव हॉस्पिटलमधील आपल्या अंथरुणावर डोळे मिटून पडले होते- हार्टअॅटॅकची पहिली भीती आता ओसरली होती. घाबरलेले नातेवाईक घरोघरी पांगले होते. डॉक्टरांचे फायनल रिपोर्टस अजून आले नसले तरी संकट टळल्यासारखे होते. रात्रभर झालेले जागरण आणि चिंताग्रस्त मन:स्थिती यातून सावरून विश्वासरावांच्या पत्नीचा– सुमित्राबाईंचा– आरामखुर्चीत डोळा लागला होता. किलकिल्या डोळ्यांनी विश्वासराव आपल्या पत्नीकडे पाहात होते. त्यांच्या त्या अश्राप चेहऱ्याकडे पाहून त्याही स्थितीत त्यांना हसू आले. त्यांचे लग्न झाले त्याला आता तीस वर्षे उलटून गेली होती. तरी अजूनही तेव्हाचा निरागस भाबडेपणा त्यांनी अंगोपांगावर बाळगला होता. कधी कधी विश्वासरावांना वाटे, हा भाबडेपणा हा एक बुरखा असावा. सत्याकडे काणाडोळा करण्याचा हा एक सभ्य प्रकार आहे एवढेच! गेल्या तीस वर्षांत विश्वासरावांच्या परिस्थितीत आमूलाग्र बदल झाला होता. एका सामान्य स्टेनोग्राफरचे ते एक उद्योगपती झाले होते. श्रीमंतीने दोघांचीही परिस्थिती बदलून टाकली. संपत्तीची झळाळी, तेज आणि चौकसपणा विश्वासरावांनी अंगीकारला, तर स्वास्थ्य आणि सुखासीनता सुमित्राबाईंनी स्वीकारली. अगोदर त्या फारशा सुंदर नव्हत्याच. पण असलेला नेटकेपणाही त्यांनी श्रीमंतीत बुडवून टाकला. त्यांच्या प्रमाणाबाहेर स्थूल असलेल्या देहाकडे व गबाळ्या पोशाखाकडे विश्वासराव पहातच राहिले, आणि का कोणास ठाऊक त्यांना रागिणीची आठवण आली.

रागिणीच्या आठवणीने ते एकदम अस्वस्थ झाले. आज सकाळी वास्तविक ते मुंबईला जाणार होते. डेक्कन क्वीनवर रागिणी भेटायला येणार होती. रागिणीची भेट त्यांच्या लेखी कधीच कळकट न होणारं अपूर्व असं मलमली वस्त्र होतं. नाजूक, स्निग्ध, मुलायम अशा तिच्या या दर्शनानं ते नेहमीच आपलं वाढतं वय आणि वाढती प्रतिष्ठा विसरत होते. गेली तीन चार वर्षे ते सैराटपणे या वादळात सापडले होते. त्यांच्या देहातला अणूरेणू त्या लवलवत्या तारुण्याने फुलून गेला होता.

सर्वसामान्य व्यवहार आणि बंधनं यांची सुद्धा त्याना भीती वाटेनाशी झाली.

तशी स्त्री त्यांना नवीन नव्हती. आपल्या पत्नीवर ते कधीच संतुष्ट नव्हते. पत्नी म्हणून, सहचरी म्हणून, एवढेच नव्हे तर अंथरुणातील भागीदार म्हणून ती थंड होती. थंड असण्याचा तिला अभिमान होता. कुलस्त्रीने असंच वागायला हवं असं तिला वाटत असे. आरंभी विश्वासरावांनी आपल्या साऱ्या हौसा, आवेग तिच्या ठायी झोकून दिले-परतभेटीची अपेक्षा न करता. पण मग त्यांच्या लक्षात आलं, हे सारे खेळ दोघांचे असतात. खेळातल्या साधनाची भूमिका स्त्रीनं घेतली की खेळातला रंग उडून जातो. मग चोरून-मारून ते बाहेरच्या जगातून सुख मिळविण्याचा यत्न करू लागले. या उपऱ्या सुखात क्षणाची धुंदी असते, नाही असे नाही. पण उंच गेलेल्या लाटा थंड होताच, सारं सुख चिडीचिप होत असे. त्या उन्मत्त धुंदीची ओहोटी अधिकच क्लेशदायक होते. परंतु पुनः पुन्हा चाळवलेले मन सुखाचे नवनवे रस्ते शोधण्याच्या यत्न करते, आणि मग फसगतीचा अखंड खेळ चालू होतो.

काल रात्री त्यांना झोपेतून जाग आल्यापासून आयुष्यातले काही उन्मादक क्षण आठवले होते-तुटक तुटक. जसजसे ते वैभवाची एक एक पायरी चढत गेले, तसतसे त्यांच्या वाटेत वेगवेगळी अमिषं येऊ लागली. कधी रंगीबेरंगी, कधी सुंगधी, कधी मुसमुसलेली, कधी आसुसलेली, पण ही अमिषे जाणून-बुजून रस्त्यात आलेली भुलावणी आहे हे त्यांनी जाणले. सारे केवळ देह होते. आत्मा नसलेल्या ह्या केवळ शय्या होत, असेच त्यांना जाणवले. देहाचे प्रमत्त भोग तृप्त झाले, पण सहचरीची भूक मात्र अपुरीच राहिली.

ही भूक फार जीवघेणी होती हे विश्वासरावांच्या लक्षात येऊ लागले. कारण त्यांच्या मनस्वी वृत्तीला नानाविध कल्पना सुचत आणि त्या त्यांच्या मनातच विरून जात असत. स्नेहाच्या स्पर्शाने सुखाला पालवी फुटते आणि दुःखाचे पाय गळून पडतात, आणि तो स्नेह जर बुद्धिनिष्ठ असेल तर त्या सुखाला समाधानाची फळेही येतात.

विश्वासरावांच्या आयुष्यात लक्ष्मी आणि कीर्ती दोन्हीही भरभरून वहात होत्या. त्यांना वाटे, संपत्तीच्या स्पर्शाने आलेले हे मोठेपण लोक लाचारीच्या नजरेने पुरेपूर निरर्थक करतात. ज्यांच्या डोळ्यांत कसली मागणी नाही अशी विचारपूस आपल्याला भेटणार नाही का?

तीन-साडेतीन वर्षांपूर्वी अकस्मात त्यांच्या आयुष्यात रागिणी आली, आणि इतके दिवस खोळंबून राहिलेले सुखाचे दरवाजे सताड उघडले. रागिणी

आली आणि तिनं आपलं आयुष्य केव्हा व्यापलं हेही त्यांना कळले नाही. बिझिनेस मॅनेजमेंटचा कोर्स पुरा करून ती एका सेमिनारला प्रशिक्षित विद्यार्थिनी म्हणून आली होती. विश्वासरावांचे त्या सेमिनारमध्ये भाषण होते. प्रौढ अवस्थेतही विश्वासरावांनी आपलं तारुण्य टिकविलं होतं. नीटस कपडे, बुद्धीनं झळाळलेलं व्यक्तिमत्त्व व धारदार बोचरे वक्तृत्व, यामुळे त्यांनी ती सभा तर जिंकलीच, पण रागिणीलाही जिंकून घेतलं. स्वतंत्र देशातील व्यापाऱ्यांनी आणि उद्योगपतीनींही सामाजिक ऋण मान्य केलं पाहिजे व सचोटी हे नैतिक मूल्य म्हणून नव्हे तर व्यवसायमूल्य म्हणून पाळले पाहिजे असा बाह्यत: रूक्ष दिसणारा विषय त्यांनी प्रामाणिकपणे आणि रंजकपणे मांडला होता. लबाडी म्हणजे व्यापार ह्या रूढ कल्पनेमुळेच संपत्तीबद्दल या समाजाला घृणा उत्पन्न झाली आहे असा त्यांनी समारोप केला. या सभेत रागिणीनं विश्वासरावांचं मन:पूर्वक कौतुक केलं. तिला रहावलं नाही, म्हणून तिनं त्यांच्याशी हस्तांदोलनही केलं. आपल्या हातावरची तिच्या हाताची पकड अवाजवी घट्ट आहे हे ध्यानात येताच ते थोडे अस्वस्थ झाले. सेमिनार नंतरच्या वेळेला ती त्यांच्याशी बोलली नाही. पण जाताना म्हणाली, 'तुम्हाला उद्या संध्याकाळी वेळ असेल तर माझ्या घरी चहाला या.' तिच्या डोळ्याला डोळा देताना विश्वासराव भांबावले व चटकन् 'हो' म्हणून गेले. वीस-बावीस वर्षांची ती मुलगी आपल्याकडे पाहून छद्मी हसते आहे असे त्यांना उगीचच वाटले. ते दूर वळणार एवढ्यात ती म्हणाली, 'तुम्ही येतो म्हणालात, पण माझा पत्ता कोठे घेतलायत?' विश्वासराव अधिकच बावचळले. एवढ्यात तिनं आपली पर्स उघडली व एका कागदावर आपला पत्ता लिहून दिला. ती पत्ता लिहीत असताना विश्वासरावांनी तिच्याकडे निरखून पाहिले. सहजगत्या लक्षात येण्यासारखं तिचं व्यक्तिमत्त्व नव्हतं. पण एकदा का तिला निरखून पाहिलं की मग तिच्यावरून नजर हलवणं कठीण होतं. सहसा दिसून न येणारा निरोगीपणा, डोळ्यातील लकाकी, अंगोपांगांचं सौष्ठव, कपड्यांचं साधेपण आणि उभं राहण्यात असणारी पुरुषी धिटाई- सारेच मजेदार. तिच्या बाहुगोलात रुतलेल्या पोलक्याच्या काठाखाली त्यांची नजर अगदी सहज गेली, आणि तेथून ती अगदी सहजगत्या सरकत तिच्या गळ्यापर्यंत पोचली. ती वाकून लिहीत होती. त्यामुळे तिच्या मानेला बांधेसूद बाक आला होता. तिच्या लयदार हालचालीत ते उगीचच चक्रावले. ते तिच्या मांसल वर्तुळात गुंतलेले असतानाच तिने चटकन आपल्या पत्त्याचा कागद हातात दिला. नको त्या ठिकाणी आपली गुंतलेली नजर तिच्या लक्षात आली. मग आपले पसरलेले हावरट भाव गोळा

करताना त्यांची त्रेधातिरपीट उडाली.

दुसऱ्या दिवशी वास्तविक ते परत पुण्याला यायचे होते. पण रागिणीचे आमंत्रण त्यांना मोह पाडीत होते. ते तिच्या घरी गेले आणि त्यांनी दरवाज्यावरची घंटा वाजविली. दरवाजा उघडताच समोर आलेल्या स्त्रीकडे पाहून ते चकित झाले. त्यांनी तिला ओळखलंच नाही. त्यांना वाटलं ती रागिणीची धाकटी बहीण असावी. त्यांनी विचारलं 'रागिणी घरी आहे?' तेव्हा समोरची स्लॅक्स घातलेली मुलगी खदाखदा हसायला लागली. तिच्या डोळ्याला डोळा भिडताच त्यांच्या ध्यानी आले की आपली फसगत झाली. ती रागिणीच होती. काल साडीमध्ये केवढीतरी प्रौढ वाटणारी रागिणी आज कितीतरी अल्लड आणि लहान वाटत होती. तिने दार लावून घेतलं ती म्हणाली, ''चुकलात की नाही?''

''चुकलो बुवा! काल केवढी दिसत होतीस. आणि आज!''

''अहो, कालचीच मी आहे. साडीत काय आणि स्लॅक्समध्ये काय, रागिणी तीच.''

तो पावेतो दोघेजण दिवाणखान्यात आले होते, सुंदर तऱ्हेने सजविलेल्या दिवाणखान्याकडे विश्वासराव बघतच राहिले. येथे वैभवाची कोणचीच खूण नव्हती. पण कलाचातुर्य मात्र जाणवत होते.

''घरात कोण कोण असता तुम्ही?''

''मी, आई, आणि माझा भाऊ! आमच्या कुटुंबात आम्ही तिघंच आहोत. वडील लहानपणीच वारले. भाऊ टूरला गेलाय! आणि आई कामावर गेली आहे. ती रात्री परत येते. घरात मी अगदी एकटी आहे.''

''एकटी! एकटी असं मुद्दाम कशासाठी सांगितलंस तू?''

''कारण साधं आहे. काल एवढ्या लोकांत तुम्ही चोरून माझ्याकडे पाहात होतात. नीटसं माझ्याकडे पाहता आलं नसेल. तेव्हा आता खुशाल माझ्याकडे पाहू शकता-पहायला मागू शकता.''

विश्वासराव एकदम चक्रावून गेले. ही मुलगी बोल्ड आहे की फ्लर्ट आहे याचाच त्यांना अंदाज येईना. श्रीमंत उद्योगपतींना नादी लावणाऱ्या अनेक स्त्रिया त्यांना माहीत होत्या, पण ही मुलगी त्यातली वाटत नव्हती.

''तुझ्या-माझ्या वयात किती अंतर आहे हे तुला माहीत आहे?''

''वयाचा काय संबंध आहे त्यात?''

''नसेल! पण तुझी नीटशी ओळख नाही, पाळख नाही. जगात इतक्या चांगल्या वस्तू आहेत त्या साऱ्या आपल्यासाठीच आहेत असं जर मानलं तर

मामला कठीण होईल.

"म्हणजे मी चांगली आहे म्हणायची!"

"असं मी अजून म्हटलेले नाही!"

"तर मग तूर्त मी म्हणते! तुम्ही एक फार चांगले कर्तबगार पुरुष आहात, देखणे आहात! विलक्षण बुद्धिमान आहात. समोरच्या माणसाला भारून टाकण्याची कला तुमच्याजवळ आहे. तुम्हाला मी यापूर्वी पुष्कळदा पाहिलं आहे आणि मला नेहमी वाटलंय, पुरुष असावा तर असा. तुमच्या-माझ्यात काहीच साम्य नाही. मी एक मामुली रूप असलेली बऱ्यापैकी भांडखोर मुलगी आहे. रुळलेल्या रस्त्यांनी जायला मला आवडत नाही. अशक्य तेच मिळविण्यात मला आनंद वाटतो."

तिच्या बोलण्यात बरीच धिटाई होती. साध्या गोष्टी ती सांगत होती- धीटपणाने विचारीत होती. ही धिटाई विश्वासरावांना परिचयाची नव्हती. तिच्या वागण्यात तारुण्यसुलभ कोटिबाजपणा व जीवनासंबंधीचा बेबंदपणा होता. ती अगदी सहजगत्या हात पुढे करी. असा हात पुढे करी की, विश्वासरावांना टाळी दिल्यावाचून गत्यंतरच उरत नसे. तिच्या डोळ्यांत निमंत्रण होते, पण ते निमंत्रण वासनेने बरबटलेले नव्हते.

विश्वासरावांनी संयमाची रेषा कुठे ओलांडली नाही पण आपल्या हातून ती केव्हाही ओलांडली जाईल अशी त्यांना भीती वाटत होती. क्षणभर त्यांच्या मनात येऊन गेलं, की रागिणी हेतुपुर:स्सर तर आपल्याला चेतवीत नसेल ना! पण तिच्या बदामी डोळ्यात आणि कधी कधी स्तब्ध होऊन निरखत राहाणाऱ्या मुग्ध सौंदर्यात त्यांना कपटाचा भाग दिसला नाही. ते कणाकणानं आपलं प्रौढत्व विसरत होते. तिच्या लाघवी स्वरोच्चारात, कटाक्षात आणि प्रक्षोभक वादपद्धतीत ते वाहत जात होते.

तीन-चार तास कसे गेले हेही त्यांना कळलं नाही. एवढ्या मोठ्या उद्योग-समूहाचा मालक म्हणून जी जबाबदारीची जाणीव त्यांना वागवावी लागे तिचा तर मागमूसही उरला नव्हता. एखाद्या बरोबरीच्या मैत्रिणीशी एखाद्या नवागत युवकाने जसं बोलावं, वागावं तसं ते आपोआप वागू लागले. त्यांना तो अनुभव नवीन होता. त्या नव्या अनुभवानं ते सारखं पेटत होते. पुन:पुन्हा वर्तुळाकार संभाषण एका चैतन्यदायी आकर्षणाभोवती गुंतत होते. कुणी पुढाकार घेतला, कुणी साद दिली, कुणी स्वामित्व गाजवलं हे त्यांना आठवत नव्हतं. परंतु त्यांच्यातील दुरावा संपून गेला होता.

मग पुण्याहून ते वारंवार तिच्यासाठी येत राहिले, तिला भेटत राहिले,

तिच्या आवर्तात गुंतत राहिले. तिनं कधी काही सांगितलं नाही. अवाजवी खर्चाला तिनं सदैव विरोध केला. त्यांच्या स्नेहवस्त्राचे पदर हळूहळू घट्ट होत गेले. ती त्यांच्या आयुष्याचा एक भाग बनत गेली. तिची नवनवीन रूपं त्यांच्या ध्यानात येऊ लागली. ती स्वाभिमानी होती, तल्लख होती हे जाणवताच, आपल्या संपत्तीचा व सत्तेचा दिमाख विश्वासरावांनी कधी बरोबर बाळगला नाही. तिला आवडतात असे नक्षीचे, रंगीत सुती– त्यांच्या वयाला विशोभित– कपडे सुद्धा ते वापरू लागले. कधीही न आवडणाऱ्या हिंदी सिनेमाला ते जाऊ लागले, जुहूच्या वाळवंटातील भेळ खाऊ लागले. लोक काय म्हणतील याचे भय त्यांनी सोडून दिले. खरं तर त्यांना ती सर्वार्थानंच हवी होती. सखी म्हणून आणि पत्नी म्हणून सुद्धा. एकदा सहजगत्या संभाषणाच्या ओघात त्यांनी तिला 'पुण्याला येतेस का?' असे विचारलं सुद्धा. तेव्हा ती निक्षून 'नाही' म्हणाली. त्यांच्याशी वागताना ती अहंकाराचा तोरा मिरवित नसे, पण कधी ते तिच्या स्वास्थाबद्दल चिंता करू लागले की ती चिडून जाई. तिच्या नोकरीसंबंधी एकदा विषय निघाला तेव्हा तर ती तिरसटपणे म्हणाली, "माईंड युवर ओन बिझिनेस. तुमच्या शिफारशीची मला गरज नाही."

रागिणीला नेमकं काय हवं आहे याचा विश्वासराव पुष्कळदा विचार करीत. पण त्याचा शोध त्यांना कधी लागला नाही. कोणत्याही प्रकारानं तिला साहाय्य करणं त्यांना शक्य झालं नाही. कधी तिच्यासाठी किंमतवान प्रेझेंटस विश्वासराव घेऊन गेले तर ती स्पष्टपणाने नाकारी. त्यावर संतापून विश्वासराव म्हणत 'ही मी तुझ्यासाठी आणली होती. आता याचे मी काय करू?' यावर मिस्कीलपणे हसून ती म्हणे, 'तुमच्या बायकोला द्या.' त्यावर अगतिक होऊन विश्वासराव म्हणत, 'बायकोला?' त्यावर ती म्हणे, 'का? बायकोला दिले म्हणून काय बिघडेल? बायकोला काय ही उंची अत्तरं, सेंटस, साड्या वापरता येणार नाहीत की काय? खरं तर या वस्तूंवर तिचाच अधिकार आहे.'

"तो कसा?"

"म्हणजे काय? ती तुमची लग्नाची बायको आहे. तुमच्या साऱ्या संपत्तीची ती मालकीण आहे."

"आणि तुझा काहीच अधिकार नाही?"

"मुळीच नाही."

"केवळ तिच्याशी मी लग्न केलं म्हणून मला माझ्या जिवाभावाच्या व्यक्तीला मला काही देता येणार नाही?"

"न यायला काय झालं? पण अवाजवी चैनीच्या वस्तू मी तुमच्याकडून घेऊ शकत नाही. एक मित्र दुसऱ्या मित्राला देतो ते सारं तुम्ही मला देऊ शकता. ते मी प्रेमानं घेईन. पण मला जिंकण्यासाठी किंवा भुलवण्यासाठी श्रीमंतीचा उपयोग करू नका."

विश्वासराव अवाक् झाले. रागिणी या बाबतीत इतकी हट्टी का झाली हे त्यांना कळलं नाही. कोणालाही मोहात पाडतील अशा या सुंदर वस्तू सहजगत्या नाकारण्याचं कारण तरी काय? त्यांची बायको त्यांना आवडत नव्हती असं नाही. पण बायकोसाठी त्यांनी कधी अशी खरेदी केलेलीच नव्हती-बायकोचीही तशी कधी अपेक्षा नव्हती. चाळीतून आपण बंगल्यात रहायला गेलो यावर ती खूश होती. नोकर, चाकरांनी घरातलं काम हलकं केलं यासाठी ती कृतज्ञ होती. विश्वासरावांच्या वैभवानं जी सामाजिक प्रतिष्ठा तिला मिळाली होती त्यात ती बुडून गेली होती. रागिणीच्या आणि विश्वासरावांच्या संबंधाचा तर तिने कधी चुकूनही उल्लेख केला नाही. तिला तो कळला असेल किंवा नसेलही, पण आपल्या नवऱ्यावर सर्वस्व ओतून टाकणारी अन्य कुणी स्त्री असेल याची मात्र तिला कल्पना नव्हती. आपल्या आणि आपल्या नवऱ्याच्या सांसारिक जीवनात काही उणीव आहे याचा तिला थांगपत्तासुद्धा नव्हता.

विश्वासरावांचे रागिणीशी काही झगडे झाले तर ते यावरूनच होत. याहून गंभीर झगडे कधी झालेच नाहीत. पण जरी झगडा झाला तरी बाकीचा सारा सहवासाचा आनंद ती बिघडून देत नव्हती. ती आणि विश्वासराव एकांतात असत, तेव्हा सुद्धा पहिल्या भेटीप्रमाणेच पुढाकाराची उर्मी दोघांनाही येई. किंवा घडे ते जुळलेल्या तंबोऱ्याच्या सुरात गायकानं आपला स्वर मिळवावा इतक्या सहज. स्वतंत्र व्यक्तिमत्त्व असलेली माणसे सुद्धा परस्परांच्यात इतकी विलीन होऊ शकतात हा अनुभवच मुळी विश्वासरावांना नवीन होता. त्या अनुभवाची खोली गाठता गाठता त्यांच्या नाकी दम येत असे. प्रत्येक वेळी हा अनुभव काहीतरी नवा असे. तीन वर्षांच्या काळात त्या अनुभवाला मळकटपणा आला नाही किंवा त्याची गोडी उणावलेली नव्हती. केवळ तारुण्याच्या उन्मत्त सुंगधाचा हा अनुभव नाही, तर एका विमुक्त समाधीचा हा अनुभव आहे, हे त्यांना सदोदित जाणवत होतं. तिच्या संगतीतून त्यांचा पाय निघता निघत नसे. पण तिने कधीही त्यांची गाडी चुकवू दिली नाही. किंवा ठरलेले कार्यक्रम बिघडवू दिले नाहीत. केवळ या धुंद सहवासाचा सुगंध बंद खोलीतच पसरत नसे, तर त्यांच्या नानाविध व्यापात, उद्योग-व्यवसायात त्यांना तो जाणवत असे. कुणालाही

जाणवावा असा बदल त्यांच्यात झाला होता. प्रौढत्वानं आणि वैभवानं येणारी सुस्ती केव्हाच अदृश्य झाली होती. त्यांच्या बोलण्यात-चालण्यात एक नवी झळाळी आली होती. एरवी सावधगिरी म्हणून त्यांनी जे उद्योगविषयक निर्णय एरवी टाळले असते ते त्यांनी आता उमेदीने स्वीकारले. एवढेच नव्हे, तर नेटकेपणाने पार पाडले. व्यवस्थापकीय कौशल्य, दूरदृष्टी यांच्या बळावर तर ते आजवर मोठे झाले. पण आता त्यात साहसाचा आणि अचूकपणाचा भाग आला होता. गेल्या दोन-तीन वर्षांत त्यांनी लक्षावधी रुपये मिळविले. मनोमन त्यांना हे कबूल करावे लागे की, रागिणीनं आपल्याला स्वत:च्या सौंदर्यात आणि लाघवात केवळ बुडवून ठेवले नाही तर आपल्यातील कर्तृत्वाला चेतना दिली, पुरुषार्थाला आवाहन केलं, म्हणूनच आपल्या हातून हे सारं घडलं.

पण विश्वासराव अंतर्यामी कुठेतरी दु:खी होते. चार-दोन तासांच्या सहवासावर किंवा प्रयत्नपूर्वक जुळविलेल्या एखाद्या रात्रीवर त्यांचं मन तृप्त नव्हतं. हे चैतन्य जीवनाच्या सर्व प्रहरात आपल्याजवळ असायला हवं, पण ते तर आपण मिळवू शकत नाही ही खंत त्यांना होती. या आपल्या संबंधाला अर्थ काय, असाही ते कधी कधी विचार करीत. पण तो अर्थ त्यांना लागण्यासारखा नव्हता. आजवरच्या त्यांच्या आयुष्यात बाळगलेल्या जीवनपद्धतीशी विसंगत असे ते वागत होते. त्यांना ते कळत होतं, त्यातून त्यांना बाहेर पडताही येत नव्हतं आणि पडायचंही नव्हतं. हव्या त्या पद्धतीनं हे संबंध आपल्याला घडवता येत नाहीत यामुळे कित्येकदा त्यांच्या सुखद संबंधाला तडे जाण्याची पाळी आली होती. परंतु त्यांच्या हातात याबाबत काही उरलेलं नव्हतं. ती सूत्रे रागिणीनं आपल्या हाती ठेवली होती. आपल्या मागे आपल्या या संबंधांची चर्चा चालत असणार हे त्यांना कळत नव्हतं असं नाही. मात्र याबाबत रागिणीला काही वाटत नाही, याचंच त्यांना आश्चर्य वाटत होतं. पुन: हे तिच्याजवळ बोलण्याची सोय नव्हती हा आणखीनच एक तिढा होता. कालच्या आजाराने मनात इतके दिवस गुंतलेले अनेक प्रश्न एकदम आ वासून उभे राहिले.

या आजारात आपलं बरं वाईट झालं तर रागिणीला काय वाटेल? तिचं पुढं कसं होईल? आपल्याला तिला नुसतं भेटतासुद्धा येणार नाही या विचारानं ते बेचैन झाले. खरं तर ते एक कृतार्थ आयुष्य जगले होते. मृत्यूचं त्यांना तसं भय वाटण्याचं कारण नव्हतं आणि त्या अर्थानं वाटतही नव्हतं. पण रागिणी हा असा एक मखमली रस्ता होता की मृत्यूच्या सीमारेषेवर उभं राहून सुद्धा त्या रस्त्याचा मोह त्यांना सुटत नव्हता. लोकांच्या लेखी ते पन्नास वर्षांचे होते. त्यांनी

तीस वर्षं संसार केला होता, पण त्यांच्या लेखी त्यांचा खरा संसार दोन तीन वर्षांचाच होता. इतक्या लौकर त्याची अखेर व्हावी याचं त्यांना भय होतं. त्यांना जगायची खूप खूप इच्छा निर्माण व्हावी आणि त्याच वेळेला ते मृत्यूच्या अगदी शेजारी जाऊन उभे रहावेत एवढंच त्यांना दु:खं होतं. मृत्यूपूर्वी रागिणीची निदान एकदा भेट व्हावी एवढी त्यांची फार फार इच्छा होती. ती भेटली असती तर त्यांना तिला काही सांगायचं होतं. आजवर त्यांना ते सांगता आलं नव्हतं. पण आपल्या मृत्यूपूर्वी ती काही इथे येत नाही असं त्याना वाटलं आणि ते झोपेतून पुन: एकदा जागे झाले.

त्यांना परिचित आवाज ऐकू आला-तोच चैतन्यदायी मधाळ आवाज! ज्या आवाजानं त्यांच्या आयुष्यातील अनेक मळकट वर्षें पुसून गेली होती-जो आवाज त्यांच्या विझत चाललेल्या पुरुषार्थाला पुन: चेतना देत होता-ज्या आवाजाचा दिलासा मृत्यूच्या संगतीतही मृत्यूला दूर रोखू शकत होता-तोच आवाज. तीच ती हृदयातून उमटलेली हाक-त्या हाकेची ते आज कितीतरी वर्षें वाट पाहात होते. रागिणीनेसुद्धा एवढ्या उत्कट स्वरात आजपर्यंत अशी हाक मारलेली नव्हती. ती हाक केवळ कानांनी ऐकता येत नाही तर सारी गात्रे आसुसून जाऊन या हाकेची वाट पाहात होती. या नश्वर जगाच्या पलीकडची ती हाक होती. ती हाक ऐकताच विश्वासरावांच्या डोळयांतून पाणी तरळलं, डोळे उघडून या आवाजाचा शोध घेण्याची त्यांची इच्छा होती, पण डोळे उघडतच नव्हते. डोळ्यातून पडणारी आसवं रोखावी अशीही इच्छा होती, पण हात उचलत नव्हता. त्या अनंतातून येणाऱ्या चिरतरुण हाकेला साद द्यावी अशी इच्छा होती पण तोंडातून हाक उमटत नव्हती. त्यांना, अंग थरारून टाकणारा एक काममुक्त स्पर्श जाणवत होता, पण त्याला जबाब देण्यासाठी देह साथ करत नव्हता. विश्वासरावांनी खूप धडपडून यत्न केला. होतं नव्हतं ते बळ गोळा केलं आणि डोळे उघडण्याचा यत्न केला. आसवांनी भरलेल्या किलकिल्या डोळयासमोर वाकून निरखत असलेली रागिणी त्यांना दिसली. रागिणीच्या डोळयाला डोळा भिडताच त्यांच्या बधिर गात्रांनी एकदम हालचाल केली. त्यांना एकदम नवीन अवसान आलं. ते पुटपुटले,

"रागिणी, तू आलीस?"

विश्वासरावांना उत्तर ऐकू आलं नाही पण कोणीतरी अंगाअंगावरून मोरपिसे फिरविल्याचा भास झाला. चिरपरिचित सुगंधानं त्यांची नासिका भरून गेली आणि मग विरघळून गेलेली चेतना परत येते आहे असं त्यांना वाटलं. त्यानी पुन:

डोळे उघडले, तो खरोखरच समोर रागिणी उभी होती. रागिणी त्याही अवस्थेत हसत होती. ते हास्य पाहून विश्वासराव सुद्धा ओठांतल्या ओठांत हसले. आपण मृत्यूच्या सावलीत असतानासुद्धा रागिणीनं हास्यानं स्वागत केलं यामुळे त्यांच्याही मुद्रेवर एक झळाळी आली. ते म्हणाले, "केव्हा आलीस? कशी आलीस?"

"पाखरांचे पंख लावून, उडत उडत."

"केव्हा आलीस?"

"ही आत्ताच!"

"मला वाटलंच होतं की तूच असली पाहिजेस, त्याशिवाय मला जाग येणारच नाही."

"मलाही वाटलं होतं की तुम्हाला काही झालेलं नाही. मला पाहिलंत की तुम्ही एकदम बरे व्हाल."

"तुला कुणी सांगितलं?"

"अहो, महाराज, आज तुम्ही मुंबईत येणार होतात. तुमच्या वेळा कधी चुकत नाहीत. म्हणून मुंबईहून तुमच्या इथल्या ऑफिसला फोन केला, तेव्हा कळलं की तुम्ही हॉस्पिटलमध्ये आहात. हॉस्पिटलच्या औषधांचा तुम्हांला काही उपयोग नाही हे मला माहीत होतं. तुमचं औषध माझ्याजवळ आहे. चटकन टॅक्सी केली आणि आले निघून."

"तुला कुणी इथलं भेटलं नाही?"

"भेटले! सगळेजण भेटले. तुमचे डॉक्टर भेटले. तुमच्या मिसेस भेटल्या."

"तुला भेटली ती? काय म्हणाली?"

रागिणी हसली "त्या काहीसुद्धा म्हणाल्या नाहीत. मला पहाताच त्यांनी मला जवळ घेतलं. मला मिठी मारली. इथे मला घेऊन आल्या आणि मी आग्रह केला तरी इथं न थांबता बाहेरच्या बाकावर बसल्या आहेत."

"खरं म्हणतेस?"

"खोटं कशी सांगेन मी? मी कधी खोटं बोलेन तुमच्याशी?"

"तसं नव्हे ग, पण ती तुला काहीच म्हणाली नाही?"

"खरंच काही नाही. मी कोण ते सांगितलं. मला भेटायचंय असं सांगितलं आणि त्या मला वर घेऊन आल्या."

"तुझा तिनं राग नाही केला?"

"मुळीच नाही. उलट मला पाहून त्या फार समाधानी दिसल्या. माझ्याबद्दल त्यांना माहिती आहे असं मला वाटतं."

"नसेल ग! तिला कोण सांगणार?"

"असल्या गोष्टी कुणाला सांगाव्या लागत नाहीत. खरं म्हणजे, तुम्ही होऊनच त्यांना सर्व सांगायला हवं होतं."

"मी?"

"हो, तुम्हीच. तुमचे माझे संबंध ज्यांना कळले पाहिजेत अशा फक्त त्याच आहेत."

"पण हे मी तिला कसं समजावून सांगू?"

"का बरं? मी तुम्हांला आवडले. तुम्हाला माझं फार आकर्षण आहे. मलासुद्धा तुमचं आहे. सर्वसामान्यत: नसतात तसे आपले सर्व संबंध आहेत. आपण भेटतो-एकत्र रहातो. यात इतकं लपवण्यासारखं काय आहे? चोरटेपणानं त्यांना कुणीतरी हे सर्व सांगण्यापेक्षा तुम्हीच सांगणं सोयीचं नव्हतं का? माणसं अपराधी वृत्तीनं एकमेकांना खरं सांगत नाहीत. परिणाम एवढाच होतो की माझ्यासारख्या तिऱ्हाईत व्यक्तीवर मात्र अन्याय होतो."

"तो कसा?"

"मी त्यांच्या सुखात वाटेकरी आहे, हे त्यांचे दु:ख मी समजू शकते. पण आपली फसवणूक व्हावी, आपली उपेक्षा व्हावी, आपणाला लुबाडलं जावं हे दु:ख जास्त मोठं आहे. हे दु:ख तुमच्या पत्नीला तुम्ही का दिलंत? शिवाय तुमच्याकडून माझी कसलीही अपेक्षा नाही. नाही प्रतिष्ठेची, नाही सन्मानाची, नाही पैशाची, नाही मालकी हक्कांची. मी कटाक्षानं त्या सर्व गोष्टी टाळलेल्या तुम्हाला माहीत आहेत. निदान मी लुटारू नाही. मला तुम्ही आवडलात, हवेसे वाटलात, तुम्हाला मी मिळवलं, तुम्ही माझेही झालात. पण मी तुम्हाला माझ्या मालकीची वस्तू केलेलं नाही. तशी मी करणार नाही. तुम्ही पुष्कळदा चिंतेत असता. हा विषय काढता. पण तो मी तुम्हाला काढू दिला नाही, याचं कारण तुमच्या कर्तबगार अशा संपन्न व्यक्तिमत्त्वाचाच फक्त मला स्नेह हवा आहे. त्यावर मी अगदी संतुष्ट आहे."

"माझ्याशी लग्न करायला तुला आवडणार नाही?"

"तुम्ही अविवाहित असतात तर केवळ लोकव्यहारासाठी मी त्याचा विचार केलाही असता. पण दुसऱ्याच्या हिरावून घेतलेल्या– चोरीच्या वस्तू मिरवण्याची मला हौस नाही."

"तुझा तू कधी विचार केला आहेस का?"

"हो! पुष्कळ."

"तुला काळजी वाटत नाही?"

"मुळीच वाटत नाही. स्वत:च्या पायावर उभी असलेली मी एक स्वयंपूर्ण अशी स्त्री आहे. मी काही तुमची रखेली नाही."

"तुला तसं कोण म्हणतंय?"

"तुम्ही म्हणाला नाहीत, पण तुमच्या वागण्यात असा भास असतो. तुम्हाला वाटेल, आपल्यापेक्षा खूप लहान अशी तरुण मुलगी आपल्या प्रेमात पडली आहे, ती आपल्या पैशाच्या लोभासाठी. तिच्यासाठी काय वाटेल ते करायचं. थोडक्यात, तुम्ही जो काही अन्याय केलात असं तुम्हाला वाटतंय-त्यांची तुम्हाला रुपये आणि पै मध्ये भरपाई करायची आहे. पण हे काही खरं नाही. तुमच्या माझ्या संबंधात न्याय-अन्याय हे काही घडलंच नाही. एका ओहोळानं दुसऱ्या ओहोळात मिसळावं इतक्या सहजपणे तुम्ही माझ्या आणि मी तुमच्या आयुष्यात आलो. तुम्ही मला नादी लावलेलं नाही किंवा मीही तुम्हाला मोहात पाडलेलं नाही. एकमेकांनी एकमेकांला का आवडून घ्यावयाचं याचे काही रूढ संकेत आपण मोडले आहेत. पण म्हणजे काही अन्याय नव्हे. तुम्हाला उगीचच गिल्टी कॉन्शन्स आहे."

"नाही, असं नाही."

"असंच आहे. मी जेवढा उन्मत्त आनंद तुमच्या संगतीत भोगते तेवढा तुम्हाला तो भोगता येत नाही. मला तुम्हास नीट समजून सांगता येत नसेल, पण तुमच्या संबंधात या गोष्टीचा फार व्यत्यय येतो."

"असं म्हणतेस?"

"हो! तुम्हाला आपल्या वाढत्या वयाचा बाऊ वाटतो. हा आपला प्रेमसंबंध अनैसर्गिक वाटतो. आपलं वागणं अनैतिक वाटतं. तुम्ही कुणीतरी फार शहाणे आहात-कुणालाही फसवू शकाल आणि मी म्हणजे कुणी एक अजाण मुलगी आहे-जी सहज फसू शकते, असं तुम्ही गृहीत धरलं आहे. तुम्ही आज आजारी आहात, भयग्रस्त आहात, तुमच्या मनात माझी चिंता आहे. माझ्यावर अन्याय झाला आहे या कल्पनेने तुम्ही शरमिंदे आहात, पण खरं सांगू? माझ्यावर तुम्ही कसलाही अन्याय केलेला नाही. एका पराक्रमी पुरुषाला आपल्या बुद्धीने, रूपाने, लाघवाने-आपुलकीने जिंकून टाकणं यातच स्त्रीचं सार्थक नाही का? केवळ तारुण्यातला उर्मीमुळे एकत्र येणं यात विशेष काय आहे? तुम्हांला मिळविण्याची तुम्ही मला संधी दिलीत. माझ्या लेखी तुम्ही माझा सन्मान केलात.

"पण मग माझ्या मृत्यूनंतर?"

"तुम्हाला काहीही होणार नाही, आणि झालंच काही तर असं समजू नका

की मी रडत-कुढत बसेन. खरंच, मला तुम्ही इतकं काही दिलं आहेत किंवा मी तुम्हाला काही दिलं आहे-की आता देण्याघेण्यासारखं काही उरलेलंच नाही. तरी मी दुर्मुखलेली रहाणार नाही. जे जे समोर येईल त्याला मी हसतमुखाने सामोरी जाईन. ही गोष्ट तर मी गृहीतच धरली होती की तुमच्यासारख्या माझ्याहून वयाने मोठ्या असणाऱ्या, पुरुषावर मी प्रेम केलं तेव्हा आयुष्याचा काही काळ मला कदाचित एकटीने काढावा लागेल. पण माझी तक्रार नाही. या तुमच्या आजारात तुमच्या मनात मात्र कसली खंत तुम्ही ठेवू नका.''

विश्वासरावांच्या डोळ्यांतून अश्रू ठिबकले. तिच्या हातावरची पकड त्यांनी अधिकच घट्ट केली. त्यांना खूप बोलायचं होतं पण बोलण्याची इच्छा उरली नाही. आपले हिशेब आणि चातुर्य हे सारं फुकट आहे हे त्यांच्या ध्यानात आलं. त्यांनी तिच्यासाठी तिच्या नावावर घेऊन ठेवलेले दीड-दोन लाख रुपयांचे शेअर्स ज्या पाकिटात होते ते त्यांच्या उशाखालाचं पाकीट त्यांना टोचू लागलं. त्यांनी डोळे मिटून घेतले.

त्यानंतरचे एक-दोन दिवस विश्वासरावांची तब्येत सुधारत गेली. ती रागिणीच्या सहवासानं की वैद्यकीय उपचारानं- हे सांगणं कठीण आहे. या आजारातून आपण उठणार असंही त्यांना वाटलं. रागिणी परत मुंबईला जाण्याची भाषा करू लागली. कितीतरी नानाविध गोष्टींची रंगविलेली संभाषणं तिच्या जाण्याचा विषय निघाला की तुटू लागत. विश्वासरावांच्या पत्नीच्या मुग्ध-अबोलपणाने रागिणीसुद्धा अस्वस्थ होई, पण कधी कधी लाडिकपणानं त्या तिला जवळ घेत तेव्हा तो अस्वस्थपणा निघून जाई. दिवसाच्या कोणत्याही क्षणी, जणू काही आत्ताच स्नान होऊन आल्याप्रमाणे, प्रसन्न दिसणारी रागिणी हा सर्वांच्या कौतुकाचा विषय होई.

पण विश्वासरावांची सुधारत चाललेली प्रकृती तिसऱ्या दिवशी अकस्मात बिघडली आणि विश्वासरावांना पुन: हार्टअ‍ॅटॅक आला आणि बघता बघता त्यांची प्राणज्योत मालवली. विश्वासरावांचे घरदार, नोकर-चाकर, सारी अपार दु:खात बुडून गेली. सारं घर रागिणीकडे बघत होतं, पण रागिणी मात्र खिडकीतून निरभ्र आकाशाकडे वेड्यासारखी पाहात राहिली होती. तिच्या डोळ्यांत पाण्याचे टिपूसही नव्हते. एवढेच नव्हे तर तिने साधा हुंदकाही दिला नाही.

विश्वासरावांचे प्रेत हॉस्पिटलमधून हलवले तेव्हा उडालेल्या आकांतात रागिणीकडे कुणाचे लक्ष गेलं नाही. सारे लोक एकामागोमाग एक निघून गेले. रागिणी मात्र एकटीच खिडकीपाशी बसून राहिली. डॉक्टरानी तिला हलवून जागे केले. तिच्या खांद्यावर थोपटलं आणि ते म्हणाले, 'यू आर ए ब्रेव्ह गर्ल!'

उत्तरादाखल ती केविलवाणेपणाने हसली. तिच्या डोळ्यांतले वेडसर भाव डॉक्टरांच्या लक्षात आले. त्यांनी एका नर्सला तिच्याबरोबर दिले आणि तिला गाडीतून घरी पाठविले. गाडी चालू होताच रागिणी सावरून बसली आणि तिने ड्रायव्हरला गाडी स्मशानभूमीकडे नेण्यास सांगितली. नर्सने तिचा हात दाबला. ती म्हणाली, 'बायका स्मशानात जात नाहीत.' रागिणीने उत्तर दिले, 'पण मी जाणार आहे. तुम्हाला यायचं नसेल तर तुम्ही उतरू शकता.'

गाडी स्मशानात जाऊन पोहोचली, तेव्हा ड्रायव्हरने खाली उतरून दरवाजा उघडला. नर्स बाहेर उतरली. रागिणीनं बाहेर यावं म्हणून तिने रागिणीचा हात धरला. पण ती एकदम चपापली. तिने वाकून पाहिलं. रागिणी हालचाल करत नव्हती. तिने चटकन तिची नाडी पाहिली आणि ती ड्रायव्हरला ओरडली, 'परत हॉस्पिटलमध्ये चल.' ड्रायव्हरने वेगाने गाडी हॉस्पिटलकडे नेली. ड्रायव्हरने आत जाऊन डॉक्टरना बोलावून आणले. डॉक्टरनी चटकन रागिणीची नाडी तपासली, आणि लगेच त्यांच्या लक्षात आले, हे पाखरू केव्हाच उडून गेलंय. ज्वालांच्या पायऱ्यांवरून, धुरांच्या वलयांमधून विश्वासराव येण्याच्या आत ही त्यांची प्रौढ मैत्रीण त्यांच्या स्वागतासाठी आधीच पुढे गेली आहे.

डॉक्टरांना वाटले, की ती ब्रेव्ह मुलगी-स्वयंपूर्ण मुलगी-स्वावलंबी मुलगी एवढ्यात कुठं अदृश्य झाली? जणू काही अर्थ संपताच पाटीवरच्या शब्दांनी स्वत:लाच पुसून टाकावे तशी...

-०-०-०-

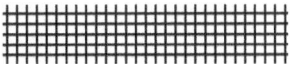

जमुनातीरावरील काळ

मास्टर चंदरच्या मनात मिरजेला आपली गाडी घेऊनच जायचं होतं. परंतु त्याची जुनी गाडी खरं म्हणजे आता त्याच्यासारखी शोभेची वस्तू होती. आपल्याजवळ गाडी आहे हा रुबाब दाखविण्यापलीकडे त्या गाडीचा फारसा उपयोग नव्हता. त्याच्या एकेकाळच्या वैभवाची ती एक खूण होती. गाडीशिवाय चालणं हे चंदरच्या रंगीबेरंगी जगात त्याला शोभण्यासारखं नव्हतं.

खरं पहायला गेलं तर चंदरची तितकी वाईट स्थिती नव्हती. वर्षातून दोन तीन चित्रपटात अजूनही त्याला रोल मिळत असत. परंतु त्याच्या ध्यानात आलं होतं की आपलं सारं काही संपलेलं आहे. रोज जेथे नवीन सूर्य उगवतो आणि अनेक चित्रचंद्रिका उदयाला येतात, त्या झगमगत्या रुपेरी दुनियेत कालचे पर्वत आज भुईसपाट होतात. चंदरला हे कळलेलं नव्हतं असं नाही. आज त्याला जे रोल मिळत ते त्याच्या पात्रतेनुरूप असत, असंही नाही: परंतु कुणावर तरी केलेली पूर्व काळातली मेहेरबानी कधी कधी फळाला येत असे. एकेकाळचा हा अग्रगण्य हीरो, एखाद्या छोट्याशा कामासाठी घेताना निर्मात्याच्या मनात भावना असे ती कृतज्ञतेचीच. चंदरही कधी ओढून ताणून धरत नसे. मिळेल ते काम, मिळेल ती रक्कम तो हसतमुखानं स्वीकारी. आपलेही दिवस पालटतील असा चित्रपट दुनियेत सदोदित वावरणारा खोटा आशावाद त्यानं चुकूनही मनात बाळगला नव्हता. कारण दिवस पालटण्यासाठी आता पहाट होतीच कुठे? संध्याछाया डोकावू लागल्या होत्या. एकेकाळचं उमदं रूप ओसरू लागलं होतं. कितीही ऐटबाज कपडे घातले तरी निबरपण लपविता येत नव्हतं. पूर्वकाळात भोगलेल्या स्वच्छंदी आयुष्याच्या खाणाखुणा आजच्या जर्जर आणि तोळामासा प्रकृतीत सापडण्यासारख्या होत्या. पण त्या कशाबद्दलच चंदरची तक्रार नव्हती...यश-अपयश, सुखदुःख, कीर्ती-विस्मृती, कलावंताच्या आयुष्यात यायच्याच, हे त्याला पटलेलं होतं.

या चंचल दुनियेतले नियमही विचित्र असतात. उगवत्या सूर्याला नमस्कार

करणाऱ्यांची रांगच रांग येथे उभी असते. इथं सदैव तारुण्याचा बाजार मांडलेला असतो. सारं काही टवटवीत प्रफुल्लित, सुंदर, अन् नवीन या जगाला हवं असतं. चंदरच्याच बरोबरीचे कितीतरी नट, दिग्दर्शक, संगीतकार आज विस्मृतीच्या गर्तेत कोठल्या कोठे फेकले गेले होते. ज्या नट्यांच्या बरोबर चंदरने दिलखेचक प्रेमप्रसंग रंगविले होते, त्यातल्या कित्येक नट्या आपलं म्हातारपण सांभाळत कुणाच्या तरी घरी आश्रयानं राहिल्या होत्या. तर कुणी आपल्या सुकुमार कन्यांचा नजराणा या सृष्टीला सादर करून आपलं नाव टिकवून होत्या. जुन्या जमान्यात प्रकाशाच्या झोताबाहेर राहिलेल्या आपल्या सहकाऱ्यांच्या कडवट आणि चिडक्या प्रतिक्रिया पाहताना चंदर मनात कोठे तरी दुखावला जात असे. आपापल्या परीनं ते सारेच कलावंत मोठे होते. पण तारुण्यापेक्षा या जगात काहीच मोठे नसते हे त्यांना कळलं असतं, तर त्याचं आयुष्य दुःखी झालं नसतं. निदान चंदरनं तरी आपलं आयुष्य दुःखी होऊ दिलं नव्हतं.

चंदरच्या ऐन उमेदीच्या काळात त्याचा दिग्दर्शक असणारा केदार कुरेशी आणि संगीतकार प्रकाश चंद्र आज चित्रपट व्यवसायात चाललेल्या अनेक अपप्रकारावर तोंडसुख घेत असत. पैसे घेऊन खोटी स्तुती समीक्षक कशी करतात, रेडिओवर आपली गाणी वाजविण्यासाठी हजारो रुपयांचा चंदा कसा द्यावा लागतो, ह्या ना त्या अशा अनेक तक्रारखोर संभाषणांमुळे, आपल्या जमान्यातल्या दोस्तांना तो शक्यतो टाळत असे. जुन्या जमान्यातील त्याचे मित्र त्याला यामुळे टाळावे लागत, तर नवीन जमान्यातले तरुण व तरुणी आपल्या वैभवाच्या मस्तीमुळे आणि त्याच्या एके काळच्या लोकप्रियतेच्या स्तुतीमुळे बिचकून त्याला टाळत असत. तसा चंदर एकटाच होता. एकटाच राहणार होता. मनात खंत असली तरी तो दाखविणार नव्हता.

चंदरनं सारं आयुष्य एकाकीच काढलं. तसं म्हटलं तर अगदी ऐन प्रसिद्धीच्या काळातही तो एकटाच होता. त्याच्या एका कृपाकटाक्षासाठी, हस्तस्पर्शासाठी किंवा शय्यासुखासाठीही झुरणाऱ्या स्त्रिया त्या काळात काही कमी नव्हत्या. एका मागून एक किल्ले सर करीत जाणाऱ्या एखाद्या सेनानीच्या, केवळ जिंकण्याच्या ईर्षेत तो काही काळ अनेक स्त्रियांत रममाण झाला. चित्रपट व्यवसायातल्या नटरंगी बायका तर सोडाच पण ज्याचं नखही पहायला मिळणार नाही, अशा कित्येक उच्चभ्रू प्रमदा त्याच्या आयुष्यात आल्या आणि गेल्या. पण कुठं गुंतावं असं त्याला वाटलंच नाही. ह्या स्त्रिया आपल्या आयुष्यात येणं हे तो अपरिहार्यच मानत होता आणि ह्या आयुष्यात आपण गुंतलो तर आपल्या

कलाजीवनावरच मर्यादा पडतील असा एक त्याचा गैरसमज होता. तरुण, अल्लड, निरागस कुमारिका आपला मुलूख, घरदार सोडून या रंगेल दुनियेत प्रवेश करण्यासाठी जेव्हा धडपडू लागत, तेव्हा त्यांच्या यशाच्या पायऱ्यात पहिली-दुसरीच पायरी असेल, ती चंदरची. एखादी त्याच्याशी गुंते. त्यांचं कोवळं लावण्य, निरागस आशा-आकांक्षा व आपल्याविषयी असलेली अपार श्रद्धा पाहून क्षणभर त्याला मोह होई, की त्यापैकी कुणाचे तरी एखादीचे पंख कापून टाकून तिला आपली जीवनसाथी बनवावं. पण त्यानं प्रयत्नपूर्वक ते मोह टाळले. आपल्या अमर्याद शक्तीवर त्याचा विश्वास असल्यामुळे अशा मोहात गुंतून पडायचं नाही असं त्यानं ठरवलं. पण आपल्या पायाखालची वाळू सरकते आहे, असं जेव्हा त्याच्या ध्यानात आलं त्यावेळी आपल्याजोगी सहचारिणी आपल्या परिवारात उरलेली नाही हेही त्याच्या ध्यानात आलं आणि मग त्यानं तो विचारच सोडून दिला.

कधी कधी फारच अस्वस्थ झाला की चंदर गुलजारच्या कोठीवर जाई. गुलजार एके काळची उत्तम ठुमरी-गजल गाणारी गायिका होती. आरंभी आरंभीच्या काळात तिनं सिनेमात पार्श्वगायिका म्हणून आपलं बस्तान बसविण्याचा यत्न केला होता. परंतु तिचा आवाज माईकला चांगला नसल्यामुळे म्हणा किंवा तिला सिनेमांच्या धेंडांशी जमवून घेता न आल्यामुळे म्हणा, तिचं सिनेमात काही जमलं नाही. सिनेमात केलेल्या उचापतीची फक्त एकच आठवण तिनं पुढच्या आयुष्यात बाळगली होती. ती म्हणजे चंदर. चंदरचं आणि तिचं तेव्हा नातं जुळलं आणि ते तिच्या पुढच्या काळात थोडं फार टिकून राहिलं. गुलजार सुंदर नव्हती. पण तिच्या गाण्याचा ढंग काही निराळा होता. तिच्या कोठीवर चांगल्या जाणकार रसिकांची नेहमी गर्दी असे. तिचं घर हे चंदरचं एक विसाव्याचं स्थान होतं. चंदर आपल्याकडे का येतो आहे हे तिला चांगलं कळत होतं. चंदरची अस्वस्थता तिच्या ध्यानी येई, आणि ती त्याला फार जवळिकीनं वा आग्रहानं जेवाय-खायला ठेवून घेई. काही जुन्या सुखदुःखाच्या गोष्टी करी आणि चंदरही त्या आपुलकीच्या वातावरणात काही काळ विरघळून जाई, आणि पुन: नवचैतन्य घेऊन जीवनाच्या धडपडीसाठी बाहेर पडे.

दोन दिवसांपूर्वी चंदर गुलजारकडे गेला असताना गुलजारनं त्याला एक मोडक्या तोडक्या अक्षरात लिहिलेलं पोस्टकार्ड दिलं. त्या मोडक्या तोडक्या अक्षरात त्याला परिचयाची खूणच सापडेना. पण त्या पत्राखालची जमुना ही अक्षरं त्यानं पाहिली आणि सारा भूतकाळ त्याच्यापुढं लखकन् जमा झाला.

जमुना! एक अद्भुत लावण्य! स्वर्गातून अगदी वाट चुकून पृथ्वीवर आलेली एक शापित गंधर्व कन्यका. ते दिवस जमुनाचे होते. आजच्या इतक्या प्रसिद्धीचा झोत चित्रपट कलावंतावर होत नसतानासुद्धा जमुनेवर कुर्बान करण्यासाठी लाखो घायाळ मने आशक होत होती. तिच्या प्राप्तीसाठी झुरणाऱ्या धनिकांच्या रांगा तिनं लाथेनं झिडकारल्या होत्या. सिनेमातल्या जगात यशाचा कोडवर्ड म्हणजे जमुना. ते दिवसच तसे रंगीन होते. पैसा, प्रसिद्धी, चाहते आणि कलावैभवाचा अत्युच काळ यामुळे जमुना ही एक स्वप्नावत वाटणारी दुर्मीळ गोष्ट होती. त्यावेळेस चंदर नुकता कोठे या कचकड्याच्या दुनियेत येण्याचा यत्न करीत होता. जमुनेची आणि त्याची एका चित्रपटात जोडी जमली आणि दोघांच्या नशिबानं तो चित्रपट तुफान चालला. चित्रपटाच्या दुनियेत असल्या योगायोगांना फार मोल असते. जमुना आणि चंदर यांनी अनेक चित्रपट गाजवले. या उगवत्या ताऱ्याची ओळख न पटल्यामुळे जमुनेनं त्याला थोड्या तुच्छपणानंही वागविलं होतं. पण त्याला दोघांचाही इलाज नव्हता. सिनेमाच्या जगात हे असं नेहमीच चालतं. जमुना त्याच्याहून मोठी होती. तरी पण जमुनाविषयीचं आकर्षण सतत त्याच्या मनाला वाटत होतं. चित्रपटात जसे अनेक योगायोग असतात, तसाच एक योगायोग घडला आणि चंदर आणि जमुना खऱ्या अर्थाने एकत्र आले.

स्त्रियांच्या विषयीचं कुतूहल अजून शमलेलं नव्हतं, अशा काळात चंदरला जमुनेसारख्या लोकविलक्षण आणि आक्रमक स्त्रीरत्नाची प्राप्ती झाली होती. चंदरच्या आयुष्यातला तो एक बेबंद स्वप्नमय काळ होता. अत्तराप्रमाणे जणू काय स्त्रीसौख्याचा अर्कच त्यांच्या अंगोपांगाला लागला होता आणि सिनेमात जे घडतं तेच घडून चंदर आणि जमुना यांची जोडी फुटली.

पण अनेक वर्षे उलटली तरी चंदरच्या मनातील जमुनेची प्रतिमा तशीच राहिली होती. तिच्या देहानं दिलेले आक्रमक जबाब अजूनही त्याच्या विकल गात्रांना आठवत होते. तसं पाहिलं तर सर्वत्र स्त्री मनाची जात एकच असते. उत्कंठा, सळसळ, आवेग, उर्मी, बेहोषी, तृप्ती आणि समाधान यांचं चढत्या भाजणीचं ते एक सुखद स्वप्न असतं. एखाद्या अक्राळविक्राळ बुभुक्षित सिंहाची ती एक शिकार असते. पण तो शिकारीवर एकदम तुटून पडत नाही. एखाद्या उन्मत खळखळणाऱ्या धावत्या सरितेचा तो एक प्रपात असतो. ते सारंच शब्दात पकडता येण्याइतकं सोपं नसतं. जमुना जरी त्याच्या मिठीतून पुढे कायमची दूर झाली तरी ती त्याच्या मनात कायमची घर करून राहिली होती.

मिरजेच्या स्टेशनवर चंदर उतरला आणि खालच्या मानेनं तो हॉस्पिटलच्या

दिशेनं चालू लागला. हॉस्पिटलजवळच्या एका धर्मशाळेत ती राहात होती आणि तिनं त्याला भेटायला बोलावलं होतं. आपल्याला भेटणारी जमुना कशी असेल, याचा विचार करीत, हातातली बॅग सावरत, मधे भेटणाऱ्याला पत्ता विचारत तो जमुनेच्या भेटीला चालला होता.

एका खोलीचा दरवाजा उघडला. दार उघडणाऱ्या त्या अपरिचित तरुण मुलीला त्यानं विचारलं, "जमुनाबाई इथेच राहतात का?" त्या मुलीनं त्याला उत्तर द्यायच्या आतच आतल्या खोलीतून आवाज आला, "चंदर, आलास ना? तू येशील याची मला खात्री होती." चंदरनं बॅग एका मोठ्या स्टुलावर ठेवली आणि तो आतल्या खोलीत गेला.

एका कॉटवर चोळामोळा होऊन पडलेल्या जमुनेच्या त्या क्षीण देहाकडे चंदरनं नजर टाकली, आणि त्याला गलबलून आलं. ज्या एका सुकुमार देहाच्या प्राप्तीच्या आशेनं अनेक लोक जिच्या भोवती पिंगा घालत त्या सुकुमारत्वाचा आता लवलेशही नव्हता. काळ तारुण्याला हरवतो हे तर चंदरनं स्वतःही अनुभवलं होतं. पण तो इतकी निर्घृण थट्टा करू शकेल, हे मात्र त्याच्या स्वप्नातही आलं नसतं. जुनी एखादी तरी आठवण शोधण्याचा त्यानं प्रयत्न केला आणि त्याच्या लक्षात आलं की डोळ्यांखेरीज पूर्वीचं म्हणता येईल असं तिच्याजवळ काहीही उरलेलं नव्हतं. त्या डोळ्याला डोळे भिडताच तीस वर्षांपूर्वीचा काळ ओलांडून तो मागच्या सृष्टीत गेला.

राजस्थानच्या एका छोट्या राजधानीत औटडोअरसाठी जमुना आणि चंदर गेले असताना तिचा सहवास त्याला लाभला होता. तिच्या लेखी चंदर कुणीच नव्हता. परंतु बेपर्वाई, अहंमन्यपणा यातूनच कुठे तरी तिची त्याची गाठ पडली. अगदी नकळत. अपरिचित मुलूख, वेगळं, एकांत असलेले वातावरण आणि तिच्या जोगता अन्य कोणताच पुरुष युनिटमध्ये नसल्यामुळे तिनं त्याला दिलेलं खुणेचं निमंत्रण, या सर्व गोष्टी आताही जमुनाच्या डोळ्यातून त्याला दिसत होत्या. दोन्ही अंगांनी भरून वाहणारी जमुना आता जरी आटली होती तरी ती सळसळत वाहणारी एक सरिता होती याची याद त्याला येत होती. तिच्या पाण्यातला गढूळपणा आता लोपला होता. पण जे निमंत्रण तेथे डोळ्यात बाकी होतं ते तेवढंच उन्मादक होतं.

अस्वस्थ होऊन चंदर तिच्या कॉटशेजारी बसला. तिचा सुरकुतलेला हात त्यानं हातात घेतला. तो म्हणाला, "काय दशा झालीय जमुना तुझी!"

"अरे, शेवटच्या प्रवासाला निघालेली आहे ना मी?"

"असलं काही अभद्र बोलू नकोस तू."

"अरे, यात अभद्र कसलं? देवानं सारं काही मला दिलं होतं. रूप होतं. लौकिक होता. पैसा होता. पण प्रत्येक नव्या खेळण्याच्या मागं धावत जाण्याच्या स्वैर वृत्तीनं साऱ्याची माती केली. तुझ्यासारख्या एखाद्या माणसाशी मी निष्ठेनं राहिले असते तर माझी ही दशा झाली नसती."

"खरंच तुला असं कधी वाटलं होतं?"

"खूप वेळा वाटलं होतं. पण ते फार उशिरा, जेव्हा सिनेमाच्या झगझगत्या दुनियेतून उठून जायचे दिवस आले तेव्हा. मला वाटायचं तू मला झिडकारलंस, अपमान केलास तर..."

"नाही जमुना. मी तुला कधीच झिडकारलं नसतं. खरं तर माझ्या आयुष्यात आलेली खऱ्या अर्थाने व पहिली स्त्री तूच होतीस. आपण एकत्र असतो तर कदाचित तुझी अशी दशा झाली नसती."

"नाही चंदर. चोळामोळा व्हायलाच मी निर्माण झाले होते. अतिरिक्त अहंकार आणि हव्यास यांची अखेर अशीच व्हायची."

"पण तू इतके दिवस करीत तरी काय होतीस?"

"वाहत होते-प्रवाहाबरोबर. मला कळत होतं, की मी सर्वनाशाकडे चालले आहे."

"जाऊ दे. कशाला हव्यात त्या दुःखद गोष्टी. तू आता आधी बरी हो."

"अरे, बरं कशासाठी व्हायचं? जगायचं तरी कशासाठी? जगण्यासारखं माझ्या जवळ काय उरलंय?"

"असले काही विचित्र विचार मनात येऊ देऊ नकोस. नेहमीच काही आपल्याला लाटेवर स्वार होता येत नाही. पूर्वीसारखे आज दिवस नाहीत म्हणून आजचं आयुष्य काही अगदीच मातीमोल नसतं."

"खरंच, चंदर, मला तुझं आश्चर्य वाटतं. आकाशातून घरंगळून पडलेल्या उल्कांसारखं आपलं आयुष्य असूनसुद्धा तू पुष्कळ सुखी दिसतोयस. तृप्तही दिसतोस. खरंच, तुझी किमया तुलाच साधेल."

"त्याचं असं आहे जमुना, कलावंताला एक शाप आहे. त्यानं ठरवायला हवं, काही काळ खूप चमकणं भाग्याचं की दीर्घकाल लुकलुकत राहणं भाग्याचं. आज जे प्रसिद्धीच्या झोतात आहेत त्यांची स्थितीही उद्या आपल्यासारखीच होणार आहे. त्या उतरत्या प्रवासाची ज्यांनी तयारी केलेली असते त्यांना आयुष्य सुसह्य होतं. मी ती केली होती."

''मला ते जमलं नाही. प्रसिद्धीच्या झोताचा माझा हव्यास एवढा जबरदस्त होता की पहिले काही दिवस मी खूप धडपडले. खूप पैसे खर्च केले. माझा देह येणाऱ्या जाणाऱ्याला खुल्लम्‌खुल्ला लुटू दिला. आशा होती, की सिनेमात बराच काळ मी जगू शकेन. पण ते जमलं नाही. माझी तृष्णा हा सुद्धा इंडस्ट्रीत चेष्टेचा विषय झाला आणि मग जो आधार देईल त्या एखाद्या श्रीमंत माणसापाशी मी रहात गेले. सारा अभिमान, अहंकार तर गळून पडलाच पण अखेरी माझ्या देहाचा चोळामोळा मात्र माझ्या हाती उरला.

'जाऊ दे, जमुना. जाऊ दे. तू कशीही असलीस तरी मला जगायला हवी आहेस. माझ्या वैभवाच्या काळातील तू एक निशाणी आहेस. मी तुला बरी करणार आहे आणि मुंबईला घेऊन जाणार आहे.''

''छे छे, असलं काही तुला मी करू देणार नाही. माझ्या आयुष्याची उदास सावली मी मुळीच तुझ्या आयुष्यावर पडू देणार नाही. माझ्या बोलावण्यासरशी तू आलास यात मला सारं भरून पावलं.''

एक दोन दिवस चंदर मिरजेतच राहिला. त्याने अनेक तऱ्हेने जमुनाची समजावणी करण्याचा प्रयत्न केला. परंतु ती बधली नाही. ती एवढंच म्हणाली, 'तू म्हणाला होतास ना, की आपण दुसऱ्याच्या इच्छेचं खेळणं होऊ नये म्हणून? झालं तर मग. जेव्हा कधी मला शेवटची हाक येईल, तेव्हा तू शेजारी असलास तर मला फार बरं वाटेल. मला माहीत आहे की, जुन्या कुठल्या तरी स्वप्नात रंगून तू अजूनही या चोळामोळा झालेल्या घाणेरड्या रोगग्रस्त देहाची अभिलाषा करतो आहेस. एरवी जरी मला जमलं नाही, तरी या वेळेला तरी माझ्या हट्टानं मला एकटंच जगू दे.''

मिरजेहून चंदर निघाला, तेव्हा तो फार अस्वस्थ झाला होता. आपल्या परीनं त्यानं औषधपाण्याची आणि शुश्रूषेची व्यवस्था केली, तरी त्याच्या लक्षात आलं होतं की कोणतंही औषध तिच्यात जगण्याची इच्छा निर्माण करू शकणार नाही. पुन: तिची आपली गाठभेट होईल असाही त्याला भरवसा वाटत नव्हता. जमुनाला मागे सोडून परतण्यावाचून तिनं त्याला गत्यंतर ठेवले नव्हतं. त्याच्या हे मात्र ध्यानात आलं होतं, की ज्या दिवशी जमुना हे जग सोडून जाईल, त्या दिवशी ज्या आठवणींच्या बळावर हे अंधारलेले आयुष्य आपण जगतो आहोत; त्यातला उरलेला प्रकाशही संपून जाईल, आणि मग मात्र जी वाटचाल करावी लागेल, ती अगदीच एकाकी असेल, अगदीच एकाकी.

आणि डोळे भरून यायच्या आत तो शीळ घालू लागला. पुन: स्वत:ला

सावरू लागला. गाडीच्या आवाजावर शीळ घालू लागला. धुरकट आसमंतात प्रकाश शोधू लागला.

प्रकाशाची एक छोटीशी तिरीप पुन: त्याला खुणावीत होती. पूर्वीचा तो मास्टर चंदर चित्रपटातल्या भूमिका वठवण्यासाठी मुंबईच्या जगात परतत होता-

मात्र द्वारकेच्या वैभवात जमुनाकाठावरचा काळ त्याला झटकता येत नव्हता... ताशे-पिपाण्या-ढोल यांच्या गदारोळात एका मुरलीचा स्वर त्याला बिलगून होता.

-०-०-०-

मरवा

दिग्दर्शक नंदकुमारांनी 'पॅकअप' असा पुकारा केला तेव्हा मला अगदी हायसे वाटले. सारा दिवस आंबला होता. कामाला अंत नव्हता. दुय्यम दिग्दर्शक खरे पहाता हमाल असतात. त्याला पहाव्या लागणाऱ्या गोष्टीत, नायिका अमलाराणीच्या कुत्र्यापासून, ते लेखक जमदाडे याच्या व्हिस्कीपर्यंत, सारे काही असते. प्रॉपर्टी आहे, सेट आहे, डायलॉग आहे, लाईटसची काही भानगड नाही असा दिवस नाही. साऊंड, बाबा आदमाच्या काळचा... हरे राम!

हे असेच चालायचे. या व्यवसायात लोक इथेच का मरतात याचा मला अजून शोध लागायचा होता. काठावर पोहणाऱ्याला भोवरा समजत नाही असे माझे झाले होते. इथे लोक मखमली चढाव घालीत... मी कोंकणी वहाणांवर खूश होतो.

थोड्याशा जोरावर मला व्हायचे होते नायक! टोप घातलेले राजाभाऊ... चंद्रकांत-सूर्यकांत हे सरल्याशिवाय आम्हांला चान्स नव्हता. इथली मापे निराळी. सौंदर्य, गुण, अभिनय यापेक्षा ह्या दैन्यशाली दुनियेत ज्यांना हसतमुखाने रहाता येते, जगता येते, इथल्या परिस्थितीत कधी लाचारी, कधी मुजोरी करता येते, ती माणसे टिकतात. नायक होतात. मोठी होतात.

आता दिग्दर्शकाचा दुसरा असिस्टंट हा बहुश: दुसराच राह्यचा असतो. कुणी एखादा एखादा कोल्हापुरी गूळवाला किंवा एकादी हौसमौज करणारी इचलकरंजी-हातकणंगल्याची श्रीमंत चटक चांदणी लाभली तर मात्र प्यादाचा फर्जी होतो....क्लॅपबॉयचा किंवा चायवाल्याचा डायरेक्टर होतो. जमले तर रौप्यमहोत्सवी चित्रपट काढून बसतो. मला काही तो चान्स नाही. अन्य जगात चांगले म्हणून समजण्यात येणारे संस्कार इथे अगदी निरुपयोगी. बाईकडे न बघणारा माणूस इथे तद्दन गाढव. दारू नको म्हणणारा भोट... कोंबडी न पचवणारा 'बोकड' कसा कापणार? फर्स्ट क्लास बोलणारा, बोललेले विसरणारा, आणि न बोललेले दुसऱ्याच्या गळ्यात घालणारा इथे श्रेष्ठ म्हणून चमकतो.

नाहीपेक्षा, शाळेतला मास्तर होणे काय वाईट?

मामला गंभीर आहे. पण आशा अमर आहे. सिनेमांतल्या ऐकीव, भडक श्रीमंतीवर मोहीत होऊन मी इथे रस्ता धरला तो साफ चुकला. निघालो बाबुलनाथाला अन् पोहचलो सोनापुराला!

माणसाला बुद्धी असणे फार वाईट. या 'लायनीला' बुद्धिमान माणसाचे हाल पाहावत नाहीत.

कॉलेजचा सीन झाला तेव्हा मी म्हणालो, "सेटचं राहू द्या नंदकुमार. कारण नवा सेट मिळणार नाही या दरात. पण पोरी? त्या तरी कॉलेजमधल्या घ्या. अगदी रुपया-बारा आणेवाल्या एक्स्ट्रॉ नकोत." तेव्हा फोटोग्राफर रामू राणे तोंडात तमाखूची फक्की टाकीत म्हणाले, "याच कास्टवर पंधरा कॉलेजे एक्स्पोझ केली राव. कॉलेजमधल्या पोरी तेवढ्या भरल्या अंगाच्या नसत्यात अन असल्या तरी त्या म्हणू तेव्हा थानं हलवीत कॅमेऱ्यापुढं येतील का? बोला?"

मी काय बोलणार कपाळ! चाललेय तेच चालू द्यावे. आजोबा शोभणाऱ्या नटाबरोबर प्रेयसी म्हणून, 'लव्ह डायलॉग' म्हणावे लागावेत हीच गमंत आहे इथे!

सांगायचे काय? मामला गंभीर आहे एवढेच खरे! आमच्यासारखे शहाणे या लायनीत आले ते लाईन सुधारायला...पण लाईन तशीच राहिली आणि आम्ही शहाणे मात्र गाढव झालो! लायनीचा गुणच आहे तसा. विश्राम बेडेकर घ्या, के. ना. काळे घ्या. लायनीत आले...लायनीबाहेर राहिले. सिनेमाही नीट केला नाही आणि व्यवहारही नीट केला नाही.

सांगायचे एवढेच की माझ्यासारखा माणूस इथे कुचंबत होता. नको ती कामे करीत होता.

आज सकाळीच असंतोषाची ठिणगी उडाली. अमलाबाई, मालाबाई या साऱ्यांच्या गाड्या सकाळी फुल करून घ्यायच्या म्हणजे सबंध दिवस त्या स्टुडिओत असतात, अन् यांच्या गाड्यांच्या पेट्रोलच्या टाक्या कशा रोज संपतात हेच कळत नाही. सगळा चोरीचा मामला! मिळेल तेवढे लाटायचे. मग सिगरेट काय, कपडे काय, पेट्रोल काय! झाले त्यावरून भांडण. शेवटी मूर्ख आम्हीच ठरलो.

रात्री दहा वाजले. क्षुल्लक क्षुल्लक गोष्टींसाठी नंदकुमार घोळ घालीत होते. अमलाबाईचा सारा परिवार, एका कोपऱ्यात तिच्या रक्षणार्थ शूटिंग सुरू झाल्यापासून बसून राहिला होता. सिनेमावाल्यापासून रक्षण करावा असा तिच्या देहाचा कोणताच भाग खरं पहाता शिल्लक नाही आणि अमलाबाईला त्या साहाय्याची गरजही नाही. आमच्या क्षेत्रातली शहाणी शहाणी माणसे तिच्या भोवती गोंडा घोळताना

आम्ही पाहिली आहेत. प्रसिद्धीचा सोपान तिला गवसला आणि मग तिने देहाचा मखमली गालिचा त्यावर पसरला. खरे पाहता अमलाबाईहून देखण्या अशा शेकडो मुली गोव्याच्या कलमी बागेत मिळण्यासारख्या आहेत. पण बात नशिबाची आहे. लोखंडाचे सोने करणाऱ्या परिसाची गाठ पडणे ही केवळ अल्लाची कृपा!

अमलाचे एक जाऊ द्या-ती निदान देखणी तरी आहे. अंगाने भरलेली आहे. टवटवीत आहे, आणि खुशी झाली तर देहाचा पुष्पगुच्छ द्यायची तिची तयारी आहे. पण केशरचे काय? या बाईवर लट्टू होणारे महाभाग पाहून मी चकित होत होतो. रंगवल्यामुळे अधिकच भकास दिसणारा चेहरा-एकाद्या काटकीप्रमाणे अवघडलेला सुकट देह– अशा या केशरवर लुब्ध होणं मला तरी निदान अरसिकतेची परिसीमा वाटली. तिच्या श्रीमंतीवर लुब्ध होणं हे मी समजू शकेन. तिच्या मुलायम स्वरमालात चिंब होणे हेही सहाजिकच आहे. पण तिच्या शरीरासाठी झगडणे आणि तिच्या विकृत कामजीवनाचा बळी होणे, हे मला अगदी किळसवाणे वाटले. परमेश्वरी लहरीने तिच्या गळ्यात जगातली सारी सौंदर्ये जमा झाली. फार दिवस कष्ट करून सौंदर्याची एखादी मूर्ति घडवावी आणि आळस येऊन काही भाग ओबडधोबड बनावा असे काहीसे केशरचे झाले होते.

आमच्या या चित्राची निर्मातीच मुळी केशर होती. त्यामुळे केशरचे दर्शन चुकण्यासारखे नव्हतं. केशर सेटवर आली की सेटवर एकदम चैतन्य येई. केशरभोवती आदब आणि हव्यास यांची अटीतटी सुरू होई. तिची इच्छा असेल तर मधेच ती शूटिंग बंद करी आणि आपल्याला हवा तो पुरुष आपल्या रासमहालात घेऊन जाई. यात कोणाला कधी फारसे वावगे वाटले नाही.

या चित्रपटात काम करण्यासाठी एका तरुण नायकाची निवड नंदकुमारांनी केली होती, आणि तो आज रात्री दहा वाजता पुण्याहून येणार होता. त्याला स्टेशनवर उतरवून घेऊन, लॉजमधे त्याचे सामान टाकून, केशरच्या बंगल्यावर पोहोचविण्याची कामगिरी आज माझ्यावर होती. काहीही असो, सेटवर उभे राहून, कमरेत वाकून मी कंटाळलो होतो. मोकळे झाल्यावर हायसे वाटले!

स्टेशनवर जाऊन सर्व गाडी मी धुंडाळली. पण तो लेकाचा किशोर या गाडीने आलाच नाही. काय करावे याचा विचार करीत मी प्लॅटफॉर्मवर उभा राहिलो. वाटले केशरला फोन करावा, पण तसा रिवाज नव्हता. त्या तिरसट आणि उल्लू बाईबरोबर फोनवर बोलणे धोक्याचे होते. अखेरीस मी स्टुडिओत आलो. स्टुडिओत सारी निरवानिरव झाली होती. माझीच वाट पहात एका मेजाभोवती मद्य पीत दिग्दर्शक आणि नेहमीचे सारे टेक्निशियन्स मग्न होते.

वास्तविक मीसुद्धा त्यांच्यात सामीलच व्हायचा पण आज माझ्यावरची कामगिरी काही मी सफल करून आलो नव्हतो. किशोरकुमार आला नाही ही वास्तविक माझी चूक नव्हे. पण मला उगीचच ओशाळल्यागत झाले. बाईंना वर्दी द्यावी, का स्वत:च जाऊन निरोप सांगावा, या चिंतेत नंदकुमार होते. स्वत: जाण्याइतपत शरीर ताब्यात राहिले नव्हते, आणि असले निरोप फोनवर सांगण्याची त्यांची प्राज्ञा नव्हती. अजीजीचे काही कारण नसताना नंदकुमारांनी ते बिकट काम माझ्याच गळ्यात अडकविण्यासाठी खोटी आर्जवे केली. दारूची आवड होती म्हणून नव्हे पण धंद्यातला एक अवश्य भाग म्हणून अशा तऱ्हेच्या उत्तररात्रीच्या बैठकीत सामील व्हायला मी मनाला शिकवले होते. तेव्हा त्या धुंदावलेल्या रात्रीची सोबत मला मागे मुळीच खेचत नव्हती. परंतु केशरच्या घरी जाणे आणि निरोप सांगणे हे चांगले काम खचित नव्हते, आणि म्हणूनच थोड्याशा नाइलाजाने मी स्टुडिओच्या बाहेर येतो तोच केशरची दिमाखदार मर्सिडीज चीत्कारत माझ्याच शेजारी दातओठ आवळत थांबली. मी अदबीने मोटारच्या कांचांतून आत पहाताच केशर म्हणाली, 'इथे कुठे विश्वेश्वर?'

"तुमच्याकडेच निघालो होतो बाई."

"कशासाठी?"

"म्हणजे त्याचं असं झालं, स्टेशनवर गेलो होतो. किशोर काही आलेले नाहीत. म्हटलं, कळवलं पाहिजे तुम्हाला."

"कमाल आहे तुमची! अहो किशोर काही आज यायचा नव्हता. उद्या यायचा आहे."

"अरेच्या, असं झालं होय?"

आणि माझ्या तोंडावर एक हसू अकारण फुटलं. मोटारीच्या अंतरंगातून केशरच्या लाडक्या सुगंधाचे झोतच्या झोत माझ्यावर येत होते. त्या सुगंधात खूप खूप खोल केशरचा आवाज वलयांकित होत बाहेर येण्याचा प्रयत्न करीत होता. रात्रीच्या अंधुक उजेडात तिच्या देहाची अनेक वैगुण्यं लपून गेली होती आणि तिच्या स्वरांतली आर्तता, साध्या बोलण्याच्या स्वरांतूनसुद्धा एक निराळे रूप ल्याली होती. अंग सैल सोडून मोटारीच्या मध्यभागी ती लवंडली होती पण एकाद्या झाडाला फूल लटकावे इतक्या सहजतेने तिचा स्वर तिच्या अंगोपांगाला लगटून बसला होता.

"शूटिंग केव्हा संपलं?"

"झाला एक तासभर."

“मग आता बैठक रंगली असेल?”

“नाही-असंच काही नाही.”

“मी आत गेले तर उगाच बैठक मोडेल बिचाऱ्यांची. एवीतेवी तुम्ही बाहेर निघालाच आहात-माझ्याबरोबर चला.”

केशरच्या आवाजात हुकूमत होती. पण बोचरी नव्हे. एकाद्या भ्रमिष्ट माणसाप्रमाणे मी मुकाट्याने शोफरच्या शेजारचे दार उघडू लागलो. पण त्या आधी केशरने मागले दार उघडले होते. जिच्या पायाशी लक्ष्मी लोळण घेत होती, आणि जिचे स्थान आमच्या व्यवसायात कुणालाही गाठता येणार नाही एवढं उंच होते, त्या केशरबद्दल अनेकदा वेडेवाकडे बोलूनसुद्धा या घटकेला मी लाचार होऊन, तिच्याबरोबर तिच्या रंगमहालाकडे निघालो होतो. सिनेमाच्या क्षेत्रात एवढी वर्षे काढल्यानंतर बाई हाताळण्याची संधी अजिबात मिळाली नसेल हे काही शक्य नव्हते. बोलूनचालून रूप विकायला आलेल्या त्या बायका! चांगल्या नसल्या तरी टाकाऊ नसत. गरजेच्या वेळेला तोंड वाकडे न करता सुखवायची त्यांची किमान पात्रता होती. शिवाय आमच्या इच्छेचाही किंवा वरचढपणाचाही भाग तेथे असे. आजचा प्रसंग निराळा होता. आजवर टळलेला, टाळलेला हा मलिन रस्ता चालणे भागच होते. तिच्या शेजारच्या आसनावर बसूनही माझ्या मनात हे असलेच विचार चालू होते. आपखुशीने स्वाधीन होणाऱ्या स्त्रीला ठोकरण्यातसुद्धा मोठी मौज असते. वाटले होते, केशरला गाडी थांबवावयास सांगावी, आणि तिचा अव्हेर करून चालते व्हावे. पुरुषसुखासाठी आतुर झालेल्या या कामिनीचे रौद्र स्वरूप चित्रकाराला एक चांगला विषय पुरवील.

पण तसे काही घडले नाही. कारण तिच्या चारित्र्याचे विलक्षण कुतूहल, नावलौकिकाचा दबदबा, माझ्या मनात कितीतरी वर्षे घर करून होता. अनेक मोठमोठ्या संगीत दिग्दर्शकांशी तिचे नाव गुंतलेले असे. अनेक देखणे नायक तिची शेज करण्यासाठी तळमळलेले मी ऐकले होते आणि म्हणून केशर नको असली, तरी केशरचे आयुष्य समजावून घेण्याचे कुतूहल मात्र दांडगे होते.

माझ्या मनातले हे विचार त्या अनुभवी बाईच्या ध्यानात आले असले पाहिजेत. असले प्रसंग तिला फारसे नवीन नसणार. या अंधारभरल्या रात्रीत तिचा शेजार, सुगंधामुळे आणि तेजाळ दृष्टिक्षेपामुळे मला सारखा चावत होता. तिची भारी किमतीची साडी माझ्या अंगावर वाऱ्याच्या झोतामुळे लगटू पहात होती. किंबहुना मालकिणीसाठी तीही माझी विनवणी करू पहात होती.

“तुम्ही नाराज दिसता!”

"कुठे? काही नाही!"

"मग असे अवघडून का बसलात?"

मी एकदम जरा अंग सैल केले. तिच्या बोटावर माझे बाहू पडले. रात्रीच्या थंड हवेत त्या बोटांची उबदार पकड मला एकदम जाणवली. त्या बोटांनी आर्तता आणि धुंदी एकाच वेळेला मिसळून आली. क्षणभर मी बेचैन झालो. पण तेवढ्यात माझ्यातला पुरुष जागा झाला. मी माझा हात तिच्या खांद्यावरून पलीकडे टाकला, आणि त्याला साद देत तीही माझ्या बाजूला थोडी कलली-स्त्रीत्वाचा सारा मोहकपणा आपल्या बरोबर घेऊन. तिच्या त्या स्पर्शाबरोबर मला वाटले, तिच्या रूपाचा आणि तिच्या चारित्र्याचा या घडीला संबंध हवाच कशाला? एकादे साधे फूल रात्रीच्या वेळी वेलीवर दिसावे, थकलेल्या मनाने क्षणभर त्याचा वास घ्यावा, रस्ता काटू लागावा आणि हातून फूल केव्हा गळून पडले हेही ध्यानात येऊ नये, त्या साध्या कृत्याऐवजी त्या फुलाचे पृथक्करण करावे... वासाची जात ठरवावी किंवा ते फूल बटनहोलमधे लावून गावभर मिरवीत न्यावे... याची काही आवश्यकता आहे का? आणि या कल्पनेबरोबर माझ्या मनाची अप्रसन्नता एकदम पळून गेली. थोरामोठ्यांनी चोखाळलेल्या रस्त्यांनी आपण जातो आहोत, तेव्हा तशीही चिंता करण्याचे काही कारण नव्हते.

फारसे संभाषण न होता आमची गाडी फाटकात शिरली आणि केशरच्या या वास्तूचे वैशिष्ट्य माझ्या नजरेत भरले. अतिशय दूर एकांतात आम्ही आता येऊन पोचलो. एका खूप मोठ्या कंपाऊंडमध्ये, भव्य न वाटणारी एक कौलारू बंगली अभिसारिकेप्रमाणे आमची वाट पहात होती. साऱ्या घरातले दिवे लक्ष डोळ्यांनी आमच्याकडे पहात होते. गाडीचा आवाज ऐकताच, कुत्र्यांचे भुंकणे ऐकू येऊ लागले आणि गाडी खडी होताच, भोवती कुत्र्यांचे कोंडाळेच तयार झाले. गाडीतून उतरताच केशर मला विसरली... त्या दुधाळ रात्रीला विसरली आणि तिच्याशी खेळू पहाणाऱ्या कुत्र्यांच्या संगतीत रंगून गेली. मी मात्र ओशाळल्यागत, संभ्रमित होत, अवघडलेल्या स्थितीत गाडीत बसून राहिलो. पोर्चच्या पायऱ्यावर मालकिणीच्या स्वागतासाठी नोकरांचा ताफाचा ताफा उभा होता. श्वानप्रीतीचा हा सोहळा केव्हा आटोपेल याचा काही अंदाज न आल्यामुळे मुकाट बसल्याखेरीज गत्यंतरच नव्हते.

अखेरीस आपण एका पुरुषाला असेच खेळण्यासाठी आणलंय याची तिला जाणीव झाली आणि ती एकदम ओशाळून गेली. तिच्या स्वरात एकदम आर्जवाचे मार्दव आले, आणि गाडीतून खाली उतरण्यासाठी तिने मला एकदम

हातही दिला.

माझे अस्तित्व त्या नोकर-चाकरांना खुपले नाही. एकतर अशा पाहुण्यांची त्यांना सवय असली पाहिजे आणि माझ्या वेषावरून आणि बाह्यदर्शनावरून माझा दर्जाही त्यांना जवळचा वाटला असला पाहिजे. पोर्चमधून आतल्या दिवाणखान्यात पाऊल ठेवताच तिथल्या वैभवाने मी एकदम दिपून गेलो होतो. माझ्या मलिन फाटक्या कपड्यांची मला लाज वाटली. त्या उबदार गालिचातून चालताना माझे पाय उगाच अडखळू लागले. अरेबियन नाईटस्‌मधे वाचलेल्या अद्‌भुत दुनियेत प्रवेश केल्यासारखे मला वाटले.

हॉलची सजावट आधुनिक नव्हती. खानदानी होती. त्यामुळे त्याची शान आपोआपच माझ्यासारख्या माणसाला गुदमरून टाकीत होती. उत्तम महॉगनी रंगाचे चकचकीत पॉलिश असणारे नक्षीदार फर्निचर, राजा रविवर्म्याची मूळ चित्रे, फ्रेंच व इंग्रज चित्रकारांच्या काही उत्तमोत्तम चित्रकृति, मोनालिसावरून केलेला संगमरवरी पुतळा या आणि अशाच कालाला जिकणाऱ्या सुंदर सुंदर उच्च अभिरुचीच्या सजावटीने तिथले ऐश्वर्य उजळून निघाले होते.

हॉलमधे आम्ही जाऊन पोहोचलो तेवढ्यात एका बेअराने 'वॅट सिक्स्टी नाईन' ची एक बसकी बाटली आणि दोन शानदार काचेचे पेले टेबलावर आणून ठेवले. मालकीणीची नजरेने संमती घेत त्याने शेजारच्या फ्रीझमधून सोड्याच्या बाटल्या काढल्या. फोडल्या. मद्य आणि सोडा यथान्याय एकत्र केले, आणि तो बाहेर गेला.

मी नेहमी पाहातो ती केशर ही खचित नव्हे. तिच्या डोळ्यात एक विलक्षण स्निग्धता आली. तिच्या चमकदार डोळ्यांतून एक अनोखे निमंत्रण पुकारत होते. ओळखीची तिची सडसडीत काया मला उगाचच भरल्यासारखी वाटत होती. तिने मद्याचा प्याला उचलून माझ्या हातात दिला, आणि आपला ग्लास उंच करीत उत्तर रात्रीतल्या भाग्याची याद दिली.

खरोखरीच का ही रात्र भाग्याची असेल? एकाद्या जादूच्या स्पर्शाने काष्ठातून मयूर नाचू लागावा, रुमालातून पारवा घुमू लागावा, आणि पाण्यातून सुंगधी वारुणी स्त्रवावी असे घडले. मद्याचे घोट आत गेले आणि आजवर चोरटेपणाने मद्य घेतले याची शरम वाटली. त्या घोटाघोटात स्वर्गाच्या फरसबंदी स्फटिक पायऱ्या होत्या, आणि त्या दरेक पायरीला स्त्रीच्या नितंबाची घनता होती. डुलणारा देह सावरण्यासाठी दुतर्फा जनानी वृक्ष आधारासाठी उभे होते; वेगवेगळ्या आकाराचे... मृदुतेचे... गंधाचे... रंगांचे. प्रत्येक घोट उंचावत नेणारा होता.

पेल्यात आणखी व्हिस्की फसफसली आणि त्या द्रवाने डोक्यातली गुंतवळ आणखी थोडी सोडवली... संशय संपले... हातात हात आले... क्वचित ओठ ओठांना भिडले... सफरचंदाचा गुबगुबीतपणा... अबोलीच्या फुलांच्या बावऱ्या रंगाची त्वचा... प्राजक्ताच्या देठांचे ओठ... नीलकमलाच्या डोळ्यातली नीलिमा... स्वप्नातील परीच खाली उतरली. समोरच्या आकृतीला अर्थ आला, ती मधेच जवळ आली...माझ्या ओठावरून हलकेच मदिरा पुसून ती म्हणाली, 'फार घेऊ नका हं' आणि हसली. तिच्या स्वरातली भिंगरी हसली...तिच्या डोळ्यांनी कोपरे केले. ती वळणे घायाळ करून गेली, आणि मी थोड्या धिटाईने तिची उन्नतता न्याहाळू लागलो. 'थांबा, मी स्नान करून येते. मग...मग...मग...' आणि ती नजरेसमोरून दिसेनाशी झाली. ती जाताच रेडिओग्राम चालू झाला. तिच्या निवडक गीतातील उंच स्वर माझ्याभोवती विळखा घालू लागले आणि मी पुरता गुरफटलो. थोडा मद्याने.... थोडा सुरांनी... थोडा रात्रीने...थोडा धिटाईने...

दुनियेचे क्षुद्रपण लोपले. माझी वस्त्रे सुंदर झाली. सारी अपयशे संपून गेली. गीते वाजत होती आणि नव्या क्षितिजावर नवे चंद्र उगवत होते. एकाहून एक मोठमोठे, तेज:पुंज-दाहक-रुपेरी दाहक.

आणि मग शुक्राच्या चांदणीसारखी पांढऱ्या शुभ्र साडीने गुंडाळलेली जुईची कळी दारातून प्रकटली. धवलमुद्रा. धवलवस्त्रे..शिरावरचा लालबुंद मराठमोळा कुंकवाचा टिळा. अंगात नुसतीच काचोळी. पारदर्शक वस्त्रांमधून दिसणारी.

ही आज अशी का चांगली दिसते आहे हे समजून घेण्यासाठी माझे मन झटत होते. मिटणारे डोळे फडफडत तिचा देह तपासत होते.

ती जवळ आली. तिच्या अंगाला कसलासा विलक्षण सुगंध येत होता. कधीच न चाखलेला... खिळवून टाकणारा. त्या गंधात तिने मला गुदमरवून टाकले. या गंधात शांपूचा गंध होता. गुलाबपाण्याचा वास होता. जलस्रावाने भिजलेल्या त्वचेचा वास होता, काजळाचा वास होता. अनंत वासांचे ते एक संमेलन होते. त्यात अस्वस्थ करणारा एक वास होता. तो तिच्या कामज्वराचा होता.

नवस्नात त्वचेचा लालसरपणा अन् ताजेपणा माझ्या अंगावर धावून आला. मांसाला मृदुता आली. ते उंचावले. मोटारीतल्या उतारूप्रमाणे ते जागच्या जागी घट्ट बसले. केशर एकदम गर्रकन् माझ्या मनाच्या कोपऱ्यात शिरली. तिने पुन्हा ग्लासे भरली. डोळ्यांतून सांडणारी मंदिरा तिने ग्लासात वेचली. ओठावरचा ओलावा दुसऱ्या ओठात सरकवला. नासिकेतून दरवळणारा तो उग्र गंध तिने मला देऊ केला..

मद्याचा अंमल चढला असे मात्र झाले नव्हते. कारण देहभान शाबूत होते आणि समोरचा तेज:पुंज बर्फाचा क्यूब आपोआप विरघळत होता. मद्यातल्या बर्फासारखा... मद्याची उंची वाढवीत. दारे उघडीच होती. नोकरचाकर जात येत होते. पण केशर माझ्या विळख्यात खुशीत होती. नोकरचाकरांच्या जा-ये ने मी शरमत होतो...पण एका चंदनी घुटक्यात ती शरम ओसंडून जाई

जेवायची वर्दी आली अन् केशर उभी राहिली. तिच्या वक्षाशी झटापट चालू असताना तिची काचोळी सरकली. तिचा बंद देखील तिने बांधला नव्हता. लोंबत्या कांचोळीकडे वेडसरपणे पहात मी उठायला नाकबूल होतो. आर्जवी डोळ्यांनी ती म्हणाली, 'आपण जेऊ या आधी - नाही तर गारगोट्या जेवायला लागतील - मग सारी रात्र बाकी आहे.' आणि ती हसली.

समागमाची अशी निर्मळता मी कधी पाहिली नव्हती. कारण वासना-विकृतीचे तिथे काहीच चित्र नव्हते. रोजच्या जेवणासारखा तिचा तो देहधर्म असावा. कसलीही शरम, चोरटेपणा यापासून ती मुक्त होती.

जेवणघराचा थाट अपूर्व होता. मी प्रथम चकित झालो, मग भिऊन गेलो- मग थिजून गेलो. दहा वीस माणसे जेवायला यायची असावीत असा सारा थाट होता. सर्वत्र बेल्जियम काचपात्रे आणि आत्ता आले तर दहा लोक जेवायला बसू शकतील अशी सजवलेली टेबले - शुभ्रवस्त्रांकित खानसामे. लोंबती झुंबरे. सुगंधाचा घमघमाट...

हलत्या पावलांनी आणि तरंगत्या देहाने मी केशरच्या मागोमाग जेवणाच्या खुर्चीवर विसावलो. माझ्या समोरचे चांदीचे ताट स्वादयुक्त भोजनाच्या पदार्थांनी भरलेले होते. खुशबूदार पुलावा ओठाजिभेला डोळे घालीत होता. तऱ्हेतऱ्हेच्या भाज्या, त्या सामिषभोजनात गरती ब्राह्मण बाईच्या अलिप्तपणाने ओचेपदर सावरीत वाट्यांमध्ये बसल्या होत्या. काकडी, कांदा, बीट, मुळा, यांच्या देखण्या चकत्या दासीप्रमाणे पुलाव्याभोवती रांग मांडून खड्या होत्या.

मी त्या जेवणाकडे पहातच राहिलो. असे आणि याप्रकारचे जेवण-असा थाट मी अनुभवला नव्हता. काटेचमचे वापरावे का हातच भिजवावा याचा निर्णय होत नव्हता. मी केशरकडे पाहिले.

ती हसत होती.

तिच्या हसण्यात तुच्छता नव्हती.

माझ्या डोळ्यांतली तृप्ती तिला जाणवत होती.

आश्चर्य ती आपल्या डोळ्यांत झेलत होती.

''हातांनीच करा सुरुवात--''

मी हात पानात घातला आणि पहिला घास ओठात नेणार तोच स्तब्ध बसलेल्या केशरकडे मी पहातच राहिलो. तिच्या समोर ताट नव्हते. एक बारीकसा काचेचा वाडगा होता...

''तुम्ही नाही जेवणार?''

''जेवते नं--तुम्ही करा सुरू--''

''छे छे! तुम्ही जेवणार नसलात तर...''

''नाही हो- जेवते...''

आणि शेजारच्या कार्नफ्लेक्सच्या डब्यातले पोहे तिने वाडग्यात काढून घेतले आणि त्यावर ती शेजारच्या उभट फ्लास्कमधील दूध ओतू लागली--

''आता तरी सुरू करा--''

''म्हणजे काय! तुम्ही जेवणार आहात नं--''

''हे काय मी जेवते आहे. हेच जेवण माझं--''

''काय? हे? दूधपोहे? मग हा पुलाव... हे चिकन, हा सारा थाटमाट... माझ्यासाठी?''

''हो. का?-''

''मी जेवू शकणार नाही. घरचा मालक उपाशी अन पाहुणा तुपाशी? हे नाही व्हायचं माझ्या हातून. मला क्षमा करा.''

''असं नाही... मला खायला परवानगी नाही डॉक्टरांची म्हणून.''

''कधीच नाही?--''

''जेव्हा मी वाटेल ते, वाटेल तेवढे, खाऊ शकू लागले त्या दिवशी रसनेने माझ्याकडे पाठ फिरवली आहे. पोहे, दूध, फळे, बस्स! काय करणार?''

''माझ्यावर रागावणार नाहीस नं- केशर, मला जेवायचा आग्रह करू नकोस. सारे जग विकत घेण्याइतकी संपत्ती तुझ्यापाशी आहे. पण काय उपयोग? दोन घास चवीने खाता येऊ नयेत? केशर, मी जेवू शकणार नाही. माझ्या घशातून घास गिळणार नाही. मला माफ कर.''

केशरच्या डोळ्यात पाणी तरारले.

तिच्या सलील नेत्रातली करुणा पाझरू लागली. मी पुढे झालो आणि तिच्या पाठीमागून तिच्या गळ्यात हात घातले. का कुणास ठाऊक, तिचे जे विषयी रूप मी कल्पनेत ठेवीत होतो, ते विरून गेले होते. त्या करुणामय मूर्तीमुळे मी एकदम हरवत चाललो...

मी हलकेच खाली वाकलो, आणि त्या काळ्याभोर डोळ्यांना मी माझ्या रूक्ष ओठात लपेटून घेतले. गंगेचा ओघ मी अडवला खरा पण त्या सहानुभावाने केशरने हात पाठीमागे घेऊन माझे मुख अधिकच कवळून घेतले.

"अश्रू कशासाठी आले केशर?"

"माझ्या आयुष्यात अनेक सुखे अन दुःखे येत-जात राहिली. पण मी जेवले, का भुक्त राहिले, याची आठवण माझ्या देहाशी चाळा करण्यासाठी आलेल्या कोणालाही होऊ नये? साऱ्यांचे लक्ष ही मूर्ख मुलगी आपल्या मिठीत केव्हा येते याकडे होते. पोटभर खाऊन ढेकर देताना नकली सहानुभूती कधी कधी मिळे - पण खोटी... तुमच्यासारखा माणूस... साधा माणूस हे समजू शकला. खरेच या डोळ्यांना अपरिचित असणारे अश्रू आपोआप निखळले."

आणि मग केशरच्या हाती हात देऊन मी तिच्या समवेत गच्चीवर आलो. चांदणे अस्ताव्यस्त पडले होते. थंडावा अंगात घुसत होता. अंगे आपोआप परस्परांना चिकटत होती. श्वासात श्वास शिरत होते. फळांचे वास. बर्फाचे तुकडे. ओठ ओठांकडे सरकावीत होते, बोटे मुदुता शोधीत फिरत होती...

सारे काही अद्‌भुत होते. अबोल होते. एरवी पसाभर बोलणारी केशर अनुभूतीच्या स्पर्शाने आता अबोल झाली होती. मद्य आता फार खोलवर पोचले होते. त्यावरच्या फळा-दुधाने ते थोडे स्थिरावले होते, सुखावले होते. डोळ्यांना रूपे फुटली होती. हवा तसा आकार ती धरू लागली. समोरच्या केशरचे एक चैतन्यमय रूप आता मला लोभस वाटू लागले होते.

आणि केव्हा-कधी-कुठे ते मला ठावे नाही, पण भवताली निळाईने भरलेला शयनमहाल होता. उबदार मंचकाच्या उंचीवर भ्रमिष्ट करणारे आरसे होते. रतिमदनांच्या सुंदर तसबिरी रक्त तापवत होत्या. सुरकुत्या पडण्यासाठी ताणलेला पलंगपोस उगाचच हसत होता. अत्तरांचा घमघमाट होता. ज्योतीत तेल ओतले जात होते...आणि आग धगधगत होती.

मी ही सारी अदभुत दुनिया डोळ्यात साचवीत होतो. तोपर्यंत वस्त्रमुक्त केशर, पलंगाच्या कडेवर, तळ्याच्या काठावरील हंसिनीप्रमाणे उभी होती. तिच्या देहावर फुलोरा फुलत होता. तिचा शामल देह आता मिठीसाठी आसुसला होता.

पुरुषार्थाचे ते आव्हान स्वीकारण्यासाठी मी पाऊल उचलले आणि केशरला समर्थ हातात चुरगळून टाकले.

-०-

जाग आली तेव्हा माझ्या अंगावर अस्ताव्यस्त पडलेली शाल होती. वेळ

बराच गेला असावा. सुगंध रेंगाळत येत होता. प्रकाश केवळ सोयीपुरताच राहिलेला होता आणि माझ्या शेजारी कुणी नव्हते. होता फक्त चुरगळलेला मरवा. वास लोपलेला, आणि त्या काळ्यासावळ्या चुरगळलेल्या मरव्याबरोबर सारी सौंदर्यं बेईमान झाली. एक अनावर कळकटपणा ओसंडून आला. केशरच्या मिठीची किळस आली. जे जे तोंडातून गेले होते ते सर्व भणभणून आठवले- अखेरी केशरच्या कामज्वाळेत मीही भाजला गेलो होतो तर.

याच तोंडाने मी तिची अनंत प्रकारे कुचेष्टा केली. साऱ्या जाणत्यांना मूर्खात काढून मी दात विचकले होते. ते दात केशरच्या कबऱ्या गालावर व्रण करण्यासाठी उत्सुक झाले-कसे-कसे शक्य होते? का, कशामुळे मला भूल पडली? आजवर बाळगलेला अहंकार कुठे विझला? साऱ्या देहाची किळस वाटली. त्या चिपाड्या देहाशी मी झगडलो. तिच्या मुखात मी तोंड खुपसले, त्या बडबड्या जिव्हेशी जिव्हायुद्ध खेळलो. त्या दाताकडून गालांना दात रुतवून घेतले. आणि त्या काळपट गालांना चोखले! का?

छे, छे! ज्या हातांनी तिचे खुरटे स्तन चुरगाळले ते कशाने स्वच्छ होतील? तिच्या देहाला जिथे जिथे अंग भिडले तिथे तिथे काहीतरी दैवी रसायन शिंपडले पाहिजे. वासना एवढी गुंतवते? का मद्य? का श्रीमंती?

पांघरूण ताडकन फेकून, कुणीतरी घडी करून ठेवलेले सारे कपडे चढवले. झाकून ठेवलेल्या पाण्याने चूळ भरली आणि निघून जाण्यासाठी सज्ज झालो.

पण अगदी अंधूक असा स्वर मला एकदम येऊन भिडला. तो स्वर आर्त होता. वर्षानुवर्षे कुणाच्या तरी शोधात हिंडणारा, थकलेला तो स्वर माझ्या भवती घुटमळू लागला. ऐन पंचमाला लीलया स्पर्श करणारा, रेखीव-ताशीव असा तो आर्त स्वर माझ्या भोवती घुटमळू लागला आणि माझ्या भोवती विळखा घालू लागला, त्या विळख्यातून सुटका करण्यासाठी मी पळू लागलो, तर तो मला भेडसावू लागला. त्या स्वरांतील आर्तता जीवघेणी होती. सळसळत्या नागिणीचे चैतन्य, तेज आणि गति घेऊन येणारा तो स्वर मला मंत्रमुग्ध करण्यासाठी घुटमळत माझ्याभोवती फिरत होता. माझे पाय खिळवून टाकीत होता-

त्या स्वरात एक सौंदर्य होते. खोल पाण्यातील निळाव्याचे. अमावस्येच्या रात्री येणाऱ्या रातकिड्यांच्या संगीताचे. तृप्त सिंहाच्या तुच्छ नजरेचे... हे सौंदर्य दिपवीत होते, पण प्रेरणा मला पळून जायला सुचवीत होती...

दार उघडून समोर मी पाहिले अन सुरांचा तो उगम मला सापडला. मावळत्या शुक्राच्या दोन चांदण्या माझ्या डोळ्यांना भेटल्या. एका अपरिचित

रागिणीचे ते सूर मला अरुणाच्या रथाचे दोर वाटले. जाणत्या कानालाही ओळखता येऊ नयेत असे ते अर्धवट रागिणीचे स्वर संथ लयीत सुटत होते.

केशरचे ते ध्यान केवढे भव्य होते. हिमालयाच्या हिमाच्छादित शिखराप्रमाणे, पांढऱ्या शुभ्र वस्त्रांत ती वेढून गेली होती. तो गूढ एकांत, ती भेदक स्तब्धता...तो अफाटपणा... ती उंची... ते अनंतत्त्वात विलीन करून टाकणारे अस्मान... केशरच्या त्या रूपाला तोड नव्हती. नेहमी दिसणारी, काल सांयकाळची, रात्रीची, केशर कुठेतरी लुप्त झाली होती-

हीच का ती केशर? छे! हे तर अप्राप्य लावण्य आहे. ही स्वरस्नात अप्सरा इथे का आली? सुरांचा हा स्रोत केवढ्या आवेगाने माझ्याकडे येतो आहे! याच्या विळख्यात मी खासच विरून जाणार.

मला गेले पाहिजे. दूर गेले पाहिजे... या दैवी सामर्थ्यापासून... चळवळ्या सूर प्रवाहापासून... अशा ठिकाणी-

अन मग पायांनी वेग घेतला-

मी पळत होतो. सूर माझ्यामागे येत होता. आज ना उद्या हा पाठलाग संपणारच आहे याची मला खात्री होती. या सुरांच्या विळख्यातून कोणीच कधी सुटले नव्हते. मी सुद्धा सुटणार नव्हतो. त्यांना थोपविण्याची हिंमत कोणात नव्हती-

तरी पण मला पळालेच पाहिजे-

मी पळतोच आहे... सुसाट... सुसाट

- ० - ० - ० -

जुना जमाखर्च

स. न. वि. वि.

येत्या रविवारी सकाळी नऊ वाजता माझी कन्या सुलक्षणा हिला पाहण्यासाठी आपण यावे. आम्ही वाट पहात आहोत. वेळ गैरसोयीची असल्यास कृपया फोन करून कळवावे, म्हणजे अन्य सोयीची वेळ ठरवता येईल.

कळावे.

लोभ असावा ही विनंती.

आपली,
श्रीमती तारका मोडक

ही चिठ्ठी वाचली आणि एकदम अंगावर रोमांच उठले. एकदम मन अनेक वर्षं मागे गेले. कॉलेजच्या दुसऱ्या वर्षांत मी असेन तेव्हा तारकेला मी प्रथम पाहिले होते. चार-दोन वेळा एकमेकांकडे पाहून कुतूहलाने हसलो होतो आणि औपचारिक बोलणंही झालं होतं. कुणाचेही लक्ष वेधून घेण्याइतकी तारका देखणी होती. शिवाय देखणेपणा, टापटीप आणि विलक्षण तेजस्वी आरोग्य यांपेक्षाही तिच्याजवळ एक आक्रमक लाघव होतं. कॉलेजातली सारीच मुले तिच्या मागावर असायची. शास्त्राकडे असणाऱ्या माझ्यासारख्या विद्यार्थ्याला तिच्याशी बोलण्याची किंवा स्नेह वाढविण्याची संधी मिळणे कठीण होतं. नाही म्हणायला कॉलेजाच्या गॅदरिंगमध्ये तिनं नाटकात एक छोटीशीच भूमिका केली होती. वास्तविक नायिकेची भूमिका तिला शोभून दिसली असती. नाटक संगीत होतं. तिला गाता येत नव्हतं म्हणून असेल, पण मालतीच्या भूमिकेवरच तिला समाधान मानावं लागलं. एरवी जे सहज जमलं नसतं ते गॅदरिंगच्या या उन्मादक कालखंडात जमून गेलं. तिची थोडीशी ओळख झाली. एवढंच नव्हे, पण नाटक

संपल्यावर तिला घरीसुद्धा पोचवलं. बरोबर इतर टोळभैरव होते त्यामुळे तशी जवळीक निर्माण झाली नाही. पुढे तर मी इंजिनिअरिंगला गेलो, मग तिचा संबंधच संपला. मीही तिला विसरून गेलो-म्हणजे तसा विसरलो नव्हतो. पण अनेक गोठलेल्या स्वप्नांप्रमाणे तेही स्वप्न मी गोठवून टाकलं.

पुढे इंजिनिअरिंगची परिक्षा पास झालो. परदेशात जायची इच्छा होती. परंतु सर्व अनुकूलता असूनही वडिलांचा धंदा बघायला कुणी नव्हतं, त्यांची तब्येतही अलीकडे बरी नव्हती. आणि ते असेतोपर्यंत धंद्यातलं सर्व शिकून घ्यावं असा त्यांचा लकडा लागल्यामुळे पुणे सोडून मला मुंबईला यावं लागलं आणि कारखान्यात लक्ष घालावं लागलं.

पुढे सारं यथावकाश झालं. तो काळ सगळेच उद्योगधंदे वाढण्याचा होता. त्यामुळे आमचाही कारखाना प्रचंड वाढत गेला. प्रचंड आर्थिक उलाढालीत मी गुंतत गेलो. घरी लग्नाचं बोलणं निघालं, तेव्हा एकदम तारकेचा चेहरा माझ्या नजरेसमोर तरळून गेला, आणि काही ना काही तरी सबब काढून आलेल्या मुलींना मी नाकारत राहिलो. अखेरीस वैतागून वडिलांनी नकाराचं कारण विचारलं, मी तारकेचं नाव त्यांना सांगितलं. परंतु या घटकेला तिचं लग्न झालंय किंवा नाही वगैरे मला काहीच माहीत नव्हते. पुण्यातले मित्रही आता पांगले होते. तारका रहात असे ते घरही तिनं आता बदललं होतं. त्यामुळे तारकेचा शोध घेतला आणि त्यांना जेव्हा कळलं की, तारकेचे वडील हैद्राबादला कुठेतरी स्थायिक झाले आहेत, तेव्हा कमीपणा न मानता माझ्यासाठी चक्क त्यांनी पत्र लिहिले. त्यात माझी व तारकेची कॉलेजातील ओळख होती वगैरे सर्व गोष्टीही लिहिल्या असल्या पाहिजेत. त्या पत्राचे विस्मयकारकरित्या नकाराचे उत्तर आले.

माझ्यासारख्या मुलाला नाकारण्यासारखे खरोखरच काही नव्हतं. मुंबईच्या औद्योगिक जगात तात्यांना, म्हणजे माझ्या वडिलांना, मान होता. महाराष्ट्र चेंबर्सचे ते एकदा अध्यक्ष सुद्धा झाले होते. मीही धंद्यात आता चांगला नावलौकिक मिळवला होता. रूप, संपत्ती, अधिकार या गोष्टी नाकारायला काही कारण नव्हतं. कुठल्याही वधूपित्याने हसतमुखाने आमचं स्थळ स्वीकारावं अशी परिस्थिती होती. तारकेच्या वडिलांचा हा असला विक्षिप्त नकार आल्यानंतर तात्यांचाही काही इलाज नव्हता. एवढंच नव्हे तर तारकेचं लग्न एका केमिकल इंजिनिअरशी झालं, हे कळविण्यासाठी माझ्या नावाने एक लग्नपत्रिकाही तारकेच्या वडिलांनी धाडली. एकदा वाटलं, की हैद्राबादला जावं. येन केन प्रकारे तारकेची गाठ घ्यावी. कॉलेजमधल्या गुलाबी कालखंडाची तिला याद द्यावी. परंतु धारिष्ट्य झालं नाही.

शिवाय आपल्याला वाटले ते तारकेला कशावरून वाटत असेल हीही शंका मनात आली. तारकेच्या वडिलांनी आपल्याला नकार तरी का दिला, हे समजून घेण्याचं मात्र कुतूहल होते. त्याचाही शोध एक दिवस लागला. पण फार उशीरा! त्याचा आता काही उपयोग नव्हता.

देसाई इंडस्ट्रीजचे अण्णासाहेब देसाई तात्यांच्या चांगले परिचयाचे होते. आमची कास्टिंग्ज ते विकत घेत असत. त्यामुळे त्यांचा आमचा घरोबाही होता. त्यांनी सहजगत्या विचारलं काय, तात्यांनीही हो म्हटलं काय, आणि मीही फारसा विचार न करता संमती दिली काय! देसाईंची मनोरमा आमच्या घरात माझी पत्नी म्हणून आली. तिला फारसं रूप नव्हतं. फारशी शिकलेलीही नव्हती. फक्त एकच होतं की देसाईंची ती एकुलती एक मुलगी होती. मनोरमेशी लग्न करून आमच्या संपत्तीत आणि कारखानदारीत आता एकदम फार मोठी वाढ होणार होती, आणि ती झालीही. परंतु माझ्या लक्षात आलं, माझ्याशीच नव्हे तर कुणीशीही मनोरमेनं सुखाचा संसार केला नसता. सर्व स्त्रियांना संसाराचे जे कुतूहल असतं ते तिच्याजवळ अजिबात नव्हतं. हिंडणं-फिरणं, अमोद-प्रमोद या गोष्टींची तिला नावड होती. खरं तर तिला कसलीच आवड नव्हती. कसल्यातरी अगदी फालतू रहस्यमय कादंबऱ्या ती मोठ्या चवीने वाचे. दिवसभर अंथरुणात लोळे. नवरा घरी आला, पाहुणे-रावळे आले म्हणून तिच्या वागण्यात फारसा बदल होत नसे. घरात सारं काही होतं. पैसा होता, नोकर-चाकर होते, प्रतिष्ठा होती. नव्हती फक्त सहचरी! आरंभी तिला शिकविण्याचा माझा उत्साहही मावळला. स्त्री-पुरुष संबंधाची तिला एक प्रकारची किळस होती. आमचा हनिमून म्हणजे एक वैताग झाला. तिला कामवासनाच नव्हती, का माझ्याबद्दल अप्रीती होती, हे कळायला मार्ग नाही. कारण अप्रीती असली तर ती राग-लोभांनी व्यक्त व्हावी की नाही? सगळ्याच बाबतीत ती उदासीन होती. तिच्या माझ्या सहा-सात वर्षांच्या सहजीवनात फार तर आम्ही दहा-वीस वेळा एकत्र आलो असू, आणि तोही प्रत्येक प्रसंग जवळपास बलात्काराचा होता. तिचा प्रतिकार मोडून काढणे ही जवळपास अशक्य गोष्ट होती. कारण बाह्यत: दिसे त्यापेक्षा ती विलक्षण शक्तिशाली होती. तिच्या सामान्य रूपाचा किंवा अन्य सांसारिक कमतरतेचासुद्धा मला उपद्रव झाला नसता. पण पुरुषाला किमान द्यायला हवं ते सुख द्यायलासुद्धा तिची तयारी नव्हती. अशाच एकदा अनिच्छेने घडलेल्या संबंधातून अनिरुद्धचा जन्म झाला. ते बाळंतपण तिला जड गेले. नेमके कोणते उपचार तिच्यावर उलटले कुणास ठाऊक, परंतु तिचा मानसिक तोल ढळला. ती तासन्‌-तास घुम्म

बसू लागली, आणि अकस्मात कधी कधी इभ्रतीला न शोभेल अशा पद्धतीने आरडाओरडा करू लागली. तिचे वेडं वाढू लागलं. इतकं, की तिला चक्क इस्पितळातच ठेवावे लागले.

वर्ष-दोन वर्षं गेल्यावर मनोरमेच्या वडिलांनीच, म्हणजेच काका देसाईनी, मी दुसरं लग्न करावं असा प्रस्ताव मांडला. पण लग्न या कल्पनेचा आता मी इतका धसका घेतला होता की पुन्हा तो जुगार खेळण्याची त्यावेळेस तरी माझी तयारी नव्हती. पस्तिशीतल्या तरुण माणसाला, विवाह झालेला असून, सक्तीनं ब्रह्मचर्य व्रत पाळण्याची वेळ आली होती. धंद्यात इतका वेळ जात असे की खरोखर स्वत:बद्दल विचार करायलादेखील फुरसत नसे. शिवाय, अनिरुद्ध हे एक नवं खेळणं आमच्या घराला लाभलं होतं. तात्यांचं रूप त्यानं घेतलं होतं. त्यामुळे घरात एक नवाच आनंद निर्माण झाला होता. तात्यांनी हळूहळू धंद्यातले लक्ष काढलंच होतं, परंतु देसाईंनीसुद्धा आपला सगळा कारखाना माझ्या स्वाधीन केला. आईविना वाढणारा अनिरुद्ध दोन आजोबांच्या संगतीत चांगला वाढत होता.

मग असाही काही काळ गेला. वर्ष-दोन वर्षांच्या अंतरानं तात्याही वारले आणि देसाईही वारले. मग तर साऱ्या जगात अनिरुद्धला मी आणि मला अनिरुद्ध अशी स्थिती निर्माण झाली. तात्या वारल्यावर त्यांच्या मृत्यूपत्रात त्यांनी एका स्त्रीच्या चरितार्थाची सोय केली. आई असल्याच्या काळापासून तात्यांनी या स्त्रीला ठेवलं होतं. आता कळायला काहीच मार्ग नाही की आईचा मृत्यू याच गोष्टीमुळे लवकर झाला किंवा काय! आई तशी मला आठवते! तात्यांचे गुलाबशी असलेले संबंध कुणालाच माहीत नव्हते, इतका तो गुपित व्यवहार होता. बायको नसल्यामुळे तात्या कधी दु:खी वाटले नाहीत किंवा गुलाबसारखी बाई ठेवल्याने ते रंगेलपणे वागले नाहीत. वेळी-अवेळी ते कधीही घरी यायचे नाहीत. फक्त दर शनिवार-रविवार ते उरणच्या वाडीवर जात असत. त्यांचे हे रंगीत प्रकरण बहुतांशी तारकेच्या वडिलांना कळलेलं असावं. त्याच कारणासाठी बहुतेक माझं स्थळ त्यांनी नाकारलं असेल. हे जेव्हा कळलं तेव्हा माझ्या मनात साऱ्याच प्रकरणाबद्दल खंत उत्पन्न झाली. तात्यांना तरी मी दोष कसा देऊ? त्यांचं सांसारिक जीवन कसं होतं हे मला काय ठाऊक? एका परस्त्रीच्या नादाला ते का लागले हेही कळायला मार्ग नाही. आई वारल्यानंतर त्यांनी दुसरे लग्न केले असते किंवा अगदी गुलाबला घरी आणून ठेवली असती तरी त्यांचे कोण काय वाकडं करणार होतं?

तात्यांनी तिच्यासाठी केलेला आर्थिक व्यवहार तिच्या ताब्यात देण्यासाठी जेव्हा तिचे घर मी शोधत गेलो, तेव्हा माझ्या लक्षात आलं की मी एका कुलस्त्रीकडे आलोय. एका पतिव्रता विधवेचं रूप मी पाहिले. तिची चाल-चालणूक, वागणं, एवढंच नव्हे तर माझ्याबद्दल तिनं दाखविलेली आस्था हे सारं काही तिच्या आणि तात्यांच्या संबंधाबद्दल सांगून गेली. आपल्याला मूल झालं नाही, तात्यांची काही आठवणसुद्धा मागे उरली नाही हीही खंत मी तिच्या डोळ्यात पाहिली. तेव्हा चटकन तिला वाकून नमस्कार करण्यापलीकडे मला दुसरं सुचलंच नाही. तात्यांनी तिच्यासाठी चांगली व्यवस्था केली होती. पण तिनं ती सारी नाकारली. 'मला आता करायचेत काय पैसे' असेही अलिप्ततेने म्हणालीच. परंतु तात्यांनी तिला वेळोवळी दिलेले दागिने तिनं मला घेऊन जायला सांगितले. त्या दागिन्यांची आता काही शोभाच नव्हती. 'तात्यांच्या सुनेला भेट म्हणून तिला दिलेत' असे ती म्हणाली खरी, पण मनोरमेची सगळी हकीकत तिला माहीत असल्यामुळे तिने एकदम विषय पालटला. पुन्हा पुन्हा मला यायला विनवलं. अनिरुद्धला घेऊन येता आलं तर आपण धन्य होऊ असंही ती म्हणाली. का कुणास ठाऊक, मला हा एक नवाच मायापाश निर्माण झाला.

पुढे वेळोवेळी मी तिला भेटे. अनिरुद्धलाही घेऊन जाई, तोही तिथे रमे! मी बाईंना घरी येऊन रहायला सुचवलं तेव्हा तिने स्पष्ट नकार दिला. कारण तसलं काही केलं तर माझ्या आणि अनिरुद्धच्या भवितव्यावर वाईट परिणाम होईल हे तिने मला समजावून सांगितले. मी असं एकटं राहता कामा नये, मन मारता कामा नये, कारण अशा तऱ्हेने मनाला विपरीत दाबून टाकणं हिताचं नाही, हे ती नेहमीच कळकळीनं सांगत असे. माझ्यासाठी नाही तरी अनिरुद्धच्या हितासाठी घरात कुणी बाईमाणूस हवं, हाही तिनं धोशा लावला. एकदा वाटलं की बाई म्हणतात त्याप्रमाणे खरंच लग्न करावं! पण हाही एक जुगारच नव्हता का? शिवाय घरात नवीन आलेली स्त्री अनिरुद्धला कसं वागवेल हाही प्रश्न होताच! कधी कधी मन चळे! एखाद्या सुंदर रात्री शय्या खायला उठे. मन मारायची सवय झाल्यामुळे मी कधी दारूत, कधी वाचनात मन गुंतवून टाकत असे.

पण गुलाबनं एक दिवशी मला आश्चर्यचकीत केलं. एक दिवस तातडीने तिने मला फोन केला म्हणून मी तिथे गेलो. तिनं हसून माझं स्वागत केलं. माझ्या आवडीनिवडी तिला माहीत होत्या म्हणून असेल कदाचित, पण दहा-पाच मिनिटांत आतल्या खोलीतून एक सावळी तरुण मुलगी माझ्या आवडीचे खाण्याचे

पदार्थ घेऊन आली. असेल कुणी एक नोकराणी म्हणून मी तिच्याकडे पाहिलेसुद्धा नाही. तेव्हा गुलाबबाई हसायला लागल्या. त्या म्हणाल्या, 'मी सांगते त्याला नाही म्हणायचे नाही. ही मुलगी मी तुझ्यासाठी आणलेली आहे. तिचे नाव चमेली. ती आता तुझी सर्व सर्व-सेवा इमाने-इतबारे करेल.'

तिच्या या असल्या विक्षिप्त प्रस्तावनेनं मी गांगरून गेलो. असला प्रस्ताव गुलाबबाई माझ्यापुढे ठेवेल अशी मला सुतराम कल्पना नव्हती. ती म्हणाली, 'शरमायचे काही कारण नाही. तू स्वत: काही करणार नाहीस. मग माझ्या मुलाची काळजी मला नको का घ्यायला?' मग ती आतल्या खोलीत निघून गेली आणि जाताना तिने दरवाजाही बंद केला.

हे एक सुंदर संकट माझ्यावर कोसळलं होतं, आणि तेही अकल्पितपणे! स्त्रियांशी वागायचं कसं तेही मी विसरून गेलो होतो. पण ती मुलगी चतुर होती तिला गुलाबबाईनं चांगलं पढवून ठेवलं होतं. माझा बावळटपणा तिला आधीच माहीत असला पाहिजे. कारण ती माझ्याजवळ आली, तिने बुटाचे बंद सोडले, टायची गाठ सैल केली. भारून गेलेल्या माणसाप्रमाणे ती सांगत होती ते मी करत गेलो. पुरुषस्पर्श तिला अपरिचित नसावा... परंतु ती बाजारू आणि भडक स्त्री नव्हती, हेही तिच्या आक्रमक परंतु शालीन वागण्यात जाणवत होतं; एखादा नजराणा पेश करावा त्या अदबीत स्वत:चा चिमुकला कोवळा देह तिने माझ्या स्वाधीन केला. मलाही अशा अर्थाने स्त्री अज्ञात होती अशातला भाग नव्हता. पण स्त्रीसंबंधीच्या साऱ्या विपरीत कल्पनांना तिनं बघता बघता धक्का दिला. संपत्तीत लोळणाऱ्या माझ्यासारखा माणसाला तिच्याहून देखण्या स्त्रिया मुंबईसारख्या मोहनगरीत सहजासहजी उपलब्ध असतात. माझं गृहजीवन माहीत असल्यामुळे आमच्या कार्यालयात काम करणाऱ्या दोन-तीन हिशेबी मुलींनी मला गुंडाळण्याचा प्रयत्नही केला होता. कधी पार्टीतही जास्वंदीच्या फुलासारख्या भडक दिसणाऱ्या स्त्रियांनी मला जिंकायचाही प्रयत्न केला. पण स्त्रीबद्दलची एक विलक्षण भीती माझ्या मनात वास करीत होती. मला गुंतागुंत नको होती. ते सुखही नको आणि त्या वेदनाही नकोत– असा काहीसा पळपुटेपणाचा मार्ग मी स्वीकारला होता. पण त्या समोरच्या अशिक्षित तरुण मुलीने मला एकदम एका अनोख्या दुनियेत नेलं. आपल्या हातून काही विपरीत घडतंय असं मला वाटलंच नाही. हे अपरिहार्य आहे, यापूर्वीच असं घडायला हवं होतं, असंच त्या नाजूक परिस्थितीत मला सतत वाटत होतं. स्त्रीचा नाजूकपणा हासुद्धा कित्येकदा दिखाऊ असतो हेही लक्षात आलं. चमेली नाजूक नव्हतीच. आपल्याजवळ काय काय

आहे याचा तिला अंदाज होता, आणि मला नेमकं काय काय हवंय याची तिला जाण होती.

सुखावलेल्या गात्रांनी मी घरी परतलो. तेव्हा जाताना गुलाबबाईनं तोंडसुद्धा दाखवलं नाही. खरं तर मला लाज वाटत होती. अनिरुद्धालासुद्धा आता भेटावं असं मला वाटेनासं झालं. का कुणास ठाऊक, एका वेगळ्याच हवेवर मी तरंगत होतो. मी कधी नव्हे ते मुंबईच्या रस्त्यावरून भटकत राहिलो. वाटलं, पुन्हा चमेलीकडे जावं. नुसतंच तिच्या अंगावर रेलून बसावं आणि त्या तृप्त स्पर्शाचे घुटके घ्यावेत. पण तसं काही मी केलं नाही. समाजातील माझी प्रतिष्ठा थोडी आड आली. मग त्या रात्री मला झोपसुद्धा नीट लागली नाही. शेजारी कुणीतरी आहे अशी सारखी जाणीव होत राहिली.

त्यानंतरच्या माझ्या आयुष्याचा रंगच बदलला. पूर्वी खूप काम करायचे मी. करावंच लागे! खूप मोठा भार माझ्या अंगावर होता. पण ते सारं काम एखाद्या ओझ्याच्या गाढवासारखं करत असे. आता वेळेचा हिशेब आपोआप मनात येऊ लागला. काम व्यवस्थित व्हायला पाहिजे. पण ते वेळेवर व्हायला पाहिजे. पूर्वी मी आठ-आठ नऊ-नऊ वाजेपर्यंत कारखान्यात बसत असे. आता सहाचा काटा दिसू लागला की आपोआप मी फाईली आवरायला लागत असे. आणि गाडी आपोआपच चमेलीच्या घराकडे वळे आणि अहोरात्र माझ्यासाठी कुणीतरी वाट पहातंय याचं प्रत्यंतर मला येई. आपली कुणी वाट पहातंय ही किती सुखाची भावना असते. मुलाचं आणि सुनेचं कौतुक करावं असं गुलाबबाई कौतुकही करीत. चमेलीच्या संगतीत केवळ वासनेची पूर्ती होत नसे, तर माझ्या मनावर अनेक दिवसांचं जे विचित्र ओझं होतं तेही हलके हलके कमी होत गेले.

त्यालाही आता खूप वर्षं झाली. चमेली माझ्याजवळ आता चांगली मुरून गेली. गुलाबबाईच्या देहावसनानंतर तर माझा एक निराळा संसार सुरू झाला. गुलाबबाईच्या तालमीत तयार झाल्यामुळे असेल पण चमेलीनं काही हवं असं तोंडानं कधी म्हटलंच नाही. तिच्यासाठी काय करू आणि काय नको असं मला होऊन गेलं. तिला मी गाडी घेऊन दिली. घर सजवून दिलं. संसारातल्या माझ्या सर्व अपुऱ्या इच्छा तिच्या ठायी मी पुऱ्या केल्या. तिला फक्त हवं होतं एक मूल. पण मला मात्र तसली गुंतागुंत नको होती. दूरान्वयानेसुद्धा आणि अनिरुद्धच्या हक्कात मला वाटेकरी नको होता. अनिरुद्धला मी पुष्कळदा चमेलीच्या घरात घेऊन गेलो. त्याला कळायला लागलं तरीही त्याच्यापासून मी काहीच चोरून ठेवलं नाही.

आयुष्यात मला किती चांगली सोबत लाभली होती आणि माझ्या सुदैवाने ती टिकलीदेखील. चमेलीला खूप एकटं एकटं वाटे. मला ते कळत होतं पण तिच्या मनातली इच्छा पुरी करणं मला फार अडचणीचं वाटत होतं. पण या अबोल मुग्ध स्त्रीनं, अखेरीस मला जिकलं. तिची ती इच्छा पूर्ण झाली. तिच्याही घरात माझा अंकुर नांदू लागला.

अखेरीस संसारात नेमकं काय हवं असतं? मंत्राक्षता, सप्तपदी, संस्कार यामुळे दोन माणसं खरोखर एकमेकांशी बांधून घेऊ शकतात का? कदाचित ते खरेही असेल. पण चमेलीने मला जी निष्ठा दिली, जे सौहार्द मला दिलं, त्याचं मोजमाप मी कशानं करू? तिला काही मी प्रतिष्ठा देऊ शकलो नाही. पण माझ्या मी दुसऱ्या मुलाला मात्र ही प्रतिष्ठा देणं भाग होतं. तो माझंच नाव लावणार होता. कोणत्या का कारणानं होईना पण त्याला मी जन्म दिला होता. अनिरुद्धात आणि त्याच्यात तसा कोणताही फरक मी केला नाही. या साऱ्या गोष्टी यथाक्रमे घडत आल्या. अनिरुद्ध व्यवसायात आला. अजून सतीश-माझा दुसरा मुलगा- कॉलेजात शिकत होता. तोही यथावकाश माझ्याच व्यवसायात येणार होता. त्याच्या लग्नाच्या वेळेस मात्र अडचण उत्पन्न झाली असती; पण तसं कशाला, अनिरुद्धच्या लग्नातही मला अडचण दिसत होती. कारण, नाही म्हटलं तरी चमेलीचे आणि माझे संबंध जगजाहीर होते. कुणाही माणसानं जरा चौकशी केली असती तर माझे गृहजीवन आणि आडवाटेचे माझे हे जीवन त्याला कळल्यावाचून राहिलं नसतं. जग बदललंय हे खरं, पण विषाची परीक्षा कोण पाहील? सर्वसामान्य माणसं खोलात जात नाहीत. सरळ व्यवहार ते पहातात आणि त्यांचे बरोबर असते. समाजातील नियम पाळणारी माणसे त्यांना सुरक्षित वाटतात.

वास्तविक पाहता अनिरुद्धनं स्वतःचं लग्न ठरवायला काही हरकत नव्हती. त्याला मैत्रिणी होत्या. माझ्या पिढीपेक्षा त्याच्या पिढीत स्त्री-पुरुषाचं जीवन अधिक खेळकर झालं होतं. तो कारखान्यात काम करायला लागला तरी त्याचं प्रेमाचं एखादंही प्रकरण माझ्या कानावर आलं नाही. एके दिवशी त्याला 'काही ठरलंय का' असा जेव्हा मी प्रश्न विचारला तेव्हा त्याने चटकन 'नाही' असे सांगितले. 'एवढ्या मैत्रिणीत एकसुद्धा तुला आवडत नाही काय?' असा मी त्याला प्रश्न केला. तेव्हा तो हसून म्हणाला, 'मैत्रिणी म्हणून त्या चांगल्या आहेत. बायको म्हणून त्यातली एकही चांगली नाही.' मला त्याच्या म्हणण्याचे आश्चर्य वाटलं. कारण त्याच्या काही मैत्रिणी खरोखरच चांगल्या होत्या. जोडीदार म्हणूनही त्याला शोभल्या असत्या. कदाचित अतिपरिचियामुळे असेल पण त्या

आपलं मूळ आकर्षण घालवून बसल्या असाव्यात. पुरुषानं काही मागितल्याबरोबर त्याला होकार देणारी स्त्री पुरुषाला आवडत नसावी असंच असावं बहुधा. जमाना बदललाय असं वाटलं होतं पण तसं काहीच नव्हतं. मला मोठी मजा वाटली आणि मी त्याच्यासाठी मुली पहायला लागलो.

खरी गोष्ट अशी आहे की एखादी गोष्ट आपण करतो त्यावेळेला त्या गोष्टीचे दूरगामी परिणाम आपल्या लक्षात येत नाहीत. माझी गरज होती म्हणूनच चमेलीला मी आयुष्यात जवळ केली. पण या माझ्या संबंधाचा माझ्या मुलांच्या जीवनात काही व्यत्यय येईल हे मला तेव्हा कुठे माहीत होतं? आणि माहीत असतंच तरी मी स्वत:ला रोखलं असतं का? आईचा वेडेपणा नि बापाचा बाहेरख्यालीपणा या दोन गोष्टींशी अनिरुद्धचे भवितव्य चिकटलेले होते. इतिहासाची पुनरावृत्ती होऊ नये म्हणून मला डोळ्यात तेल घालून बसायला हवं होतं, आणि आता श्रीमती तारका मोडक यांची मुलगी पहाण्यासंबधी आलेली चिठ्ठी पहाताच माझ्या डोळ्यासमोर सारा भूतकाळ चटकन प्रकट होऊन गेला.

मला काहीच खुलासा करायला न मिळाल्यामुळे तारकेच्या वडिलांनी तात्यांच्या पत्राला तुसडेपणाने नकार कळविला होता. मग आत्ताचा माझा दुर्लौकिक काय तारकेच्या कानावर गेला नसणार? तरीसुद्धा तिची ही चिठ्ठी आली म्हणजे मला काही निराळा पवित्रा घेणं भाग होतं. वास्तविक तारका मोडकची मुलगी लग्नाची आहे हे मला कळायला मार्ग नव्हता. ती मुंबईतच स्थायिक झाली आहे हेही मला कळणं शक्य नव्हतं. म्हणजे मी तसा प्रयत्नही केला नव्हता. नाही म्हणायला रेडिओवरून तिचे सुगम संगीत एकदा ऐकायला मिळालं होतं. तेव्हा तिला पत्र लिहून पूर्वपरिचय वाढवावा व जुन्या दु:खाचा निचरा करावा असं वाटलं होतं. पण धीरच झाला नाही. अनिरुद्धाचं स्थळ तारकेला कुणी सांगितलं याची प्रथम चौकशी करावी, खरं म्हणजे तारकेची सगळीच चौकशी आता करायला पाहिजे.

माझ्याजवळ प्रचंड मनुष्यबळ आहे होतं. त्यामुळे अशी माहिती मिळवणं काही फारसं कठीण गेलं नाही. तारका मुंबईत येऊन बरीच वर्षे झालेली होती. आणि तिचा नवराही एका विचित्र अपघातात सापडून मृत्यू पावला होता, अपघात की आत्महत्या असा त्यावेळेस पुष्कळांना संशय आला होता. परंतु ते प्रकरण तेवढ्यावरच संपलं असावं. आत्महत्या करण्यासारखं इंजिनिअर माणसाला काय बरं कारण असेल? चांगली नोकरी होती आणि नोकरीबरोबर भागीदारीही होती. दादरला चांगला उत्तम फ्लॅट होता. गाडी तर होतीच, आणि चांगली दोन

मुलं होती. तारकेबद्दल तक्रार करावी असे तिच्यात तेव्हा तरी काही नव्हतं. पण पूर्वी काय घडलं हे कळायला मार्ग नव्हता. तारका तशी आता सुस्थितीत होती. मुलीचं लग्न इतमामानं करण्याची तिला अनुकूलता होती, आणि तिची मुलगी देखणी म्हणून प्रसिद्ध होती. युनिव्हर्सिटीच्या ॲथलेटस्‌मधे ती चमकलीही होती. वास्तविक इतक्या देखण्या आणि श्रीमंत मुलीचं केव्हाच लग्न व्हायला पाहिजे होतं. तिचं लग्न का लांबलं असेल? आणि या अशा जुन्या पद्धतीनं मुलगी दाखवून लग्न करण्याची पाळी तिच्यावर का आली असेल? वेगवेगळ्या तरुणांशी तिचा काहीच संपर्क आला नसेल का? का तारकेचाच करडा धाक आणि संस्कार यामुळे ती शिस्तीत वाढली असेल? तारकेबद्दल माझ्या मनात दडून राहिलेलं सुप्त आकर्षण आता एकदम जागं झालं. मी आता पन्नाशीला आलो होतो. म्हणजे तारकेचं जवळपास तेवढंच वय असेल. तारका अजून पूर्वीसारखीच दिसत असेल का? पूर्वीसारखंच मोहिनी हास्य तिने सांभाळून ठेवलं असेल का? तिला आपलं स्मरण तरी राहिलेलं असेल का? एरवी साऱ्याच प्रश्नाकडे आत्मविश्वासाने किंबहुना थोडं गुर्मीनेच पहाणाऱ्या माझ्यासारख्या यशस्वी उद्योगपतीला या नाजूक प्रश्नानं बेचैन केलं. स्त्री म्हणून कुठल्याही स्त्रीबद्दलची सारी आकर्षणे आता संपुष्टात आली होती. आहे त्या परिस्थितीत मी संतुष्ट होतो! मुलांच्या हाती सारा कारभार सोपविण्याची क्रिया मी चालू केली, आणि अनिरुद्धइतका समजदार मुलगा मला लाभला हाही माझ्या भाग्याचाच एक भाग! कुणाला माहीत, माझ्या या सुस्थिर भाग्यात आणखीन एक सुखाची धार येऊन कोसळणार होती, का कदाचित कटुतेचा एखादा प्रहारही मला सोसावा लागणार होता? माझी तशी आता कशालाच हरकत उरलेली नव्हती. माझ्या पत्नीच्या वर्तनाने जे घाव एकदा पडायचे ते पडून गेले. ते व्रण बुजूनही गेले.

रविवार तसा मोकळाच होता. निदान कारखाना चालू असला तरी रविवार हा मी सुट्टीचा दिवस मानायला लागूनसुद्धा बरेच दिवस झालेले होते. बहुतेक वेळा रविवारी मी चमेलीबरोबर उरणच्या बंगल्यावर जात असे. प्रौढ अवस्थेत सुखाचे स्वाद कसे घ्यायचे हे माणसाला कळायला हवे. तारुण्यातील उन्माद, आनंद ओसरलेला असतो. खळखळाट संपलेला असतो. खरं तर रविवारचा हा मुक्त दिवस, तसं पाहता त्या अडाणी, परंतु शहाण्या स्त्रीबरोबर गुदरणं हा आनंद असे. तिला बाहेर मोकळेपणाने बरोबर घेऊन हिंडता फिरता येत नसे. काही माणसं आपली जात, आपलं शिक्षण, आपले संस्कार लपवू शकत नाहीत, पण म्हणूनच ती जास्त रोचकही असू शकतात. समाजात मला ओळखणारी

विपुल माणसं असल्यामुळे चमेलीला घेऊन नाटक, सिनेमा किंवा सभासंमेलनाला मला जाता येत नसे. तिचाही त्याबद्दल फारसा आग्रह नव्हता. तिला तिची जागा बरोबर माहीत होती. परंतु आपल्याला अपूर्व असं काही मिळालेलं आहे या आनंदात ती तृप्त होती. अशी तृप्ती संसारी जनांना तरी मिळते का नाही कुणास ठाऊक? शिकलेली नसली तरी प्रयत्नानं ती बहुश्रुत बनली होती. संसार रोचक करण्याचं कौशल्य तिनं आत्मसात केलं होतं. एक आदर्श सहचरी म्हणून तिने आपोआपच एक प्रतिष्ठा प्राप्त करून घेतली होती. ती काही माझी लग्नाची बायको नव्हती. पण अनिरुद्धच्या लग्नात तिचाही विचार महत्वाचा नव्हता काय? मला तरी तसं वाटत होतं हे विशेष! जेव्हा अनिरुद्धचं लग्न होईल तेव्हा चमेलीला तिथं मानाने वावरता येईल, का तिला दूर राहून हा सोहळा पाहण्यात सुख मानून घ्यावं लागेल?

अनिरुद्धसाठी मी मुलगी पहायला जातो आहे-ती मुलगीही अशीच कोणीतरी नव्हे, तर जिची आई मला स्वत:लाच नाकारली गेली, हे मी तिला सांगून टाकलं. उपजत शहाणपण ही एक अपूर्व गोष्ट असते. संभाव्य दुर्घटना ओळखण्याचं चातुर्य त्यामुळेच प्राप्त होते. प्रसंग आला तर आपलेही संबंध सोडायला हरकत नाहीत असं जेव्हा तिनं मन:पूर्वक सांगितलं, तेव्हा मात्र मला तिच्याबद्दल करुणा वाटली. हे सारं तारकेकडे जात असताना मला आठवत होतं. तारकेच्या घरी मी आणि अनिरुद्ध पोचलो. शोफरने जाऊन वर्दी दिली, आणि स्वागतासाठी दरवाजात तारका उभी होती. तिचं ते प्रसन्न हास्य पाहिले आणि मनातल्या अनेक शंका-कुशंका गळून पडल्या. इतकी वर्षं उलटून गेली पण अजूनही तेच आक्रमक लाघवी हास्य तिच्या चेहऱ्यावर तरळत होते. आता फक्त त्या हास्याला शालीनपणाची किनार होती. मी तिच्याकडे नीट निरखून पाहिलं. मला तर ती अजूनही कॉलेजमध्ये आहे असंच क्षणभर वाटलं. ती प्रौढत्वानं उलट अधिक देखणी वाटत होती. वास्तविक पतिनिधनानंतर एकटेपणानं जबाबदारी पेलणाऱ्या या प्रौढेच्या चेहऱ्यावर कुठेतरी नाराजी, कुठेतरी विषाद दिसायला हवा होता. पण सारे काही सुभग हास्यात विरघळून गेले. जुन्या आठवणी उफाळून येत होत्या-माझ्या आणि तिच्यासुद्धा. पण प्रौढत्वाने आलेली जबाबदारी आता पार पाडायची होती. तिने खूण केली. आम्ही गुबगुबीत कोचावर बसलो. दिवाणखान्यातील सजावट केवळ समृद्धी दाखवणारी नव्हती, त्यात एक वेगळेपण होतं. सोफासेटस, टी. व्ही., पंखे यांचाही नित्य परिचित घाट येथे जाणवला नाही. जे तारकेचं व्यक्तिमत्त्व माझ्या अंत:करणात कुठेतरी खोल दडून बसलं होतं ते या दिवाणखान्यात ठायी

ठायी जाणवत होतं. एक मध्यवयीन गृहस्थ दिवाणखान्यात येऊन बसलेले होते. आपले धाकटे दीर अशी त्यांची ओळख तिने करून दिली. औपचारिक असा सारा भाग घडत गेला. सुलक्षणा आली. तीही आईचीच निराळी प्रतिमा होती. तिचे डोळे विलक्षण वेधक होते. क्षणभर मनात वाटू लागलं की हे लग्न जमलं पाहिजे. ही मुलगी सून म्हणून घरात आली तर घर एकदम जागतं होईल. मी काही जुजबी प्रश्न विचारले. आणि म्हणालो, 'मुलांना वाटलं तर एकटं बसू देत! नुसतंच पाहण्यापेक्षा गप्पागोष्टी करणं बरं!' चहा फराळ झाला. घर दाखवण्यासाठी म्हणून सुलक्षणा अनिरुद्धला घेऊन आत गेली. मला खूप काही बोलायचे होतं, पण तारकेच्या दिरासमोर बोलणं बरं वाटेना! मी थोडा अवघडल्यासारखा झालो. अखेरीस मी म्हणालो, "मी आता निरोप घेतो. तुम्ही दोघेजण आमचं घर पहायला आज संध्याकाळी या. लग्न हा काही एकेरी रस्ता नसतो. मी अनिरुद्धाला न्यायला गाडी परत पाठवून देतो!"

"गाडी पाठविण्याची काही गरज नाही. सुलक्षणाच आमच्या गाडीतून सोडेल त्यांना."

"पण संध्याकाळी दोघांनी मात्र यायचं विसरू नका! पाच वाजता जमेल?"

"न जमायला काय झालं? त्यापेक्षा आम्ही उद्या आलो तर नाही का चालणार? आज सुलक्षणेची कसलीशी मॅच आहे. ती पहायला मी सुद्धा जाणार आहे!"

"ठीक आहे! उद्या आलात तरी काही हरकत नाही! मग उद्या संध्याकाळी पाच ते सहाच्या दरम्यान या. जाऊ मी आता?"

मी तारकेचा आणि तिच्या दिराचा निरोप घेतला आणि गाडीतून निघालो. खरं तर आता काहीच काम नव्हतं. शिवाय मन:स्थितीही थोडी प्रक्षुब्ध झाली होती. मी सरळ चमेलीकडे आलो. चमेली उत्सुकतेने वाट पहात होती.

"कशी आहे मुलगी?"

"छानच आहे."

"आणि मुलीची आई?"

हा प्रश्न विचाताना चमेलीने डोळ्यांची जी हालचाल केली त्यामुळे आपोआपच मला हसू आवरेना! तारकेचा विषय तसा-तिच्या माझ्यात पुष्कळदा झाला होता. त्यामुळे तिलासुद्धा तारकेबद्दल कुतूहल होतं. असूया नव्हती. नेहमीच्या मानानं मी जरा जास्त बोलत होतो. मला ते कळत होतं. चमेली हसत हसत म्हणाली.

"स्वारी आज फार खूश दिसतेय!"

"खूश कसला! पण मला गंमत वाटते. ज्या मुलीने माझ्याशी लग्न करायला नकार दिला तिच्या मुलीचं माझ्या मुलाशी का लग्न ठरावं यात गमंत वाटते. अर्थात अजून काही ठरलेलं नाही. कदाचित ठरणारही नाही. आपण काहीच गृहीत धरून चालू नये. पण सगळं कळूनसुद्धा ज्या अर्थी आमचं तिच्याकडे स्वागत झालं त्यावरून शक्यता आहे!"

खरं म्हणजे चमेली ही अशी स्त्री होती की तिला स्वत:चे असे काही आग्रहच नव्हते. एखादा रंग पाण्यात मिसळावा असं तिने तिचं आयुष्य माझ्या आयुष्यात मिसळून टाकले होते. तिला कळो, न कळो, मी वाटेल तो विषय तिच्याजवळ बोलत असे. तापलेली धरित्री पावसाचे थेंब जसे पटकन शोषून टाकते तसं ती माझं कोणतेही बोलणं चटकन स्वीकारीत असे. म्हणून पुष्कळदा इतर कुठेही बोलू शकत नव्हतो असं वाटेल ते मी तिच्यापाशी मी बोलत असे. कुठलीही स्त्री-मग ती लग्नाची असो किंवा बिनलग्नाची असो-दुसऱ्या स्त्रीचा मत्सर करणारच! मी तारकेबद्दल आपुलकी, जिव्हाळ्याने बोलूनसुद्धा तिच्या चेहऱ्यावर मात्र कधी नाराजी दिसली नाही. मग प्रतिकार करणं तर दूरच राहिलं. तिला डिवचण्यासाठी मी म्हणालो, 'समज उद्या तारकेनं माझ्याशी लग्न करायचं ठरवलं, तर?"

"खरंच, करतील का हो त्या लग्न तुमच्याशी?"

"मी म्हणतो काय हरकत आहे? हे कबूल आहे की आता माझं लग्नाचं वय राहिलं नाही. पण तिचे तरी कुठे लग्नाचे वय आहे? तीही बिचारी एकटीच आहे."

"खरंच! किती चांगलं होईल नाही! किती दिवस तुमच्या मनात एक सल आहे तो तरी दूर होईल!"

"आणि तुझं काय?"

"मी कशाला माझी चिंता करू? तुम्ही आहात की माझी काळजी घ्यायला!"

"काळजी घेण्याचा प्रश्न नाही गं! पण उद्या तुझ्या-माझ्या संबंधालाच तिने आक्षेप घेतला तर?"

"बरोबरच आहे, घेतीलच त्या! त्यांची काय चूक आहे? आणि तुम्हीसुद्धा त्यांची मर्जी मोडता कामा नये!"

"वा गं! खूप सल्ला देतेस मला! अनेक वर्षे माझ्याबरोबर लग्नाच्या बायको-सारखी तू राहिलीस. लग्नाच्या बायका तरी आणखीन काय करतात पुरुषासाठी?"

"माझं जाऊ द्या हो! माझी चिंता तुम्ही मुळीच करू नका! नाही तरी चार

भिंतीआडच मी राहते की नाही? आणि माझाही संसार काही थोडाथोडका झाला नाही. मनासारखा मुलगा आहे. मला तरी काय कमी आहे?''

एवढ्यात आमच्या गाडीचा हॉर्न वाजला. मला वाटलं, अनिरुद्ध घरी जाऊन मग त्याने गाडी पाठवली असेल. पण त्याचा आवाज ऐकू येत होता, त्यात आणखीन काही अर्ध-परिचित आवाज मिसळलेला होता. एवढ्यात दरवाजा उघडून अनिरुद्ध आत आला. त्याच्या मागोमाग सुलक्षणा आली, आणि त्या दोघांना एकत्र पाहून वाटणारं आश्चर्य ओसरण्याच्या आत तारकाही आत आली. तिला पहाताच एकदम चमेली उठून उभी राहिली. तारका चटकन चमेली जवळ गेली आणि तिचा हात हातात घेऊन तिनं तिला शेजारी कोचावर बसवलं. खरं तर मला जे काही सांगायचं होतं ते या अनपेक्षित प्रकारामुळे सगळं सांगून झालं होतं! येऊन जाऊन मी काय सांगणार होतो? माझ्या बायकोचं वेड, त्यामुळे आलेलं एकाकीपणा आणि म्हणून चमेलीचं माझ्या आयुष्यातलं अस्तित्व! आता सांगण्यासारखं काय उरलं होतं? तरुण माणसं तर जात्या हुशार असतातच! परंतु चमेलीसुद्धा घरची मालकीण म्हणून मुलांच्याबरोबर उठली आणि आत निघून गेली. आता राहिलो मी आणि तारका! काय बोलायचं आणि काय नाही हे मुळी कळतच नव्हतं. मला भांबावलेला पाहून तारका नुसती हसली, आणि म्हणाली, 'आश्चर्य वाटलं?'

''आश्चर्य? खरं तर धक्काच बसला मला!''

''खरं सांगू! तुमच्या ओठांवर मघाशी अनेक स्पष्टीकरणे उभी होती हे मला दिसत होतं. मला तिथेच तुमच्याशी काही बोलायचं होतं, पण माझ्या दिरासमोर मला बोलता येत नव्हतं. आयुष्यात सगळ्याच गोष्टींना पुष्कळ उशीर झालेला आहे. पण वेळच्या वेळी एक गोष्ट करावी या इच्छेनं इथं मी आले. खरं सांगू, माझ्या वडिलांनी जे पत्र लिहिलं त्याच्याशी माझा काही संबंध नव्हता. मला कळलं ते फार उशीरा! तेव्हा कळूनही काही उपयोग नव्हता! म्हणून मी अशा एका क्षणाची वाट पहात राहिले की केव्हातरी तुमच्यावर मी रागावले नव्हते हे तुम्हाला मी समजावून सांगेन. तुमच्या मॅनेजर कापडींनी जेव्हा अनिरुद्धचं स्थळ सुचवलं तेव्हा– लग्न ठरेल न ठरेल पण– तुमची गाठ पडेल एवढी इच्छा होती. तुम्हाला सांगायचं ते सांगितलं. आता मी जाते.''

''कुठे जातेस?''

''कुठे म्हणजे काय? माझ्या घरी?''

''तुझी मुलगी इथे सोडून?''

''माझी मुलगी सुरक्षित ठिकाणी आहे आणि ती तुमची कुणीतरी आहेच

की नाही? निदान होणार आहे की नाही?''

''म्हणजे तुला अनिरुद्ध पसंत आहे.''

''मला काय कल्पना नाही, पण सुलक्षणेला अनिरुद्ध पसंत असावा! अर्थात मला पसंत आहे तो...

''मी...'' असं म्हणत मी चटकन् तिच्याजवळ गेलो. तिच्या खांद्यावर हात ठेवला. ''मी कसा आहे हे तुला माहीत आहे ना?''

''चांगलच! याशिवाय मी या घरात कशी आले?''

''पण तुला या गोष्टींना विरोध करावासा वाटत नाही? तुला हे पसंत कसं पडेल?''

''योग्य वेळी कदाचित मी विरोधही केला असता. पण विरोध करण्याची आता मला ताकद राहिलेली नाही! आणि खरं सांगू! आयुष्यात खूप खूप भोगलं. सगळं तुला सांगत नाही! लोकांना समजणारही नाही असलं विचित्र दुःख मला भोगावं लागलं! पण ते जाऊ दे! माझं मुळी काही म्हणणंच नाही. आता मनातील एक आच कमी झाली आहे. सांगायचं ते सांगून झालं आहे. तुझ्याशी नाही, पण तुझ्या मुलाशी नातं जोडलं आहे! एवढं तरी भाग्य कुठं असतं, पुष्कळांच्यापाशी?''

''तुला कुठेही जायची गरज नाही. खुळ्यासारखं एकटं आता कशाला रहायचं? अशी आता किती वाटचाल उरलीय? आता तीस वर्षापूर्वीचे हिशोब जमले तर पुरे करू!''

या वेळी काही न बोलता तारका माझ्या मिठीत आली आणि त्या स्पर्शाने सारं अंतर नाहीसं झालं. आम्ही आत विझलेला अग्नी फुलवण्याचा प्रयत्न करीत होतो आणि बाहेर अनिरुद्ध आणि सुलक्षणा अग्नीच्या उबेत शेकत बसली होती.

सर्वसाक्षी चमेली मात्र या साऱ्या सुखदुःखाच्या पलीकडे गेली होती. तारकेच्या मिठीत असतानासुद्धा चमेलीची आठवण आली. हे तारकेला कळलं असेल काय? पण मान वर करून ती फक्त हसली. तीस वर्षांचा कालखंड पुसून टाकणाऱ्या त्या लाघवी हास्याला जीवनात अन्य पर्याय नव्हता.

-०-०-०-

www.ingramcontent.com/pod-product-compliance
Lightning Source LLC
Chambersburg PA
CBHW030319020726
47493CB00004B/1091
9789382988328